ದೀಪಾ ಹಿರೇಗುತ್ತಿ

ಉತ್ತರ ಕನ್ನಡ ಜಿಲ್ಲೆಯ ಕುಮಟಾ ತಾಲೂಕಿನ ಹಿರೇಗುತ್ತಿಯಲ್ಲಿ ಜನನ. ತಂದೆ ರಾಮಚಂದ್ರ ನಾಯಕ ಹಾಗೂ ತಾಯಿ ಭಾಗೀರಥಿ ನಾಯಕ ಇಬ್ಬರೂ ಶಿಕ್ಷಕರು. ಶಿರಸಿ, ಧಾರವಾಡದಲ್ಲಿ ಓದು. ಕನ್ನಡ, ಇಂಗ್ಲಿಷ್ ಹಾಗೂ ಹಿಂದಿ ಭಾಷೆಗಳಲ್ಲಿ ಸ್ನಾತಕೋತ್ತರ ಪದವಿ. ಶಾಲಾ ಕಾಲೇಜು ದಿನಗಳಿಂದ ಚರ್ಚೆ, ಬರವಣಿಗೆ, ವಿದ್ಯಾರ್ಥಿ ಸಂಘಟನೆಯಲ್ಲಿ ಕ್ರಿಯಾಶೀಲರು. ಸದ್ಯ ಚಿಕ್ಕಮಗಳೂರು ಜಿಲ್ಲೆಯ ಕೊಪ್ಪದ ಸರ್ಕಾರಿ ಪದವಿ ಪೂರ್ವ ಕಾಲೇಜಿನಲ್ಲಿ ಆಂಗ್ಲ ಭಾಷಾ ಉಪನ್ಯಾಸಕಿ. ಪತಿ ನ್ಯಾಯವಾದಿಯಾಗಿರುವ ಸುಧೀರ್ ಕುಮಾರ್ ಮುರೊಳ್ಳಿ ಹಾಗೂ ಮಕ್ಕಳು ಉತ್ಸವ್, ಉರ್ವಿ. ಕ್ರೈಸ್ಟ್ ಕಾಲೇಜು, ಪ್ರಜಾವಾಣಿ, ಸಂಚಯ, ಸಂಕ್ರಮಣ ಕವನ ಸ್ಪರ್ಧೆಗಳಲ್ಲಿ ಬಹುಮಾನ. 'ಪರಿಮಳವಿಲ್ಲದ ಹೂಗಳ ಮಧ್ಯೆ' ಪ್ರಕಟಿತ ಕವನ ಸಂಕಲನ. 'ನಾನು ನೀವು ಮತ್ತು', 'ಫೀನಿಕ್ಸ್', ಹಾಗೂ 'ಕಿತ್ತೊಗೆಯೋಣ ಕಾಣದ ತಡೆಗೋಡೆಗಳನು' ಅಂಕಣ ಬರಹಗಳ ಸಂಗ್ರಹಗಳು. 'ಬ್ರ್ಯಾಂಡ್ ಬಿಲ್ಡರ್ಸ್' ಜನಪ್ರಿಯ ಕಂಪನಿಗಳ ಯಶೋಗಾಥೆಯನ್ನೊಳಗೊಂಡಿರುವ ಪುಸ್ತಕ. 'ಅಪೂರ್ವ ರಾಜಕಾರಣಿ ಎಚ್.ಜಿ. ಗೋವಿಂದೇಗೌಡರ ಜೀವನ ಚರಿತ್ರೆ' ಪುಸ್ತಕ ಪ್ರಕಟವಾಗಿದೆ. 'ನಾನು ನೀವು ಮತ್ತು' ಕೃತಿಗೆ ಕರ್ನಾಟಕ ಲೇಖಕಿಯರ ಸಂಘದ ಗೀತಾ ದೇಸಾಯಿ ದತ್ತಿ ಪ್ರಶಸ್ತಿ ಮತ್ತು ಧಾರವಾಡದ ಬೇಂದ್ರೆ ಪ್ರತಿಷ್ಠಾನದ ಬೇಂದ್ರೆ ಪುಸ್ತಕ ಬಹುಮಾನ ಲಭಿಸಿದೆ. ಇದೇ ಪುಸ್ತಕದ ಲೇಖನವೊಂದು ಕರ್ನಾಟಕ ವಿಶ್ವವಿದ್ಯಾಲಯದ ಬಿ.ಎ. ಅಂತಿಮ ವರ್ಷದ ಕನ್ನಡ ಬೇಸಿಕ್ ವಿಷಯಕ್ಕೆ ಪಠ್ಯವಾಗಿದೆ. 'ಫೀನಿಕ್ಸ್'ಗೆ ಕನ್ನಡ ಸಾಹಿತ್ಯ ಪರಿಷತ್ತಿನ ನೀಲಗಂಗಾ ದತ್ತಿ ಪ್ರಶಸ್ತಿ ದೊರೆತಿದೆ. ಕನ್ನಡ ಸಾಹಿತ್ಯ ಪರಿಷತ್ತಿನ 2021ನೇ ಸಾಲಿನ ಮಯೂರವರ್ಮ ಪ್ರಶಸ್ತಿ ಇವರಿಗೆ ಲಭಿಸಿದೆ.

ಸೋಲೆಂಬ ಗೆಲುವು

ದೀಪಾ ಹಿರೇಗುತ್ತಿ

ವೀರಲೋಕ
ಇದು ಪುಸ್ತಕ ಪ್ರಪಂಚ

ವೀರಲೋಕ ಬುಕ್ಸ್ ಪ್ರೈ.ಲಿ.
207, 2ನೇ ಮಹಡಿ, 3ನೇ ಮೇನ್, ಚಾಮರಾಜಪೇಟೆ
ಬೆಂಗಳೂರು–560018. ಮೊಬೈಲ್: 70221 22121
ಇಮೇಲ್: veeralokabooks@gmail.com
ವೆಬ್‌ಸೈಟ್: www.veeralokabooks.com

SOLEMBA GELUVU
A book about positive attitude
by **Deepa Hiregutti**

Published by:
VEERALOKA BOOKS PVT. LTD.
207, 2nd Floor, 3rd Main
Chamarajpet, Bengaluru - 560018

Mobile : 70221 22121
E-mail : veeralokabooks@gmail.com
Website: www.veeralokabooks.com

ISBN : 978-93-94942-01-1

Price : Rs. 150/-
Pages : 128
First Impression : 2022

Paper used : 90 GSM NS Maplitho
Book size : 1/8th Demy

Cover page illustration by : Prashanth Vitla
Inner pages illustration by : Vijaya Vikram

Printer :

ಅರ್ಪಣೆ

ಸದಾ ಸಮಾಜದ ಒಳಿತನ್ನೇ ಧ್ಯಾನಿಸುತ್ತ
ಹಗಲಿರುಳೂ ಕಾರ್ಯತತ್ಪರರಾಗಿರುತ್ತಿದ್ದ
ಅನಿರೀಕ್ಷಿತವಾಗಿ ನಮ್ಮನ್ನಗಲಿದ
ವಿಠ್ಠಲ್ ಭಂಡಾರಿ ಸರ್‌ಗೆ...

ಲೇಖಕಿಯ ಮಾತು

ಯಶಸ್ಸಿನ ಸೂತ್ರಗಳು ಹತ್ತಾರು. ಆದರೆ ಯಾವುದೇ ಸೂತ್ರವಿದ್ದರೂ ಅದರಲ್ಲಿ ಮುಖ್ಯವಾಗಿ ಇರಬೇಕಾದದ್ದು ಸತತ ಪ್ರಯತ್ನ, ಪರಿಶ್ರಮ. ಐನ್‌ಸ್ಟೈನ್ ಅವರನ್ನು ಯಾರೋ ಯಶಸ್ಸಿನ ಸೂತ್ರವೇನು ಅಂತ ಕೇಳಿದಾಗ A=X+Y+Z ಎಂದರಂತೆ. A ಎಂದರೆ ಯಶಸ್ಸು, X ಎಂದರೆ ಪರಿಶ್ರಮ ಅಥವಾ ಹಾರ್ಡ್‌ವರ್ಕ್, Y ಎಂದರೆ ಆಟ. ಹಾಗಾದರೆ Z ಎಂದರೆ ಏನು ಎಂದಾಗ ಟು ಕೀಪ್ ಯುವರ್ ಮೌತ್ ಶಟ್ ಎಂದಿದ್ದರಂತೆ ಐನ್‌ಸ್ಟೈನ್. ಅವರ ಪ್ರಕಾರ ಹೇಗೆ ಯಶಸ್ಸಿಗೆ ಕಠಿಣ ಪರಿಶ್ರಮ ಮತ್ತು ಆರೋಗ್ಯ ಮುಖ್ಯವೋ ಅದೇ ರೀತಿ ಬಾಯಿ ಮುಚ್ಚಿಕೊಂಡಿರುವುದು ಕೂಡ ಅಷ್ಟೇ ಮುಖ್ಯ. ಬಾಯಿ ಮುಚ್ಚುವುದೆಂದರೆ ಮಾತಾಡಬೇಕಾದಲ್ಲಿ ಮಾತಾಡದೇ ಇರುವುದು ಎಂದರ್ಥವಲ್ಲ. ಬದಲಾಗಿ ನಮಗೆ ಸಂಬಂಧಪಡದ ವಿಚಾರದಲ್ಲಿ ತಲೆಹಾಕದಿರುವುದು. ಬೇರೆಯವರು ನಮ್ಮ ಬಗ್ಗೆ ಆಡಿಕೊಂಡರೆ ತಲೆಕೆಡಿಸಿಕೊಳ್ಳದಿರುವುದು ಅಥವಾ ನಾವು ಮಾತಾಡಿಯೂ ಪ್ರಯೋಜನವಿಲ್ಲದ ವಿಷಯದ ಬಗ್ಗೆ ಮಾತಾಡದೇ ನಮ್ಮ ಕೆಲಸ ನಾವು ಮಾಡುವುದು.

ನಮ್ಮ ಬಗ್ಗೆ ಇತರರ ಮಾತು, ಕೃತಿ ಹಲವಾರು ಸಂದರ್ಭದಲ್ಲಿ ಅವಮಾನವನ್ನುಂಟು ಮಾಡುತ್ತವೆ. ಅರ್ಜೆಂಟೈನಾದ ಲೇಖಕ ಜಾರ್ಜ್ ಬೊರೇಸ್ ಪ್ರಕಾರ ಈ ಅವಮಾನಗಳು, ದುರದೃಷ್ಟ ಎಲ್ಲವೂ ಮನುಷ್ಯನಿಗೆ ಸಂಪನ್ಮೂಲಗಳಿದ್ದಂತೆ. ಶಿಲ್ಪಿ ಮಣ್ಣಿನಿಂದ ಸುಂದರ ಮೂರ್ತಿ ತಯಾರಿಸುವಂತೆ ಈ ಸೋಲು, ಅಪಮಾನಗಳೆಂಬ ಕಚ್ಚಾವಸ್ತುವಿನಿಂದ ನಮ್ಮ ಬದುಕನ್ನು ರೂಪಿಸಿಕೊಳ್ಳಬಹುದು. ಬಹುಶಃ ಈ ಜಗತ್ತಿನಲ್ಲಿ ಬೆನ್ನುತಟ್ಟುವಿಕೆಗಿಂತ ಅವಮಾನದಿಂದ ರೂಪುಗೊಂಡ ಯಶಸ್ವೀ ವ್ಯಕ್ತಿಗಳೇ ಜಾಸ್ತಿ. ಹೊಗಳುವಿಕೆ ಸಾಧನೆಗೆ ಸ್ಫೂರ್ತಿ ನೀಡುತ್ತದೆ ನಿಜ, ಆದರೆ ಅವಮಾನ, ಚುಚ್ಚು ಮಾತುಗಳು ನಮ್ಮ ಸ್ವಾಭಿಮಾನವನ್ನು ಕೆಣಕುತ್ತವೆ. ಜಗತ್ತಿನಲ್ಲಿ ಅತ್ಯಂತ ದೊಡ್ಡ ಸೇಡು ಎಂದರೆ ದೊಡ್ಡ ಪ್ರಮಾಣದ ಗೆಲುವು ಎನ್ನುತ್ತಾರೆ. ಈ ರೀತಿಯ

ಸೇಡು ಕಣ್ಣಿಗೆ ಕಣ್ಣು, ಹಲ್ಲಿಗೆ ಹಲ್ಲು ಎನ್ನುವ ಸೇಡಲ್ಲ. ಅವಮಾನಗಳನ್ನೇ ಸಂಪನ್ಮೂಲವಾಗಿಸಿಕೊಳ್ಳುವುದು, ಅದನ್ನೇ ಬಂಡವಾಳವಾಗಿಸಿಕೊಂಡು ಯಶಸ್ವಿಯಾಗುವುದು. ಆದರದು ಅಷ್ಟು ಸುಲಭವಲ್ಲ. ಬಹುದೊಡ್ಡ ಸವಾಲಿನ ಕೆಲಸವೇ. ಅವಮಾನ ಬಹಳಷ್ಟು ಸಲ ನಮ್ಮ ಆತ್ಮವಿಶ್ವಾಸವನ್ನೇ ಚೂರು ಚೂರು ಮಾಡಿಬಿಡುತ್ತದೆ. ನೆನಪಾದಾಗಲೆಲ್ಲ ಹರಿತ ಮಾತಿನ ಕತ್ತಿ ಎದೆಯೊಳಗೆ ಗಾಯ ಮಾಡುತ್ತಲೇ ಇರುತ್ತದೆ. ಒಬ್ಬ ಮನುಷ್ಯನಿಗೆ ಸಿಗಬೇಕಾದ ಕನಿಷ್ಠ ಗೌರವ ಸಿಗದ ಅವಮಾನವಂತೂ ಮಗ್ಗುಲಮುಳ್ಳಿನಂತೆ ಕಾಡುತ್ತಲೇ ಇರುತ್ತದೆ. ಅವಮಾನ ಸಾರ್ವಜನಿಕವಾಗಿದ್ದರಂತೂ ಮುಗಿದೇ ಹೋಯಿತು. ಬಹಳಷ್ಟು ಆತ್ಮಹತ್ಯೆಗಳಿಗೆ ಕಾರಣ ಇದೇ. ಅಷ್ಟೇ ಅಲ್ಲ ಅವಮಾನ ಆಗಬಹುದೆಂಬ ಭಯದಿಂದಲೇ ಎಷ್ಟೋ ಆತ್ಮಹತ್ಯೆಗಳು ಆಗಿರುವುದನ್ನು ನೋಡುತ್ತೇವೆ. ಅವಮಾನವನ್ನು ಸಂಪನ್ಮೂಲವನ್ನಾಗಿಸಿಕೊಳ್ಳುವುದು ಅಷ್ಟು ಸುಲಭವಲ್ಲ. ಅದಕ್ಕೆ ಅಪಾರವಾದ ಮಾನಸಿಕ ಸ್ಥೈರ್ಯ ಬೆಳೆಸಿಕೊಳ್ಳಬೇಕು.

ಅರುಣಿಮಾ ಸಿನ್ಹಾ ನಿಮಗೆ ಗೊತ್ತಿರಬಹುದು. 2011 ರಲ್ಲಿ ಆಕೆ ರಾಷ್ಟ್ರಮಟ್ಟದ ವಾಲಿಬಾಲ್ ಪಂದ್ಯಾವಳಿಯಲ್ಲಿ ಪಾಲ್ಗೊಳ್ಳಲು ಲಖ್ನೋದಿಂದ ದೆಹಲಿಗೆ ರೈಲಿನಲ್ಲಿ ಪ್ರಯಾಣಿಸುತ್ತಿದ್ದಾಗ ಕೆಲವು ಪುಂಡರು ಆಕೆಯ ಚಿನ್ನದ ಸರವನ್ನು ಅಪಹರಿಸಲು ಯತ್ನಿಸಿದರು. ಜನರು ಕಿಕ್ಕಿರಿದು ತುಂಬಿದ್ದ ಆ ಬೋಗಿಯಲ್ಲಿ ಯಾರೊಬ್ಬರೂ ಅರುಣಿಮಾಳ ಸಹಾಯಕ್ಕೆ ಬರಲಿಲ್ಲ. ಏಕಾಂಗಿಯಾಗಿ ಪ್ರತಿಭಟಿಸಿದಾಗ ಆ ನೀಚರು ರೈಲಿನಿಂದ ಆಕೆಯನ್ನು ತಳ್ಳಿಬಿಟ್ಟರು. ಆಕೆಯ ಕಾಲ ಮೇಲೆ ಮತ್ತೊಂದು ರೈಲು ಹಾದುಹೋಯಿತು. ರಾತ್ರಿಯಿಡೀ ಅರುಣಿಮಾ ರೈಲುಹಳಿಗಳ ಮಧ್ಯೆ ಬಿದ್ದಿದ್ದಳು. ಯಾರೂ ಆಕೆಯನ್ನು ನೋಡಲಿಲ್ಲ. ಹಳಿಗಳ ಮೇಲೆ ರೈಲುಗಳು ಹಾದುಹೋಗುತ್ತಲೇ ಇದ್ದವು. ಇಲಿಗಳು ಬಂದು ಕಾಲನ್ನು ಕಚ್ಚುತ್ತಿದ್ದವು. ಅಷ್ಟು ದೊಡ್ಡ ಅಪಘಾತವಾದರೂ ಅರುಣಿಮಾಗೆ ಪ್ರಜ್ಞೆ ಹೋಗಿರಲಿಲ್ಲ. ಆದರೆ ಇಡೀ ದೇಹ ಮರಗಟ್ಟಿತ್ತು. ಸ್ಪರ್ಶ ಜ್ಞಾನವೇ ಇರಲಿಲ್ಲ. ಬೆಳಗ್ಗೆ ಆಕೆಯನ್ನು ಉತ್ತರ ಪ್ರದೇಶದ ಬರೈಲಿಯ ಆಸ್ಪತ್ರೆಗೆ ಸೇರಿಸಲಾಯಿತು. ಆ ಆಸ್ಪತ್ರೆಯಲ್ಲೋ ಅನಸ್ಥೇಶಿಯಾ ಇರಲಿಲ್ಲ, ರಕ್ತವಿರಲಿಲ್ಲ. ಆದರೆ ಕಾಲು ಕತ್ತರಿಸಲೇಬೇಕು ಹೇಗೆ ಎಂದು ವೈದ್ಯರು ಮಾತಾಡಿಕೊಳ್ಳುವುದು ಆಕೆಗೆ ಕೇಳಿಸಿತು. 'ಸರ್, ರಾತ್ರಿಯಿಡೀ ಈ ಪರಿಸ್ಥಿತಿಯಲ್ಲಿ ಎಚ್ಚರವಿದ್ದೇನೆ, ಕತ್ತರಿಸಿಬಿಡಿ' ಎಂದಳು ಅರುಣಿಮಾ. ಆಕೆ ಸೋಲೊಪ್ಪದ ಆಟಗಾರ್ತಿಯೇ ಇದ್ದಿರಬೇಕು. ಕಿಂಚಿತ್ತೂ ಭಯವಿಲ್ಲದೇ ಮಾತಾಡಿದ ಹುಡುಗಿಯ ದಿಟ್ಟತೆಗೆ ಬೆರಗಾದ ವೈದ್ಯರು ಮತ್ತವರ ಸಿಬ್ಬಂದಿ ತಮ್ಮದೇ ರಕ್ತಕೊಟ್ಟರು! ಅನಸ್ಥೇಶಿಯಾ ಇಲ್ಲದೇ ಆಕೆಯ ಎಡಗಾಲನ್ನು ಕತ್ತರಿಸಲಾಯಿತು. ನಂತರ

ಅರುಣಿಮಾ ರಾಷ್ಟ್ರಮಟ್ಟದ ಆಟಗಾರ್ತಿ ಎಂದು ತಿಳಿದು ದೆಹಲಿಯ ಏಮ್ಸ್‌ಗೆ ಸೇರಿಸಲಾಯಿತು. ಅಲ್ಲಿ ಆಕೆಯ ಬಲಗಾಲಿಗೆ ರಾಡ್ ಕೂರಿಸಲಾಯಿತು. ಬೆನ್ನುಹುರಿಯಲ್ಲಿನ ಮೂರು ಫ್ರಾಕ್ಚರುಗಳನ್ನು ಸರಿಪಡಿಸಲಾಯಿತು. ಆಸ್ಪತ್ರೆಯಲ್ಲಿ ಚಿಕಿತ್ಸೆ ಪಡೆಯುತ್ತಿರುವಾಗಲೇ ಪತ್ರಿಕೆಗಳಲ್ಲಿ ವರ್ಣರಂಜಿತ ಕಪೋಲಕಲ್ಪಿತ ಕಥೆಗಳು ಪ್ರಕಟವಾದವು. ಅರುಣಿಮಾ ಟಿಕೆಟ್ ಇಲ್ಲದೆ ಪ್ರಯಾಣಿಸುತ್ತಿದ್ದಳು, ಅಪ್ಪ ಅಮ್ಮನ ಹತ್ತಿರ ಮುನಿಸಿಕೊಂಡು ಬಂದಿದ್ದಳು, ಆತ್ಮಹತ್ಯೆಗೆ ಯತ್ನಿಸಿದ್ದಳು ಇತ್ಯಾದಿ. ಮೈದಾನದಲ್ಲಿ ಜಿಂಕೆಮರಿಯಂತೆ ಜಿಗಿಯುತ್ತ ಆಡಬೇಕಿದ್ದ ಹುಡುಗಿಗೆ ಜೀವನಪೂರ್ತಿ ಅಂಗವಿಹೀನಳಾಗಿ ಉಳಿಯಬೇಕಾದ ದುಃಖ ಒಂದೆಡೆ, ಇಂತಹ ಸುದ್ದಿಗಳು ಕೊಡುವ ಸಂಕಟ ಇನ್ನೊಂದೆಡೆ! ಆದರೆ ಏಮ್ಸ್‌ನ ಕೋಣೆಯ ಮಂಚದ ಮೇಲೆ ಒರಗಿಕೊಂಡ ಅರುಣಿಮಾ ಯೋಚಿಸಿದಳು, “ನಾನು ಇಂತಹ ಅಪಘಾತದಲ್ಲೂ ಬದುಕಿದ್ದೇನೆ ಎಂದರೆ ಅದಕ್ಕೇನೋ ಕಾರಣ ಇರಬೇಕು, ಹಾಗಾಗಿ ಜುಜುಬಿ ಸಂಗತಿಗಳ ಕುರಿತು ತಲೆಕೆಡಿಸಿಕೊಳ್ಳಲಾರೆ. ಇವತ್ತು ಹೀಗೆ ಮಾತಾಡುವವರ ದಿನ. ನಾಳೆಯ ದಿನ ನನ್ನದೇ ಆಗಬೇಕು. ನಾನು ಏನಾದರೂ ದೊಡ್ಡ ಗುರಿ ಇಟ್ಟುಕೊಂಡು ಅದನ್ನು ಸಾಧಿಸಬೇಕು, ಮನಸ್ಸಿದ್ದಲ್ಲಿಯೇ ತಾನೇ ಮಾರ್ಗ” ಅರುಣಿಮಾ ಎವರೆಸ್ಟ್ ಏರಬೇಕೆಂದು ತೀರ್ಮಾನಿಸಿದ್ದು ಹೀಗೆ!! ಈ ಗುರಿಯನ್ನು ಕೇಳಿ ಜನರು ದಂಗಾದರು! ನಿಜ, ಹುಟ್ಟಿದ ಮಗುವಿಗೆ ಅಂಗವೈಕಲ್ಯ ಇದೆ ಎಂದು ಗೊತ್ತಾದರೆ ಅಯ್ಯೋ ಈ ಮಗು ಹುಟ್ಟಬಾರದಿತ್ತು ಎಂದು ಅಂದುಕೊಳ್ಳುವ ಮನಸ್ಥಿತಿ ಇರುವ ನಮ್ಮ ಸಮಾಜದಲ್ಲಿ ಕಾಲಿಲ್ಲದವರು ಎವರೆಸ್ಟ್ ಏರಬಯಸಿದರೆ ಪ್ರೋತ್ಸಾಹ ಸಿಕ್ಕೀತೇ? ಒಂದು ಕಾಲು ಕೃತಕ, ಮತ್ತೊಂದು ಕಾಲಿನಲ್ಲಿ ರಾಡ್ ಇದೆ! ಇವಳಿಗೆ ತಲೆಕೆಟ್ಟಿದೆ ಎಂದುಕೊಂಡವರೇ ಎಲ್ಲ! “ಜನರು ನೋಡಿದ್ದು ನನ್ನ ಕೃತಕ ಕಾಲನ್ನು, ನನ್ನ ಮನಸ್ಸಿನಲ್ಲಿ ತುಂಬಿರುವ ಛಲವನ್ನಲ್ಲ” ಎನ್ನುತ್ತಾರೆ ಅರುಣಿಮಾ. ಕಾಲಿನ ಗಾಯ ವಾಸಿಯಾದ ಮೇಲೆ ಕೃತಕ ಕಾಲನ್ನು ಧರಿಸಿದ ಹುಡುಗಿ ಸೀದಾ ಎವರೆಸ್ಟ್ ಏರಿದ ಭಾರತದ ಮೊದಲ ಮಹಿಳೆ ಬಚೇಂದ್ರಿಪಾಲ್ ಅವರನ್ನು ಭೇಟಿ ಮಾಡಲು ಹೋದಳು. ಎವರೆಸ್ಟ್ ಏರಲು ಏನು ಮಾಡಬೇಕೆಂದು ಕೇಳಿದಾಗ ಬಚೇಂದ್ರಿಪಾಲ್ ಹೇಳಿದರು, ‘ಇಂತಹ ಪರಿಸ್ಥಿತಿಯಲ್ಲಿ ನೀನು ಎವರೆಸ್ಟ್ ಏರಬೇಕೆಂದು ಯೋಚಿಸಿದ್ದೀಯಲ್ಲ, ನೀನು ಎವರೆಸ್ಟ್ ಹತ್ತಿಯಾದಂತೆಯೇ ಬಿಡು, ಜನರಿಗೆ ಯಾವ ದಿನಾಂಕ ಎಂದು ಗೊತ್ತಾಗುವುದಷ್ಟೇ ಉಳಿದಿರುವುದು!’ ನಂತರ ಅರುಣಿಮಾ ಹಿಂದರುಗಿ ನೋಡಲಿಲ್ಲ. ಎವರೆಸ್ಟ್ ಅಲ್ಲದೇ ಜಗತ್ತಿನ ಏಳು ಖಂಡಗಳ ಅತ್ಯುನ್ನತ ಶಿಖರಗಳನ್ನೂ ಏರಿದಳು. ತನ್ನ ಅಸಾಮಾನ್ಯ ಸಾಧನೆಯಿಂದ ಪದ್ಮಶ್ರೀ ಪ್ರಶಸ್ತಿ ಪಡೆದಳು. ಕೋಟ್ಯಂತರ ಜನರಿಗೆ ಸ್ಫೂರ್ತಿಯ

ಸೆಲೆಯಾದಳು. ಹಿಡಿದ ಛಲ, ಸಾಧಿಸುವ ತುಡಿತದೆದುರು ಬೇರೆಲ್ಲ ಸಂಗತಿಗಳೂ ಗೌಣ. ನಮಗೆಲ್ಲ ಇಂದು ಬೇಕಿರುವುದು ಇಂತಹ ಪಾಸಿಟಿವ್ ಮನೋಭಾವ. ಕಗ್ಗತ್ತಲ ಕಾಡಿನಲ್ಲೂ ಸೂರ್ಯನ ಒಂದೇ ಒಂದು ಬಿಸಿಲುಕೋಲು ಹಿಡಿದು ಹಾದಿ ಕಂಡುಕೊಳ್ಳುವ ಛಲ.

"ಯಾರು ಎಷ್ಟೇ ಸ್ಫೂರ್ತಿ ನೀಡಲಿ, ನಮಗೆ ನಾವೇ ನೀಡಿಕೊಳ್ಳುವ ಉತ್ತೇಜನವೇ ದೊಡ್ಡದು. ನಾವು ಗೆಲ್ಲಬೇಕು ಎಂದು ನಾವೇ ನಿರ್ಧರಿಸಿದ ಮೇಲೆ ಯಾರೂ ನಮ್ಮನ್ನು ತಡೆಯಲಾರರು. ನಾನಿದನ್ನು ಪುಸ್ತಕದಿಂದ ಓದಿ ಹೇಳುತ್ತಿಲ್ಲ, ನನ್ನ ಬದುಕಿನ ಅನುಭವದಿಂದ ಹೇಳುತ್ತಿದ್ದೇನೆ" ಎನ್ನುವ ಅರುಣಿಮಾ ಲಕ್ಷಾಂತರ ಜನರಿಗೆ ತಮ್ಮ ಕಥೆಯಿಂದ ಸ್ಫೂರ್ತಿ ನೀಡುತ್ತಿದ್ದಾರೆ.

ಇನ್ನು ಕೆಲವರು ತಮ್ಮನ್ನು ತಾವು ಬೇರೆಯವರಿಗೆ ಹೋಲಿಸಿಕೊಂಡು ತಮ್ಮ ದೃಷ್ಟಿಯಲ್ಲಿ ತಾವೇ ಅವಮಾನಿತರಾಗುತ್ತಾರೆ. ವಿಶೇಷವಾಗಿ ಹದಿಹರೆಯದ ವಿದ್ಯಾರ್ಥಿಗಳಲ್ಲಿ ಈ ಭಾವನೆ ಹೆಚ್ಚಿರುತ್ತದೆ. ಇದು ಅವರ ಓದಿನ ಮೇಲೆ ಪರಿಣಾಮ ಬೀಳುತ್ತದೆ. ಸಮಾಜದೆಡೆಗೆ ಆರೋಗ್ಯಕರ ದೃಷ್ಟಿಕೋನ ಇರಿಸಿಕೊಳ್ಳುವಲ್ಲಿ ತಡೆಯನ್ನುಂಟು ಮಾಡುತ್ತದೆ. ಇಂಥವರು ಸಾಧಕರ ಸಾಧನೆಯ ಹಿಂದಿನ ಅವಮಾನದ, ಕಣ್ಣೀರಿನ ಕಥೆಗಳನ್ನು ತಿಳಿದುಕೊಂಡರೆ ಬಹುಶಃ ಹೊಸ ಗಮ್ಯ ತಲುಪಬಹುದು.

ಹಾಗಾಗಿ ಪರಿಶ್ರಮ, ಪ್ರಯತ್ನ, ಆಶಾವಾದ, ಸ್ವನಂಬಿಕೆಗಳಿಂದ ಎಂತಹ ಸಾಧನೆಯನ್ನು ಬೇಕಾದರೂ ಮಾಡಬಹುದು ಎಂಬ ಮನೋಸ್ಥೈರ್ಯವನ್ನು ಇಂದಿನ ಯುವಜನಾಂಗದಲ್ಲಿ ತುಂಬುವುದರ ಮೂಲಕ ಕೀಳರಿಮೆಯನ್ನು ಕಿತ್ತುಹಾಕಿ ಆತ್ಮವಿಶ್ವಾಸದಿಂದ ಹೆಜ್ಜೆ ಇಡಲು ಸ್ಫೂರ್ತಿ ತುಂಬಬೇಕಿರುವುದು ನಮ್ಮೆಲ್ಲರ ಕರ್ತವ್ಯ. ಅದಕ್ಕೊಂದು ಸಣ್ಣ ಹೆಜ್ಜೆಯೇ ಈ ಪುಸ್ತಕ.

ಈ ಪುಸ್ತಕವನ್ನು ಪ್ರಕಟಿಸುತ್ತಿರುವ ಆತ್ಮೀಯರಾದ ವೀರಕಪುತ್ರ ಶ್ರೀನಿವಾಸ್ ಅವರಿಗೆ, ಓದಲು ಕೈಗೆತ್ತಿಕೊಂಡಿರುವ ನಿಮಗೆ, ಈ ಪುಸ್ತಕದ ಕೆಲವು ಲೇಖನಗಳನ್ನು ಪ್ರಕಟಿಸಿದ ವಿಜಯವಾಣಿಗೆ, ನನ್ನ ಕುಟುಂಬವರ್ಗ ಮತ್ತು ಆಪ್ತ ಬಳಗಕ್ಕೆ ಪ್ರೀತಿಯ ಧನ್ಯವಾದಗಳು.

ಪ್ರೀತಿಯಿಂದ...

ದೀಪಾ ಹಿರೇಗುತ್ತಿ
deepahiregutti@gmail.com

ಪ್ರಕಾಶಕರ ಮಾತು

ಪ್ರಿಯ ಓದುಗ ದೊರೆಗಳೆ, ಅತ್ಯಂತ ಪ್ರಾಚೀನ ಭಾಷೆಗಳಲ್ಲಿ ಒಂದಾದ ಕನ್ನಡಕ್ಕೆ ಭಾರತೀಯ ಭಾಷೆಗಳಲ್ಲೇ ವಿಶೇಷ ಸ್ಥಾನವಿದೆ. ಈ ನೆಲದ ಮಣ್ಣಿನ ಕಣಕಣದಲ್ಲೂ ಸಾಹಿತ್ಯದ ಘಮಲಿದೆ. ಸಾಂಸ್ಕೃತಿಕ ಹುಡಿಯಿದೆ. ಎಂಟೆಂಟು ಜ್ಞಾನಪೀಠ ಪ್ರಶಸ್ತಿಗಳನ್ನು ಪಡೆದ ಹೆಮ್ಮೆಯೂ ಜತೆಗಿದೆ. ಆದರೆ, ಸಾಹಿತ್ಯವನ್ನು ದಾಟಿಸುವ ವಿಷಯದಲ್ಲಿ ನಾವು ಹಿಂದೆಯಿದ್ದೇವೆ. ಸಂಕಟ ಪಡುವಷ್ಟು ಓದುಗರ ಸಂಖ್ಯೆಯನ್ನು ಹೊಂದಿದ್ದೇವೆ. ಕನ್ನಡದಲ್ಲಿ ವರ್ಷಕ್ಕೆ ಸಾವಿರಾರು ಶೀರ್ಷಿಕೆಯ ಪುಸ್ತಕಗಳು ಮುದ್ರಣವಾದರೂ ಕೆಲವೇ ಕೆಲವು ಸಾಹಿತಿಗಳನ್ನು ಹೊರತುಪಡಿಸಿ, ಹೆಸರಾಂತ ಸಾಹಿತಿಗಳ ಪುಸ್ತಕಗಳ ಪ್ರತಿಗಳು ಖರ್ಚಾಗುವುದು ಕೇವಲ ಐನೂರು, ಸಾವಿರ ಮಾತ್ರ. ಹೊಸಬರದ್ದು ಇನ್ನೂ ಘೋರ. ಕರ್ನಾಟಕದ ಏಳೂವರೆ ಕೋಟಿ ಜನಸಂಖ್ಯೆಯಲ್ಲಿ, ಒಬ್ಬ ಲೇಖಕನ ಪುಸ್ತಕವು ಸಾವಿರ ಜನರಿಗೂ ತಲುಪುತ್ತಿಲ್ಲ ಎನ್ನುವುದು ಖೇದಕರ. ಆದರೆ, ಇದನ್ನು ನಂಬಲು ಸಾಧ್ಯವಾ?

ನಿಜವಾಗಿಯೂ ಓದುಗರು ಇಲ್ಲವಾ? ಅಥವಾ ಓದುಗರಿದ್ದರೂ ಅವರಿಗೆ ಕೃತಿಗಳನ್ನು ತಲುಪಿಸುವಲ್ಲಿ ಸೋಲುತ್ತಿದ್ದೇವಾ? ಎನ್ನುವ ಪ್ರಶ್ನೆಯೊಂದಿಗೆ ನಾನು ನಿಮ್ಮಂಥ ಓದುಗರ ಬೆನ್ನುಹತ್ತಿದೆ. ಲಕ್ಷಾಂತರ ಓದುಗರಿದ್ದಾರೆ. ಆದರೆ ಅವರನ್ನು ತಲುಪವಲ್ಲಿ ನಾವು ಸೋಲುತ್ತಿದ್ದೇವೆ ಎಂಬುದು ನನಗೆ ಮೇಲ್ನೋಟಕ್ಕೆ ಹೊಳೆದ ಸತ್ಯ. ಆ ಕಾರಣದಿಂದಲೇ ನಾನೀಗ ಓದುಗ ಮತ್ತು ಲೇಖಕರ ನಡುವಿನ ಸೇತುವೆಯೊಂದರ ನಿರ್ಮಾಣಕ್ಕೆ ಮುಂದಾಗಿದ್ದೇನೆ. ಆ ಸೇತುವೆಯ ಹೆಸರು 'ವೀರಲೋಕ ಬುಕ್ಸ್.'

ಕುಗ್ರಾಮವೊಂದರಲ್ಲಿ ತಯಾರಾದ ಮಡಿಕೆಯೊಂದು ಇವತ್ತು ಕಾರ್ಪೊರೇಟ್ ಅಂಗಳದಲ್ಲಿ ಮಾರಾಟಕ್ಕಿದೆ. ಪದವಿ, ಪುರಸ್ಕಾರಗಳನ್ನು ಪಡೆದುಕೊಂಡ ಬರಹಗಾರನೊಬ್ಬನ ಕೃತಿಯು ಸುಸಜ್ಜಿತ ಪುಸ್ತಕ ಮಳಿಗೆಯನ್ನೂ ತಲುಪುವಲ್ಲಿ ಸೋತಿದೆ. ಹಾಗಾಗಿ 'ವೀರಲೋಕ ಬುಕ್ಸ್' ಕನ್ನಡ ಪುಸ್ತಕ ಲೋಕಕ್ಕೆ ಕಾರ್ಪೊರೇಟ್ ಟಚ್ ನೀಡುವ ಉದ್ದೇಶ ಹೊಂದಿದೆ. ಕೇವಲ ಪಟ್ಟಣದಲ್ಲಿ ಮಾತ್ರವಲ್ಲ, ಹಳ್ಳಿಗಾಡಿನ ಕಟ್ಟಕಡೆಯ ಓದುಗನಿಗೂ ಕನ್ನಡ ಪುಸ್ತಕವನ್ನು ತಲುಪಿಸುವ ದೃಢ ಸಂಕಲ್ಪ ನಮ್ಮದಾಗಿದೆ. ಒಬ್ಬ ಓದುಗ ತಾನು ಇಷ್ಟಪಡುವ ಪುಸ್ತಕ ಕೊಳ್ಳಬೇಕಾದರೆ ನಿಗದಿತ ಪುಸ್ತಕ ಅಂಗಡಿಗೆ ಬಂದರೆ ಮಾತ್ರ ಸಿಗುತ್ತದೆ ಎಂಬುದು ನಿಜಕ್ಕೂ ಓದುಗನಿಗೆ ಮಾಡುತ್ತಿರುವ ಮೋಸ. ಆದ್ದರಿಂದ ಅವನಿರುವ ಕಡೆಯೇ ಪುಸ್ತಕ ಸಿಗುವಂತೆ ಮಾಡುವ ಉದ್ದೇಶ ನಮ್ಮ ಪ್ರಕಾಶನದ್ದು. ಅದಕ್ಕಾಗಿ ಒಂದೊಡ್ಡ ನೆಟ್‌ವರ್ಕ್ ಸಿದ್ಧ ಮಾಡಿದ್ದೇವೆ. ಊರೂರಲ್ಲಿ ಪುಸ್ತಕ ಸಿಗುವಂತೆ ಮಾಡುತ್ತಿದ್ದೇವೆ. ಇನ್ನೂ ಏನೇನೋ ಯೋಜನೆಗಳಿವೆ...

ಈ ಹೊಸ ರೀತಿಯ ಕಾರ್ಯಶೈಲಿಯ ಮೂಲಕ ನಾವು ನಮ್ಮ ವೀರಲೋಕ ಪ್ರಕಾಶನವನ್ನು ಆರಂಭಿಸಿದ್ದೇವೆ. ಇದಕ್ಕೆ ನಾಡಿನ ಖ್ಯಾತ ಸಾಹಿತಿಗಳಾದ ಶ್ರೀಮತಿ ದೀಪಾ ಹಿರೇಗುತ್ತಿ, ಶ್ರೀ ವಿಶ್ವೇಶ್ವರ ಭಟ್, ಶ್ರೀ ಜೋಗಿ, ಶ್ರೀ ಕುಂ. ವೀರಭದ್ರಪ್ಪ, ಶ್ರೀ ಗಣೇಶ್ ಕಾಸರಗೋಡು, ಶ್ರೀ ರೋಹಿತ್ ಚಕ್ರತೀರ್ಥ, ಶ್ರೀ ರಂಗಸ್ವಾಮಿ ಮೂಕನಹಳ್ಳಿ, ಶ್ರೀ ಕೆ.ಎಲ್. ಕೃಷ್ಣಮೂರ್ತಿ, ಡಾ. ಶರಣು ಹುಲ್ಲೂರು, ಶ್ರೀ ರವಿ ಕೃಷ್ಣಾರೆಡ್ಡಿ ಮತ್ತು ಖ್ಯಾತ ಕಲಾವಿದರಾದ ಶ್ರೀ ರಮೇಶ್ ಅರವಿಂದ್ ಅವರು ವೀರಲೋಕಕ್ಕೆ ತಮ್ಮ ಕೃತಿಗಳನ್ನು ಕೊಟ್ಟು ಪ್ರೋತ್ಸಾಹಿಸುತ್ತಿದ್ದಾರೆ. ಓದುಗನಿರುವ ಕಡೆಯೇ ಪುಸ್ತಕಗಳನ್ನು ಒದಗಿಸುವ ಈ ಮಹತ್ಕಾರ್ಯಕ್ಕೆ ನಿಮ್ಮ ಬೆಂಬಲವೂ ಇರಲೆಂದು ಪ್ರಾರ್ಥಿಸುವೆ.

'ಸೋಲೆಂಬ ಗೆಲುವು' ಕೃತಿ ಓದುವ ಸುಖ ನಿಮ್ಮದಾಗಲಿ.

ನಿಮ್ಮ,

ವೀರಕಪುತ್ರ ಶ್ರೀನಿವಾಸ

ವೀರಲೋಕ ಬುಕ್ಸ್

ಪರಿವಿಡಿ

1

ಭಯವೆಂಬ ಭೂತವೂ, ಪಾಸಿಟಿವ್ ಆಟಿಟ್ಯೂಡ್ ಎಂಬ ಆಯುಧವೂ

ಬದುಕಿನಲ್ಲಿ ಖುಶಿಯಾಗಿರಲು, ಯಶಸ್ಸು ಸಾಧಿಸಲು ಅತ್ಯಂತ ಮುಖ್ಯವಾದದ್ದು ಏನು? ಜ್ಞಾನವೇ ಅಥವಾ ದೃಷ್ಟಿಕೋನವೇ ಎಂದು ಕೇಳಿದರೆ ಬಹಳಷ್ಟು ಮಂದಿ ಜ್ಞಾನ ಎನ್ನಬಹುದು. ಹೌದು, ವಿದ್ಯೆ, ಕೌಶಲ್ಯಗಳು ಮುಖ್ಯ, ಅವು ಕತ್ತಲಿನಿಂದ ಬೆಳಕಿನೆಡೆಗೆ ನಮ್ಮನ್ನು ಕೊಂಡೊಯ್ಯುವ ಸಾಧನಗಳು. ಆದರೆ ನಮ್ಮ ಯಶಸ್ಸಿನಲ್ಲಿ ಮುಕ್ಕಾಲು ಭಾಗ ನಮ್ಮ ದೃಷ್ಟಿಕೋನವನ್ನು ಅವಲಂಬಿಸಿರುತ್ತದೆ ಎಂದರೆ ಯಾರೂ ಆಶ್ಚರ್ಯಪಡಬೇಕಿಲ್ಲ. ಎಷ್ಟೇ ಬುದ್ಧಿವಂತರಿದ್ದರೂ ಬದುಕಿನಲ್ಲಿ ಧನಾತ್ಮಕ ದೃಷ್ಟಿಕೋನ ಇಲ್ಲದೇ ಹೋದರೆ ಏನನ್ನೂ ಸಾಧಿಸಲಾರರು. ಆದರೆ ವಿಚಿತ್ರವೆಂದರೆ ನಮ್ಮ ಹಣ, ಸಮಯ, ಶ್ರಮ ಎಲ್ಲವೂ ಜ್ಞಾನವನ್ನು ವೃದ್ಧಿಸಿಕೊಳ್ಳಲು ವ್ಯಯವಾಗುತ್ತದೆಯೇ ವಿನಃ ದೃಷ್ಟಿಕೋನವನ್ನು ಬದಲಾಯಿಸಿಕೊಳ್ಳುವ ಬಗ್ಗೆ ಯಾರೂ ಯೋಚಿಸುವುದೇ ಇಲ್ಲ. ಧನಾತ್ಮಕ ದೃಷ್ಟಿಕೋನ ಇಲ್ಲದಿರುವುದರಿಂದಲೇ ನೂರಕ್ಕೆ ನೂರು ಅಂಕಗಳಿಸುವ, ಅತ್ಯುತ್ತಮ ಎಂದು ಕರೆಯಿಸಿಕೊಳ್ಳುವ ವಿದ್ಯಾಸಂಸ್ಥೆಗಳಲ್ಲಿ ಪ್ರವೇಶ ಪಡೆಯುವ ವಿದ್ಯಾರ್ಥಿ ವಿದ್ಯಾರ್ಥಿನಿಯರು ಆತ್ಮಹತ್ಯೆಯಂತಹ ಹೀನ ಕೃತ್ಯಕ್ಕೆ ಕೈಹಾಕಿ ಹೆತ್ತವರು ಕಣ್ಣೀರಿನಲ್ಲಿ ಕೈತೊಳೆಯುವಂತೆ ಮಾಡಿಬಿಡುತ್ತಾರೆ. ಪರೀಕ್ಷೆಗಳಲ್ಲಿ ವಿಫಲವಾಗಿ ದಡ್ಡರು ಎನಿಸಿಕೊಳ್ಳುವವರು ಬದುಕಲು ನೂರು ದಾರಿಗಳಿವೆ ಎಂಬುದನ್ನು ಅರ್ಥ ಮಾಡಿಕೊಳ್ಳದೆ ಕೀಳರಿಮೆಯ ಚಿಪ್ಪಿನೊಳಗೆ ಹೊಕ್ಕು ಹೊರಬರದಂತಾಗಿ ಬಿಡುತ್ತಾರೆ.

ಇದಕ್ಕೆಲ್ಲ ಕಾರಣ ಆತ್ಮವಿಶ್ವಾಸದ ಕೊರತೆ. ಸೋಲಿನ ಭಯ. ತನ್ನಿಂದ ಏನನ್ನೂ ಸಾಧಿಸಲು ಸಾಧ್ಯವಿಲ್ಲ ಎಂಬ ಈ ಭಯ ಜಾಣರು, ದಡ್ಡರು ಎಂಬ

ಭೇದಭಾವವಿಲ್ಲದೆ ಎಲ್ಲರನ್ನೂ ಆವರಿಸಿದೆ. ಅಮೆರಿಕದ ಕಾದಂಬರಿಕಾರ ಡಾನ್ ಬ್ರೌನ್ ಹೇಳುತ್ತಾನೆ, 'ಜಗತ್ತಿನ ಎಲ್ಲ ಆಯುಧಗಳಲ್ಲಿ ಅತ್ಯಂತ ಸುಲಭವಾಗಿ ನಮ್ಮನ್ನು ಸೋಲಿಸಬಹುದಾದ ಆಯುಧವೆಂದರೆ ಭಯ!'

ಇದಕ್ಕೆ ಉದಾಹರಣೆಯಾಗಿ ಬೈಬಲ್‌ನ ಕತೆಯೊಂದನ್ನು ನೆನಪಿಸಿಕೊಳ್ಳಬಹುದು. ಗೊಲಿಯಾಥ್ ಎಂಬ ದೈತ್ಯ ಹಳ್ಳಿಯ ಜನರನ್ನು ಪೀಡಿಸುತ್ತಿದ್ದ. ಆಗ ಡೇವಿಡ್ ಎಂಬ ಕುರಿಕಾಯುವವನು ಬಂದು 'ನೀವೆಲ್ಲ ಸೇರಿ ಏಕೆ ಅವನನ್ನು ಸಾಯಿಸಬಾರದು?' ಎಂದು ಕೇಳುತ್ತಾನೆ. ಹಳ್ಳಿಯವರೆಲ್ಲ ಬಹಳ ಹೆದರಿದ್ದರು. ಅವರು 'ಅಯ್ಯೋ ಅವನ ಜತೆ ನಾವು ಹೋರಾಡುವುದೇ? ಅವನು ಎಷ್ಟು ದೊಡ್ಡ ದೈತ್ಯ ಕಾಣುವುದಿಲ್ಲವೇ?' ಎನ್ನುತ್ತಾರೆ. ಬುದ್ಧಿವಂತ ಕುರಿಗಾಹಿ ಡೇವಿಡ್ ತನಗೆ ಚೆನ್ನಾಗಿ ಗೊತ್ತಿರುವ ಏಕೈಕ ವಿದ್ಯೆಯಾದ ಕವಣೆ ಬೀಸಿ ಕಲ್ಲನ್ನು ರಾಕ್ಷಸನ ಹಣೆಗೆ ಹೊಡೆದು ಅವನನ್ನು ಸಾಯಿಸಿ ವಿಜಯಿಯಾಗುತ್ತಾನೆ. ಇದು ವಿಭಿನ್ನ ದೃಷ್ಟಿಕೋನಕ್ಕೆ ಉದಾಹರಣೆ. ಇದರಿಂದ ವಿಭಿನ್ನ ಫಲಿತಾಂಶ ಬಂತು. ಎಲ್ಲರೂ ದೈತ್ಯನನ್ನು ದೈಹಿಕ ಬಲಪ್ರದರ್ಶನದ ಮೂಲಕ ಎದುರಿಸಬೇಕೆಂದು ಅಂದುಕೊಂಡಿದ್ದರು. ಅದು ಅಸಾಧ್ಯವಾಗಿತ್ತು ಕೂಡ. ಹಾಗಾಗಿ ಅವರೆಲ್ಲ ಭಯಪಡುತ್ತಿದ್ದರು. ಬೇರೆ ರೀತಿಯಲ್ಲೂ ಎದುರಿಸಬಹುದೆಂದು ಯೋಚಿಸಿ ಗೆದ್ದ ಡೇವಿಡ್. ಗೊಲಿಯತ್ ಕೂಡ ಅಷ್ಟೇ, ತನ್ನ ಬಲದ ಮೇಲೆ ಮಾತ್ರ ನಂಬಿಕೆ ಇಟ್ಟಿರುತ್ತಾನೆ. ಬೇರೆ ರೀತಿಯಲ್ಲಿ ತನ್ನ ಮೇಲೆ ಯಾರಾದರೂ ಆಕ್ರಮಣ ಮಾಡಬಹುದೆಂಬ ಅರಿವೇ ಅವನಿಗಿರುವುದಿಲ್ಲ!

ಧನಾತ್ಮಕ ಮನಭಾವಕ್ಕೆ ಅತ್ಯುತ್ತಮ ಉದಾಹರಣೆ ಡೇವಿಡ್. ಬೇರೆಯವರೆಲ್ಲ ಬಲಶಾಲಿ ರಾಕ್ಷಸನನ್ನು ಹೇಗೆ ಎದುರಿಸುವುದೆಂಬ ಚಿಂತೆಯಲ್ಲಿದ್ದಾಗ. ತಮ್ಮಿಂದ ಆಗದು ಎಂದು ಕೈಚೆಲ್ಲಿ ಕೂತಿದ್ದಾಗ ಈತ ತಣ್ಣಗೆ ಯೋಚಿಸಿ ಹೊಸದಾರಿ ಕಂಡುಹಿಡಿದ. ಪಾಸಿಟಿವ್ ಆ್ಯಟಿಟ್ಯೂಡ್ ನಮ್ಮ ಒತ್ತಡವನ್ನು ಕಡಿಮೆ ಮಾಡುತ್ತದೆ. ನಮ್ಮ ಕೆಲಸದ ಗುಣಮಟ್ಟವನ್ನು ಹೆಚ್ಚಿಸುತ್ತದೆ. ಸಮಸ್ಯೆಗಳನ್ನು ಪರಿಹರಿಸುವ ಸಾಮರ್ಥ್ಯವನ್ನು ವೃದ್ಧಿಸುತ್ತದೆ. ನಮ್ಮ ವ್ಯಕ್ತಿತ್ವ ವಿಕಸನಕ್ಕೆ ಸಹಾಯ ಮಾಡುತ್ತದೆ. ತನ್ಮೂಲಕ ನಾವು ಸಮಾಜಕ್ಕೆ ಏನಾದರೂ ಕೊಡುಗೆ ಸಲ್ಲಿಸುವಂತೆ ಮಾಡುತ್ತದೆ. ಅದೇ ಋಣಾತ್ಮಕ ಯೋಚನೆಯಿದ್ದರೆ ನಾವು ಕಠಿಣರಾಗುತ್ತೇವೆ, ಸ್ವಾರ್ಥಿಗಳಾಗುತ್ತೇವೆ, ಖಾಯಿಲೆ ಬೀಳುತ್ತೇವೆ, ಗುರಿರಹಿತರಾಗುತ್ತೇವೆ, ಒತ್ತಡವನ್ನು ಹೆಚ್ಚಿಸಿಕೊಳ್ಳುತ್ತೇವೆ. ಉದಾಹರಣೆಗೆ ನಮ್ಮ ಕೆಲಸದ ಅವಧಿಯಲ್ಲಿ ಆ ಕೆಲಸವನ್ನು ಚೆನ್ನಾಗಿ ಹೇಗೆ ಮಾಡಬಹುದು ಎನ್ನುವ ಚಿಂತನೆ ಮಾಡಿ ಅದರೆಡೆ ಗಮನ ಕೊಡುವುದು ಧನಾತ್ಮಕ ದೃಷ್ಟಿಕೋನ. ಹೇಗೆ ಕೆಲಸ ಕದಿಯುವುದು ಎಂದು ಯೋಚಿಸುವುದು ಋಣಾತ್ಮಕ ದೃಷ್ಟಿಕೋನ.

ಹಾಗಾಗಿ ಧನಾತ್ಮಕ ದೃಷ್ಟಿಕೋನವನ್ನು ಅಳವಡಿಸಿಕೊಳ್ಳುವುದು ಬದುಕಿನ ಬಲುದೊಡ್ಡ ಸಂಗತಿ. ಆ್ಯಂಡ್ರೂ ಕಾರ್ನೆಗಿ ಅಮೆರಿಕದ ದೊಡ್ಡ ಬಿಸಿನೆಸ್‌ಮೆನ್. ಅತ್ಯಂತ ಸಣ್ಣ ಮಟ್ಟದಿಂದ ಪ್ರಾರಂಭಿಸಿ ದೊಡ್ಡ ಸಾಮ್ರಾಜ್ಯವನ್ನೇ ಕಟ್ಟಿದ ಆತನ ಹತ್ತಿರ ಯಾರೋ ಕೇಳಿದರಂತೆ 'ನೀವು ಹೇಗೆ ಜನರ ಹತ್ತಿರ ವ್ಯವಹರಿಸುತ್ತೀರಿ?' ಆಗ ಆತ ಹೇಳುತ್ತಾನೆ 'ಜನರ ಜತೆ ವ್ಯವಹರಿಸುವುದು ಎಂದರೆ ಚಿನ್ನದ ಗಣಿಯಿಂದ ಚಿನ್ನ ತೆಗೆದಂತೆ. ಚಿನ್ನಕ್ಕಾಗಿ ನೆಲ ಅಗೆಯುವಾಗ ಚಿನ್ನಕ್ಕೆ ಎಷ್ಟು ಕೆಸರು ಮಣ್ಣು ತಾಗಿದೆ ಎಂದು ಯೋಚನೆ ಮಾಡುವುದಿಲ್ಲ. ಚಿನ್ನದ ಬಗ್ಗೆ ಮಾತ್ರ ಗಮನ ಇಟ್ಟು ಮುಂದುವರಿಯುತ್ತೇವೆ. ಅದೇ ರೀತಿ ವ್ಯಕ್ತಿಗಳನ್ನು ಭೇಟಿಯಾದಾಗ ಅವರ ನೆಗೆಟಿವ್ ಸ್ವಭಾವಕ್ಕೆ ಗಮನ ಕೊಡದೆ ಅವರಲ್ಲಿರುವ ಒಳ್ಳೆಯ ಗುಣಗಳಿಗೆ ಹೆಚ್ಚು ಮಹತ್ವ ಕೊಡಬೇಕು'. ಅದೇ ರೀತಿ ಶ್ರಮ ಕೂಡ. ಶ್ರಮವೆಂದರೆ ಗಣಿಯಲ್ಲಿ ಚಿನ್ನ ತೆಗೆಯಲು ಸುರಂಗ ತೋಡಿದಂತೆ. ಯಶಸ್ಸು ಚಿನ್ನ ಸಿಕ್ಕಿದಂತೆ. ಕಷ್ಟ ಪಡದಿದ್ದರೆ ಯಶಸ್ಸು ಸಿಗಲಾರದು. ಆದರೆ ಆ ಸುರಂಗ ತೋಡುವ ದಾರಿಯಲ್ಲಿ ಕೈಚೆಲ್ಲಿ ಕೂರದಂತೆ, ಅಥವಾ ಎಷ್ಟು ಆಳಕ್ಕೆ ಹೋದರೂ ಚಿನ್ನ ಸಿಗದಿದ್ದಾಗ ಹತಾಶರಾಗದಂತೆ ಕಾಯುವುದು, ಮರಳಿ ಯತ್ನವ ಮಾಡುವಂತೆ ಹುಮ್ಮಸ್ಸು ತುಂಬುವುದು ಧನಾತ್ಮಕ ದೃಷ್ಟಿಕೋನ.

ಇನ್ನು ಕೆಲವರು ನೆಗೆಟಿವ್ ಗುಣಗಳ ಸಾಕಾರಮೂರ್ತಿಯಂತಿರುತ್ತಾರೆ. ಒಮ್ಮೆ ಒಬ್ಬ ಒಂದು ವಿಶೇಷ ನಾಯಿಯನ್ನು ಹೊಂದಿರುತ್ತಾನೆ. ಆ ನಾಯಿ ನೀರಿನ ಮೇಲೆ ನಡೆಯುವ ಶಕ್ತಿ ಹೊಂದಿರುತ್ತದೆ. ಒಮ್ಮೆ ಸ್ನೇಹಿತನೊಬ್ಬನಿಗೆ ತನ್ನ ನಾಯಿಯನ್ನು ತೋರಿಸಲೆಂದು ಆಹ್ವಾನಿಸುತ್ತಾನೆ. ಆ ಸ್ನೇಹಿತ ಇತರರ ಬಗ್ಗೆ ಶ್ಲಾಘನೆ ವ್ಯಕ್ತಪಡಿಸುವಲ್ಲಿ ಯಾವಾಗಲೂ ಹಿಂದಿರುವಾತ. ನೀರಿನ ಮೇಲೆ ನಡೆಯುವ ಈ ವಿಶೇಷ ನಾಯಿಯನ್ನು ನೋಡಿ ಸ್ನೇಹಿತ ಮೆಚ್ಚುಗೆ ವ್ಯಕ್ತಪಡಿಸುತ್ತಾನೆಂದು ಈತ ಅಂದುಕೊಂಡಿರುತ್ತಾನೆ. ಒಂದು ಭಾನುವಾರ ಸ್ನೇಹಿತ ಬರುತ್ತಾನೆ. ಇಬ್ಬರೂ ಬಾತುಕೋಳಿಗಳ ಬೇಟೆಗೆ ಹೊರಡುತ್ತಾರೆ. ಮಾಲಿಕ ಆದೇಶ ನೀಡುವುದೇ ತಡ, ನಾಯಿ ನೀರಿನ ಮೇಲೆ ನಡೆದುಕೊಂಡು ಹೋಗಿ ಬಾತುಕೋಳಿಯನ್ನು ಹಿಡಿದುಕೊಂಡು ಬರುತ್ತಿತ್ತು. ಊಟವಾಗಿ ಗೆಳೆಯ ಹೊರಟ. ಆತ ನಾಯಿಯ ಬಗ್ಗೆ ಏನೂ ಹೇಳಲೇ ಇಲ್ಲ. ನಾಯಿಯ ಮಾಲಿಕನಿಗೆ ತಡೆಯಲಾಗದೇ 'ನನ್ನ ನಾಯಿಯ ವಿಶೇಷತೆಯನ್ನು ಗಮನಿಸಿದೆಯಾ' ಎಂದು ಕೇಳಿದ. ಆಗ ಆತ, 'ಹೌದು ನನಗೆ ಬಹಳ ವಿಚಿತ್ರ ಅನ್ನಿಸಿತು' ಎಂದ. ಈತ, "ಸದ್ಯ ಈ ಪುಣ್ಯಾತ್ಮ ನನ್ನ ನಾಯಿ ನೀರಿನ ಮೇಲೆ ನಡೆಯುವುದನ್ನು ಹೊಗಳಿದನಲ್ಲ" ಎಂದುಕೊಳ್ಳುವಷ್ಟರಲ್ಲಿ ಗೆಳೆಯ, 'ನಿನ್ನ ನಾಯಿಗೆ ಈಜಲು ಬರುವುದೇ ಇಲ್ಲ, ಅಲ್ವಾ' ಎಂದ! ಈ ಕಥೆ ಕಾಲ್ಪನಿಕವಿರಬಹುದು, ಆದರೆ ಇಂತಹ ವ್ಯಕ್ತಿಗಳು

ಎಲ್ಲೆಲ್ಲೂ ಕಾಣಸಿಗುತ್ತಾರೆ. ಈ ರೀತಿಯ ವ್ಯಕ್ತಿಗಳಿಂದ ನಮ್ಮನ್ನು ನಾವು ಬಚಾವು ಮಾಡಿಕೊಳ್ಳುವುದು ಮತ್ತು ನಾವು ಆ ರೀತಿಯವರಾಗದಿರುವುದು ಬಹುಮುಖ್ಯ. ಏಕೆಂದರೆ ಕೈಯ್ಯಲ್ಲಿ ಕೆಂಡ ಹಿಡಿದುಕೊಂಡು ಬೇರೆಯವರನ್ನು ಸುಡಲು ಹೊರಡುವ ಈ ಮನೋಭಾವ ಅವನತಿಗೆ ಹಾದಿಯಿದ್ದಂತೆ.

ನಾವು ಯಾವುದಾದರೂ ಕೆಲಸ ಮಾಡದಿರಲು ಎರಡು ಕಾರಣಗಳಿರುತ್ತವೆ. ಒಂದು ನಮಗೆ ಆ ಕೆಲಸ ಮಾಡುವ ಕೌಶಲ್ಯ ಇಲ್ಲದಿರುವುದು. ಎರಡನೆಯದು ನಮಗೆ ಆ ಕೆಲಸ ಮಾಡಲು ಮನಸ್ಸಿಲ್ಲದಿರುವುದು. ಕೌಶಲ್ಯವನ್ನು ಕಲಿಯಬಹುದು. ಆದರೆ ಕೆಲಸ ಮಾಡುವ ಮನಸ್ಸೇ ಇಲ್ಲದಿದ್ದರೆ ಏನನ್ನೂ ಕಲಿಯಲಾಗದು, ಸಾಧಿಸಲಾಗದು. ನನ್ನಿಂದ ಆಗುವುದಿಲ್ಲ ಎಂಬ ಭಯವನ್ನು ಮೊದಲು ಮನಸಿನಿಂದ ಕಿತ್ತೊಗೆಯಬೇಕು. ಪ್ರಯತ್ನಪಟ್ಟರೆ ಯಾಕೆ ಆಗುವುದಿಲ್ಲ ನೋಡೇ ಬಿಡೋಣ ಎಂಬುದು ನಮ್ಮ ಮೊದಲ ಯೋಚನೆಯಾಗಿರಬೇಕು. ಕೆಲವರು ಧೈರ್ಯವಂತರಾಗಿರುತ್ತಾರೆ, ಹಾಗೆಂದು ಅವರಿಗೆ ಭಯವೇ ಇಲ್ಲ ಎಂದುಕೊಳ್ಳಬೇಕಿಲ್ಲ. ಪ್ರತೀ ವ್ಯಕ್ತಿಗೂ ಭಯ ಇರುತ್ತದೆ. ಭಯವನು ಬುಡಸಮೇತ ಕಿತ್ತೆಸೆಯಲಾಗದು. ಆದರೆ ಅದನ್ನು ಮೀರಿ ಮುನ್ನಡೆಯಬಹುದು. ಅಂಥವರು ಯಶಸ್ವಿಯಾಗುತ್ತಾರೆ. ಭಯಪಡುತ್ತಲೇ ಇರುವವರು ಹಾಗೆಯೇ ಇರುತ್ತಾರೆ ಅಷ್ಟೇ. ಯಶಸ್ವೀ ಮತ್ತು ಅಯಶಸ್ವೀ ವ್ಯಕ್ತಿಗಳ ನಡುವಿನ ವ್ಯತ್ಯಾಸ ಇಷ್ಟೇ!! ಮತ್ತು ಈ ವ್ಯತ್ಯಾಸವನ್ನುಂಟು ಮಾಡುವುದು ನಮ್ಮ ದೃಷ್ಟಿಕೋನ. ಹಾಗಾಗಿ ಧನಾತ್ಮಕ ದೃಷ್ಟಿಕೋನವನ್ನು ನಮ್ಮದಾಗಿಸಿಕೊಳ್ಳೋಣ.

2

ಆತ್ಮಸ್ಥೈರ್ಯದ ಮುಂದೆ ಸಾಲು ಸಾಲು ಸವಾಲುಗಳು ಸೋತವು

ಜಗತ್ತಿನಲ್ಲಿ ಸಾಧಕರಿಗೆ ಕೊರತೆಯಿಲ್ಲ. ಯಾವುದೇ ಕ್ಷೇತ್ರವನ್ನು ನೋಡಿದರೂ ಅಪರೂಪದ ಸಾಧನೆ ಮಾಡಿದ ಸಾಧಕರು ಇದ್ದೇ ಇರುತ್ತಾರೆ. ಅವರಲ್ಲಿ ಕೆಲವರ ಸಾಧನೆಯಂತೂ 'ಸತ್ತಂತವರನು ಬಡಿದೆಚ್ಚರಿಸುವಂತೆ', ಸೋಮಾರಿಗಳಲ್ಲೂ ಸ್ಫೂರ್ತಿಯ ಸೆಲೆ ಉಕ್ಕಿಸುವಂತೆ ವಿಶಿಷ್ಟವಾಗಿರುತ್ತದೆ. ಆದರೆ ಯಾವುದೇ ದೇಶದ ಯಾವುದೇ ಸಾಧಕರ ಬದುಕನ್ನು ಗಮನಿಸಿ. ಅವರೆಲ್ಲರಲ್ಲೂ ಇರುವ ಒಂದೇ ಒಂದು ಸಾಮ್ಯವೆಂದರೆ ಎಂಥ ಕಷ್ಟಗಳಿಗೂ ಅವರು ತಲೆಬಾಗದೇ ಇರುವುದು. ಅವರ್ಯಾರಿಗೂ ಯಶಸ್ಸು ಒಮ್ಮೆಲೇ ಒಲಿಯಲಿಲ್ಲ. ಹಾಗಂತ ಇವರು ಬಿಡಲೂ ಇಲ್ಲ. ಬದುಕು ತೊಡರುಗಾಲು ಕೊಟ್ಟು ಕೆಡವಿದರೂ ಸಾವರಿಸಿಕೊಂಡು ಎದ್ದು ಮುನ್ನಡೆದರು. ಪದೇ ಪದೇ ಸೋತರೂ ಗೆಲುವಿನ ಮಂತ್ರ ಜಪಿಸದೇ ಇರಲಿಲ್ಲ. ಸೋಲೇ ಗೆಲುವಿನ ಸೋಪಾನ ಎಂಬ ಮಾತು ಇಂತಹವರ ಪಾಲಿಗೆ ಸ್ಫೂರ್ತಿಯ ಚಿಲುಮೆಯಾಯಿತು. ಮರಳಿ ಯತ್ನವ ಮಾಡು ಎಂಬ ಮಾತು ಜೀವನದ ಗುರಿಯಾಯಿತು. ಅಂತಹುದ್ದೇ ಸಾಧಕರ ಸಾಲಿಗೆ ಸೇರುವಾಕೆ ಅಡೆಲ್ ಲಾರೀ ಬ್ಲ್ಯೂ ಆಡ್ಕಿನ್ಸ್!!

ಅಡೆಲ್! ಮುದ್ದಿನ ಹೆಸರು ಆ್ಯಡೀ! ಆಕೆ ಬರೆವ ಹಾಡುವ ಹಾಡುಗಳು ಜನರನ್ನು ಸಮ್ಮೋಹಗೊಳಿಸುತ್ತವೆ! ಮನಸ್ಸನ್ನು ಮೆಲ್ಲನೆ ಸ್ಪರ್ಶಿಸುತ್ತವೆ. ಭಾವುಕರನ್ನಾಗಿಸುತ್ತವೆ. ಜಗತ್ತಿನಾದ್ಯಂತ ಕೋಟಿಗಟ್ಟಲೆ ಅಭಿಮಾನಿಗಳನ್ನು ಹೊಂದಿರುವ ಖ್ಯಾತ ಸಂಗೀತಗಾರ್ತಿ ಅಡೆಲ್‌ಳ ಬದುಕಿನ ಕಥೆ ರಾಜಕುಮಾರಿಯ ಕಥೆಯಲ್ಲ! ಜಗತ್ತಿನ ಇತರ ಎಲ್ಲರಂತೆ ಏಳುಬೀಳಿನದ್ದು. ಅತೀ ಸಾಮಾನ್ಯದ್ದು. ನಮ್ಮಲ್ಲಿ ಬಹುತೇಕರು ದೂರುತ್ತಲೇ ಇರುವಂತಹ ಸಂಕಷ್ಟಗಳಿಂದ

ಕೂಡಿದ್ದು. ಆದರೆ ಅದನ್ನೆಲ್ಲ ಮೀರಿ, ಕಷ್ಟಗಳ ಸರಮಾಲೆಯಲ್ಲಿ ಎಲ್ಲೋ ಕಳೆದುಹೋಗಬಹುದಾಗಿದ್ದ ಹುಡುಗಿಯೊಬ್ಬಳು, ಸಮಸ್ಯೆಗಳಿಗೇ ಸೆಡ್ಡು ಹೊಡೆದು ಜಗತ್ತಿನ ಮುಂಚೂಣಿಯ ಗಾಯಕಿ, ಸೆಲೆಬ್ರಿಟಿಯಾಗಿರುವುದಿದೆಯಲ್ಲ! ಅದು ಮಾತ್ರ ಅತ್ಯಂತ ವಿಶಿಷ್ಟವಾದದ್ದು. ನಿಜ ಹೇಳಬೇಕೆಂದರೆ ಅಸಾಮಾನ್ಯವಾದುದು! ತನ್ನ ಅಪ್ಪಟ ಪ್ರತಿಭೆ ಮತ್ತು ಪರಿಶ್ರಮದಿಂದ ಇಡೀ ಜಗತ್ತೇ ಕಣ್ಣರಳಿಸಿ ನೋಡಿ ಮೂಗಿನ ಮೇಲೆ ಬೆರಳಿಡುವಂತಹ ಸಾಧನೆ ಮಾಡಿದಾಕೆ ಅಡೆಲ್!

1988, ಮೇ 5 ರಂದು ಇಂಗ್ಲೆಂಡ್‌ನಲ್ಲಿ ಜನನ. ಅವಳು ಎರಡು ವರ್ಷದ ಮಗುವಿರುವಾಗಲೇ ತಂದೆ ಎನಿಸಿಕೊಂಡವ ಮನೆ ಬಿಟ್ಟು ಹೋಗಿಬಿಟ್ಟ. ಅಡೆಲ್‌ಳ ತಾಯಿಗೂ ಆಗ ಇಪ್ಪತ್ತೇ ವರ್ಷ. ಯಾವುದೇ ಆದಾಯವಿಲ್ಲದ ಕಾರಣ ಸರಕಾರದಿಂದ ಸಹಾಯಧನ ಪಡೆಯುವ ಮನೆಗಳಲ್ಲಿ ತಾಯಿ ಮಗಳು ವಾಸ್ತವ್ಯ ಹೂಡಬೇಕಾಯಿತು. ಹತ್ತಕ್ಕೂ ಹೆಚ್ಚು ಶಾಲೆಗಳನ್ನು ಬದಲಾಯಿಸಬೇಕಾಯಿತು ಅಡೆಲ್. ಸಣ್ಣಪುಟ್ಟ ಕೆಲಸ ಮಾಡುತ್ತ ಮಗಳನ್ನು ಸಾಕಿದಳು ಅಮ್ಮ. ಹಾಸಿ ಹೊದೆಯುವಷ್ಟು ಸಮಸ್ಯೆಗಳಿದ್ದರೂ ಮಗಳನ್ನು ಬೇರೆ ಬೇರೆ ಆಸಕ್ತಿಗಳನ್ನಿಟ್ಟುಕೊಳ್ಳಲು ತಾಯಿ ಪ್ರೋತ್ಸಾಹಿಸಿದ್ದು ಅಡೆಲ್‌ಳ ಬದುಕಿನಲ್ಲಿ ಪ್ರಮುಖ ಪಾತ್ರ ವಹಿಸಿತು.

ನಾಲ್ಕರ ವಯಸ್ಸಿನಿಂದಲೇ ಹಾಡುವುದು ಅಡೆಲ್‌ಳ ನೆಚ್ಚಿನ ಹವ್ಯಾಸವಾಗಿತ್ತು. ಬರೀ ಹವ್ಯಾಸವಲ್ಲ, ಹಾಡುವುದು ಅವಳ ಜೀವನವಿಧಾನವೇ ಆಗಿತ್ತು. ಸ್ಪೈಸ್ ಗರ್ಲ್ಸ್, ಎಡ್ಡಾ ಜೇಮ್ಸ್ ಮುಂತಾದ ಖ್ಯಾತ ಹಾಡುಗಾರ್ತಿಯರನ್ನು ನೋಡುತ್ತ ನೋಡುತ್ತ ಆಕೆ ಬೆಳೆದಳು. ಅವರಂತಾಗಬೇಕೆಂದು ವರ್ಷಗಟ್ಟಲೆ ಸತತ ಪ್ರಯತ್ನ ಪಟ್ಟಳು. ಹದಿನಾಲ್ಕನೇ ವಯಸ್ಸಿನಲ್ಲಿ ಎಲ್ಲಾ ಫಿಟ್ಝೆರಾಲ್ಡ್ ಹಾಗೂ ಎಟ್ಟಾ ಜೇಮ್ಸ್‌ರ ಆಲ್ಬಂ ನೋಡಿದಮೇಲೆ ಅವರು ಅವಳ ಫೇವರಿಟ್ ಹಾಡುಗಾರ್ತಿಯರಾದರು. ಖ್ಯಾತ ಹಾಡುಗಾರ್ತಿ ಪಿಂಕ್ ನೀಡಿದ ಪ್ರದರ್ಶನವನ್ನು ನೋಡಿ ತಾನು ಗಾಯಕಿಯೇ ಆಗಬೇಕೆಂದು ಆಡೆಲ್ ಶಪಥ ಮಾಡಿದಳು. ಅಭಿನಯ ಕಲೆ ಮತ್ತು ತಾಂತ್ರಿಕತೆಯಲ್ಲಿ ಬ್ರಿಟ್ ಸ್ಕೂಲ್‌ನಿಂದ ಪದವಿ ಪಡೆದ ಅಡೆಲ್ ಹಾಡುಗಳನ್ನು ಬರೆಯುತ್ತಿದ್ದಳು ಮತ್ತು ಆಗಾಗ್ಗೆ ಅವನ್ನು ಮೈ ಸ್ಪೇಸ್‌ನಲ್ಲಿ ಅಪ್‌ಲೋಡ್ ಮಾಡುತ್ತಿದ್ದಳು. ಹದಿನೆಂಟು ವರ್ಷಕ್ಕೆ ಕಂಪನಿಯೊಂದರ ಜತೆ ಒಪ್ಪಂದ ಮಾಡಿಕೊಂಡಳು.

2008ರಲ್ಲಿ ಅಡೆಲ್ 19 ಎನ್ನುವ ಆಕೆಯ ಮೊದಲ ಆಲ್ಬಂ ಹೊರಬಂತು. ಹತ್ತು ಮಿಲಿಯನ್ ಪ್ರತಿಗಳು ಖರ್ಚಾದವು! ಅಷ್ಟು ಹೊತ್ತಿಗೆ ಅಡೆಲ್ ತನಗಿಂತ ಹತ್ತು ವರ್ಷ ಹಿರಿಯ ವ್ಯಕ್ತಿಯೊಬ್ಬನನ್ನು ಪ್ರೀತಿಸುತ್ತಿದ್ದಳು. ಒಂದೂವರೆ ವರ್ಷದ ನಂತರ ಆ ಸಂಬಂಧ ಮುರಿದು ಬಿತ್ತು. ಈ ನಡುವೆಯೇ ಅಡೆಲ್

21 ಎಂಬ ಆಲ್ಬಂ ಕೂಡ ಹಿಟ್ ಆಯಿತು. ಒಡೆದ ಹೃದಯದ ನೊಂದ ಅಡೆಲ್ ತನ್ನ ನೋವನ್ನೆಲ್ಲ ಹಾಡಾಗಿಸಿ ಬರೆದ ಈ ಆಲ್ಬಂನ 'ಸಮ್ ಒನ್ ಲೈಕ್ ಯು' ಹಾಡು ಹಿಂದಿನ ದಾಖಲೆಗಳನ್ನೆಲ್ಲ ಮುರಿಯಿತು.

ಆದರೆ 2011 ರಲ್ಲಿ ಆಕೆ ಹಾಡುವುದನ್ನು ನಿಲ್ಲಿಸಬೇಕಾಯಿತು. ಏಕೆಂದರೆ ಸಿಗರೇಟು ಸೇದಿಸೇದಿ ಆಕೆಯ ಧ್ವನಿ ಪೆಟ್ಟಿಗೆ ಶಸ್ತ್ರಚಿಕಿತ್ಸೆಗೊಳಗಾಯಿತು. ಸೈಮನ್ ಕೊನೆಕಿಯೊಂದಿಗೆ ಪ್ರೀತಿಯಲ್ಲಿದ್ದ ಅಡೆಲ್ 2012 ರಲ್ಲಿ ಮಗುವೊಂದರ ತಾಯಿಯೂ ಆದಳು. ಅದೇ ವರ್ಷ ಡಿಪ್ರೆಶನ್‌ಗೊಳಗಾದಳು. ಆದರೆ ಅಡೆಲ್ ಹುಟ್ಟಾ ಹೋರಾಟಗಾರ್ತಿ. ಈ ಎಲ್ಲ ಸಮಸ್ಯೆಗಳಿಂದ ತನ್ನನ್ನು ತಾನು ಹೊರತಂದುಕೊಂಡಳು. ತನ್ನ ಮಗನನ್ನು ಗಮನದಲ್ಲಿಟ್ಟುಕೊಂಡು ತನ್ನ ಬದುಕಿನ ತೀರ್ಮಾನಗಳನ್ನು ತೆಗೆದುಕೊಳ್ಳಲಾರಂಭಿಸಿದಳು. ಸಿಗರೇಟು ಸೇವನೆ ತ್ಯಜಿಸಿದಳು. ಚಿಕಿತ್ಸೆ ಪಡೆದು ಡಿಪ್ರೆಶನ್‌ನಿಂದ ಹೊರಬಂದಳು. ತನ್ನೆಲ್ಲ ಬದಲಾವಣೆಗಳಿಗೆ ಮಗನೇ ಕಾರಣ ಎಂದ ಆಕೆ ಸಂಗೀತವನ್ನು ತನ್ನ ಆತ್ಮವಾಗಿಸಿಕೊಂಡಳು. ಮತ್ತೆ 2012 ರಲ್ಲಿಯೇ ಹಾಡಲು ವಾಪಸಾದ ಅಡೆಲ್‌ಳ ಮೂರು ಹಾಡುಗಳು ಟಾಪ್ ಟೆನ್ ಪಟ್ಟಿಯಲ್ಲಿದ್ದವು. ಅಂತಹ ಸಾಧನೆಗೈದ ಮೊದಲ ಹಾಡುಗಾರ್ತಿಯಾದಳಾಕೆ. ಗ್ರಾಮಿ ಪುರಸ್ಕಾರದಲ್ಲಿ ತನ್ನ ಮೊದಲ ಪ್ರದರ್ಶನವಿತ್ತ ರಾತ್ರಿ ಆಕೆ ಆರು ಬಹುಮಾನ ಗೆದ್ದಳು! ಹಸಿರುಕಣ್ಣಿನ ಹುಡುಗಿಯ ವಿಜಯಗಾಥೆ ಪುನರಾರಂಭಗೊಂಡಿತ್ತು. 2013 ರಲ್ಲಿ ಜೇಮ್ಸ್ ಬಾಂಡ್ ಸಿನಿಮಾಗೆ ಬರೆದು ಸಂಗೀತ ಸಂಯೋಜಿಸಿ ಹಾಡಿದ 'ಸ್ಕೈಫಾಲ್' ಹಾಡಿಗಾಗಿ ಅಕಾಡೆಮಿ ಅವಾರ್ಡ್ ಅಂದರೆ ಆಸ್ಕರ್ ಕೂಡ ಗೆದ್ದಳು. 2016 ರಲ್ಲಿ ಪ್ರಿಯಕರ ಸೈಮನ್ ಕೊನೆಕಿಯೊಂದಿಗೆ ವಿವಾಹವೂ ಆಯಿತು.

ಮೊದಲೇ ಹೇಳಿದಂತೆ ಅಡೆಲ್‌ಳ ಕಥೆ ರಾಜಕುಮಾರಿಯ ಕಥೆಯಲ್ಲ. ಎಲ್ಲರಂತೆ ಆಕೆಯೂ ಸಾಮಾನ್ಯ ಹುಡುಗಿ. ಅಡೆಲ್‌ಗೆ ಸ್ಟೇಜ್ ಫಿಯರ್ ಇತ್ತು, ಜನರೆದುರು ಹಾಡಲು ಆಕೆಗೆ ಭಯವಾಗುತ್ತಿತ್ತು! ಪ್ರದರ್ಶನ ನೀಡಬೇಕೆಂದಾಗ ಆತಂಕದಿಂದ ವಾಂತಿಯಾಗುವುದು, ತಲೆಸುತ್ತುವುದು ಆಗುತ್ತಿತ್ತು. ಅದನ್ನು ಮೀರಿ ನಿಂತು ಲಕ್ಷಾಂತರ ಜನರೆದುರು ಯಶಸ್ವಿಯಾಗಿ ಹಾಡುತ್ತ ಮಾಂತ್ರಿಕ ಲೋಕಕ್ಕೆ ಜನರನ್ನು ಕರೆದೊಯ್ಯುವ ಅಭೂತಪೂರ್ವ ಬೆಳವಣಿಗೆ ಆಕೆಯದ್ದು. ಅದರ ಹಿಂದೆ ಅದೆಷ್ಟು ಶ್ರಮ ಇರಬಹುದು? ಮನಸ್ಸಿನೊಳಗಿನ ಭಯದ ಭೂತವನ್ನು ಕಿತ್ತೊಗೆದು ಧೈರ್ಯಶಾಲಿಯಾದ ಹುಡುಗಿ ಅಡೆಲ್! 'ನಾನು ಪ್ರತಿಯೊಬ್ಬರಿಗೂ ಅವರನ್ನೇ ನೆನಪಿಸುತ್ತೇನೆ, ನಾನು ಪರಿಪೂರ್ಣಳಲ್ಲದಿರುವುದರಿಂದ ಬೇರೆಯವರ ಜತೆ ಹೋಲಿಸಿಕೊಳ್ಳುತ್ತೇನೆ. ಏಕೆಂದರೆ ಬಹಳ ಮಂದಿ ತಾರೆಗಳನ್ನು ಪರಿಪೂರ್ಣರು, ಸಾಮಾನ್ಯರಿಗೆ

ತಲುಪಲಾಗದವರು ಎಂಬಂತೆ ಚಿತ್ರಿಸುತ್ತಾರೆ. ಅದನ್ನು ನಾನು ಇಷ್ಟಪಡುವುದಿಲ್ಲ' ಎನ್ನುತ್ತಾಳೆ ಅಡೆಲ್.

ಅದೂ ಅಲ್ಲದೇ ಆಕೆಯದ್ದು ಝೀರೋ ಫಿಗರ್ ಅಲ್ಲ. ಮಾಧ್ಯಮಗಳು ತೂಕ ಕಡಿಮೆ ಮಾಡಿಕೊಳ್ಳುವಂತೆ ಸತತ ಒತ್ತಡ ಹಾಕಿದರೂ ಝೀರೋ ಫಿಗರ್‌ನ ಸ್ಟೀರಿಯೋಟೈಪ್‌ಗೆ ಆಕೆ ತಲೆ ಬಾಗಲಿಲ್ಲ. ಹೊರಗಿನ ಸೌಂದರ್ಯಕ್ಕಿಂತ ಆಂತರಿಕ ಸೌಂದರ್ಯ ಪ್ರಮುಖವೆಂದು ಅವಳ ನಂಬಿಕೆ. ಸಂಗೀತವಿರುವುದು ಕಿವಿಗಳಿಗೇ ಹೊರತು ಕಣ್ಣುಗಳಿಗಲ್ಲ ಎನ್ನುತ್ತಿದ್ದಳಾಕೆ. ತಾನು ನೋಡುವುದಕ್ಕೆ ಹೇಗೆ ಕಾಣುತ್ತಿದ್ದೇನೆಂಬುದಕ್ಕೆ ಗಮನ ಕೊಡುವ ಬದಲು ತನ್ನ ಹಾಡು ಹೇಗೆ ಕೇಳಲ್ಪಡುತ್ತದೆ ಎಂಬುದರ ಕಡೆಗೆ ಆಕೆ ಹೆಚ್ಚಿನ ಗಮನ ಕೊಟ್ಟಳು. ತಾನು ಹಾಡುವುದು ಕೇಳಲು, ನೋಡಲಲ್ಲ ಎನ್ನುತ್ತಾಳಾಕೆ. ಈಗಿನ್ನೂ ಮೂವತ್ಮೂರು ವರ್ಷದ ಅಡೆಲ್ ಆಗಲೇ ಹದಿನೈದು ಗ್ರಾಮೀ ಪುರಸ್ಕಾರಗಳನ್ನು ಮುಡಿಗೇರಿಸಿಕೊಂಡಿದ್ದಾಳೆ. ಆಕೆಯ ನೂರು ಮಿಲಿಯನ್ ಹಾಡಿನ ರೆಕಾರ್ಡ್‌ಗಳು ಮಾರಾಟವಾಗಿವೆ. ದಕ್ಷಿಣ ಕೊರಿಯಾದ ಪಿಎಸ್‌ವೈ ಹಾಡಿದ ಗಂಗ್ನಂ ಸ್ಟೈಲ್ ಹಾಡನ್ನು 159 ದಿನಗಳಲ್ಲಿ ಯೂ ಟ್ಯೂಬ್‌ನಲ್ಲಿ ಒಂದು ಬಿಲಿಯನ್ ಅಂದರೆ ನೂರು ಕೋಟಿ ಜನರು ವೀಕ್ಷಿಸಿದ್ದರು. ಆದರೆ ಅಡೆಲ್‌ಳ 'ಹೆಲ್ಲೋ' ಹಾಡನ್ನು ಕೇವಲ ಎಂಬತ್ತೆಂಟೇ ದಿನಗಳಲ್ಲಿ ನೂರು ಕೋಟಿ ಜನರು ವೀಕ್ಷಿಸಿದ್ದರು. ಇದುವರೆಗೆ ಆ ಹಾಡನ್ನು 248 ಕೋಟಿಗೂ ಅಧಿಕ ಜನರು ವೀಕ್ಷಿಸಿದ್ದಾರೆ!! ಹೀಗೆ ತನ್ನ ಆಲ್ಬಮ್‌ಗಳು ಯೂಟ್ಯೂಬ್‌ನಲ್ಲಿ, ಮಾರಾಟದಲ್ಲಿ, ಜನಪ್ರಿಯತೆಯಲ್ಲಿ ಸತತವಾಗಿ ಮುಂಚೂಣಿಯಲ್ಲಿದ್ದುದಕ್ಕೆ ಮೂರು ಸಲ ಗಿನ್ನಿಸ್ ಬುಕ್‌ನಲ್ಲಿ ತನ್ನ ಹೆಸರು ದಾಖಲಿಸಿಕೊಂಡಿದ್ದಾಳೆ. ಎರಡು ಸಲ ಪ್ರತಿಷ್ಠಿತ ಟೈಮ್ಸ್ ಮ್ಯಾಗಝಿನ್‌ನ ಬಹುಪ್ರಭಾವಿ ವ್ಯಕ್ತಿಯಾಗಿ ಆಯ್ಕೆಯಾಗಿದ್ದಾಳೆ. ಸಂಗೀತ ಕ್ಷೇತ್ರದಲ್ಲಿ ಅದ್ಭುತ ಸಾಧನೆಗಾಗಿ ಆಕೆಗೆ ಇಂಗ್ಲೆಂಡ್ ಸರ್ಕಾರದಿಂದ ಆರ್ಡರ್ ಆಫ್ ದಿ ಬ್ರಿಟಿಷ್ ಎಂಪೈರ್ ಬಿರುದೂ ಸಿಕ್ಕಿದೆ. ಅಡೆಲ್ ಮಹಿಳೆಯರ ಹಕ್ಕು ಮತ್ತು ಸಮಾನತೆಗಾಗಿಯೂ ಧ್ವನಿ ಎತ್ತುವಾಕೆಯೂ ಹೌದು. ಹಾಂ, ವಾರಕ್ಕೆ ಹದಿಮೂರು ಮಿಲಿಯನ್ ಡಾಲರ್‌ಗಿಂತಲೂ ಹೆಚ್ಚು (ಅಂದರೆ ಸುಮಾರು ಒಂಬತ್ತು ಕೋಟಿ ರೂಪಾಯಿಗಿಂತಲೂ ಜಾಸ್ತಿ!!) ಆದಾಯವಿರುವ ಅಡೆಲ್ ಬ್ರಿಟನ್ನಿನ ಅತೀ ಶ್ರೀಮಂತ ಹಾಡುಗಾರ್ತಿ!!

ಕೆಟ್ಟ ಹವ್ಯಾಸಗಳು, ತಪ್ಪು ಅಭ್ಯಾಸಗಳು ಕಾಲಲ್ಲಿನ ಸಂಕೋಲೆಗಳಂತೆ. ಅವುಗಳನ್ನು ಕಳಚಿಕೊಳ್ಳದ ಹೊರತು ಮುಂದಡಿಯಿಡುವುದು ಅಸಾಧ್ಯ. ಅದು ಸುಲಭಸಾಧ್ಯವಲ್ಲ. ಆದರೆ ದೃಢ ನಿಶ್ಚಯದಿಂದ ಪ್ರಯತ್ನಶೀಲರಾದರೆ ಅಸಾಧ್ಯವಾದುದು ಯಾವುದೂ ಇಲ್ಲ ಎಂಬುದು ಅಡೆಲ್‌ಳ ಬದುಕು ನಮಗೆಲ್ಲ

ಕಲಿಸುವ ಪಾಠ. ಬದುಕಿನ ಹಾದಿಯಲ್ಲಿ ನಡೆಯುವಾಗ ಎಡವುವುದು ಅತೀ ಸಾಮಾನ್ಯ. ಆದರೆ ಅದನ್ನು ಮೀರಿ ತಾವು ಕಂಡ ಕನಸನ್ನು ಸಾಕಾರಗೊಳಿಸಲು ಪ್ರಯತ್ನಿಸುವವರು ಯಶಸ್ವಿಯಾಗುತ್ತಾರೆ. ಸೋಲೋ ಗೆಲುವೋ ತಮ್ಮ ಸಾಮರ್ಥ್ಯದ ಶೇಕಡಾ ನೂರು ಪ್ರಯತ್ನ ಹಾಕುವ ಸಮರ್ಪಣಾ ಮನೋಭಾವ ಇರುವವರು ಮಾತ್ರ ಅಂತಿಮವಾಗಿ ಗೆಲುವನ ನಗು ಬೀರುವುದು ಸಾಧ್ಯ. ಅಡೆಲ್‌ಳ ಬದುಕು ಇದಕ್ಕೊಂದು ಅತ್ಯುತ್ತಮ ಉದಾಹರಣೆ.

3

ಹೃದಯದ ಖಾಯಿಲೆಯಿದ್ದ ಬಡಹುಡುಗ ಫುಟ್‌ಬಾಲ್ ದೇವರಾದದ್ದು...

ತನ್ನೆದುರಿಗಿನ ತಂಪುಪಾನೀಯದ ಬಾಟಲಿಗಳನ್ನು ತೆಗೆದಿಟ್ಟು ನೀರಿನ ಬಾಟಲಿಯನ್ನು ಎತ್ತಿ ಹಿಡಿದು ನೀರು ಕುಡಿಯಿರಿ ಎಂದು ಹೇಳಿದ ಫುಟ್‌ಬಾಲ್ ಆಟಗಾರ ಕ್ರಿಶ್ಚಿಯಾನೋ ರೊನಾಲ್ಡೋರ ನಡೆ ಜಗತ್ತಿನಾದ್ಯಂತ ಸಂಚಲನಕ್ಕೆ ಕಾರಣವಾಗಿತ್ತು. ತಂಪು ಪಾನೀಯ, ಸಿಗರೇಟು, ಮದ್ಯ ಇಂತಹ ಉತ್ಪನ್ನಗಳ ಜತೆ ಒಂದು ಒಪ್ಪಂದ ಸಾಕು ನೂರಾರು ಕೋಟಿ ರೂಪಾಯಿಗಳನ್ನು ರೊನಾಲ್ಡೋ ಮಡಿಲಿಗೆ ಸುರಿಯಲು! ಹಣಕ್ಕಾಗಿ ತಂಪು ಪಾನೀಯ ಬಿಡಿ, ಆನ್‌ಲೈನ್ ಜೂಜಿಗೂ ರೂಪದರ್ಶಿಗಳಾಗುವ ಆಟಗಾರರನ್ನು ನೋಡಿದಾಗ ಕ್ರಿಶ್ಚಿಯಾನೋ ರೊನಾಲ್ಡೋ ನಡೆ ಎಂತಹ ಗಟ್ಟಿತನದ್ದು ಎಂಬುದು ಗೊತ್ತಾಗುತ್ತದೆ.

ಕ್ರಿಶ್ಚಿಯಾನೋ ರೊನಾಲ್ಡೋರ ಬದುಕು, ಯಶಸ್ಸು ಕಲಿಸುವ ಮೊದಲ ಪಾಠ ಯಶಸ್ಸಿಗೆ ಯಾವುದೇ ಅಡ್ಡದಾರಿಗಳಿಲ್ಲ ಎನ್ನುವುದು. ಬಡ ಮಾಲಿಯೊಬ್ಬರ ಮಗ ಜಗತ್ತಿನ ಅತ್ಯುತ್ತಮ ಫುಟ್‌ಬಾಲ್ ಆಟಗಾರನಾಗಿ ಬೆಳೆದ ಕಥೆಯೇ ರೋಚಕ. ಫುಟ್‌ಬಾಲ್ ಪ್ರೇಮಿಗಳು ಈತನಿಗೆ ನೀಡಿರುವ ಸ್ಥಾನ ಬಹು ಎತ್ತರದ್ದು. ಫುಟ್‌ಬಾಲ್ ಆಟದಿಂದ ವಾರ್ಷಿಕ ಸಾವಿರ ಕೋಟಿಗೂ ಹೆಚ್ಚು ಹಣ ಸಂಪಾದಿಸುವ ಕ್ರಿಶ್ಚಿಯಾನೋ ಇಂದು ಜಗತ್ತಿನ ಅತೀ ಜನಪ್ರಿಯ ಕ್ರೀಡಾಪಟು. ಕಷ್ಟಗಳ ನಡುವೆಯೇ ಅರಳಿದ ಪ್ರತಿಭೆ ರೊನಾಲ್ಡೋ ಅವರದ್ದು.

ಪೋರ್ಚುಗಲ್ ಫುಟ್‌ಬಾಲ್ ತಂಡದ ನಾಯಕನೂ ಆಗಿರುವ ರೊನಾಲ್ಡೋ ಅತ್ಯಂತ ಸಾಧಾರಣ ಹಿನ್ನೆಲೆಯುಳ್ಳವರು. ಇಂದು

ಐಷಾರಾಮಿ ಬಂಗಲೆ, ವಾಹನಗಳನ್ನು ಹೊಂದಿರುವ ಜಗತ್ತಿನ ಅತೀ ತುಟ್ಟಿ ಫುಟ್‌ಬಾಲ್ ಆಟಗಾರ ಒಂದು ಕಾಲದಲ್ಲಿ ಕಡುಬಡತನದ ರುಚಿ ನೋಡಿದವನೇ! ಫೆಬ್ರುವರಿ 5, 1985 ರಂದು ಪೋರ್ಚುಗಲ್‌ನ ಅಂಚಲ್‌ನಲ್ಲಿ ಜನಿಸಿದವರು ರೊನಾಲ್ಡೋ. ಅಮೆರಿಕದ ಅಧ್ಯಕ್ಷ, ಮಾಜಿ ನಟರಾಗಿದ್ದ ರೊನಾಲ್ಡ್ ರೇಗನ್‌ರ ದೊಡ್ಡ ಅಭಿಮಾನಿಯಾಗಿದ್ದ ತಂದೆ ಹುಡುಗನ ಹೆಸರನ್ನು ಕ್ರಿಶ್ಚಿಯಾನೋ ರೊನಾಲ್ಡೋ ಎಂದಿಟ್ಟರು. ಅವರ ಪರಿವಾರ ಅಲ್ಯುಮಿನಿಯಂ ಶೀಟ್ ಹೊದಿಸಿದ ಪುಟ್ಟ ಮನೆಯಲ್ಲಿ ಇರುತ್ತಿತ್ತು. ತಂದೆಯದ್ದು ಮಾಲಿಯ ಕೆಲಸ. ಜತೆಗೆ ಆತ ಕುಡಿತದ ಚಟಕ್ಕೆ ದಾಸನಾಗಿದ್ದ. ಬಡತನದ ಕಾರಣಕ್ಕೆ ರೊನಾಲ್ಡೋ ತಾಯಿ ಆತನ ಗರ್ಭಿಣಿಯಾಗಿದ್ದಾಗ ಗರ್ಭಪಾತ ಮಾಡಿಸಿಕೊಳ್ಳಲು ಯೋಚಿಸಿದ್ದರಂತೆ. ಅದೃಷ್ಟವಶಾತ್ ಅದು ಸಾಧ್ಯವಾಗಲಿಲ್ಲ! ತಾಯಿ ಬೇರೆಯವರ ಮನೆಯಲ್ಲಿ ಅಡುಗೆ ಮಾಡಿ ಹಣ ಸಂಪಾದಿಸಿದರೆ ಬಾಲಕ ರೊನಾಲ್ಡೋ ಕೂಡ ರಸ್ತೆ ಸ್ವಚ್ಛಗೊಳಿಸುವಂತಹ ಸಣ್ಣ ಪುಟ್ಟ ಕೆಲಸ ಮಾಡಿ ಒಂದಿಷ್ಟು ಹಣ ಸಂಪಾದಿಸುತ್ತಿದ್ದ.

ಇವೆಲ್ಲದರ ನಡುವೆಯೇ ರೊನಾಲ್ಡೋಗೆ ಬಾಲ್ಯದಿಂದಲೂ ಫುಟ್‌ಬಾಲ್ ಎಂದರೆ ಹುಚ್ಚು. ಊಟ ತಿಂಡಿ ಓದು ಎಲ್ಲ ಬಿಟ್ಟು ದಿನಗಟ್ಟಲೆ ಆಡುತ್ತಲೇ ಇರುವ ಅಪೂರ್ವ ತನ್ಮಯತೆ, ತಲ್ಲೀನತೆ ಫುಟ್‌ಬಾಲ್‌ನಲ್ಲಿ! ಆಡುವಾಗ ಗೋಲ್ ಮಾಡಲು ಆಗದಿದ್ದರೆ ಮೈದಾನದ ಮಧ್ಯೆಯೇ ಅಳುತ್ತ ನಿಂತುಬಿಡುತ್ತಿದ್ದ ರೊನಾಲ್ಡೋಗೆ ತಾಯಿ ಕರೆಯುತ್ತಿದ್ದದ್ದು ಕ್ರೈ ಬೇಬಿ ಎಂದೇ!! ಎಂಟರ ಹರೆಯದಲ್ಲಾಗಲೇ ಆ್ಯಂಡೋರಿನಾ ಫುಟ್‌ಬಾಲ್ ಕ್ಲಬ್ ಈ ಹುಡುಗನ ಪ್ರತಿಭೆಗೆ ಸೋತು ತಂಡಕ್ಕೆ ಸೇರಿಸಿಕೊಂಡಿತು. ಹತ್ತರ ಹರೆಯದಲ್ಲಿ ಪೋರ್ಚುಗಲ್‌ನ ಅತೀ ದೊಡ್ಡ ಫುಟ್‌ಬಾಲ್ ಕ್ಲಬ್ ಅವನಿಗೆ ತನ್ನ ಸದಸ್ಯತ್ವ ನೀಡಿತು. ಮುಂದಿನ ಎರಡು ವರ್ಷ ಆ ಕ್ಲಬ್‌ನಲ್ಲಿ ಆಡಿದ ರೊನಾಲ್ಡೋಗೆ ಬ್ರೇಕ್ ನೀಡಿದ್ದು ಸ್ಪೋರ್ಟಿಂಗ್ ಲಿಸ್ಬನ್ ಅಕಾಡೆಮಿ. ಹನ್ನೆರಡರ ಹರೆಯದ ರೋನಾಲ್ಡೋ ಮನೆಯ ಸದಸ್ಯರಿಂದ ದೂರವಾಗಿ ಲಿಸ್ಬನ್‌ಗೆ ತೆರಳಬೇಕಾಯಿತು. ಮನೆಯ ನೆನಪಾಗಿ ದಿನವೂ ಅಳುತ್ತಿದ್ದ ರೊನಾಲ್ಡೋ ಆಟದಲ್ಲೇ ಸಮಾಧಾನ ಕಂಡುಕೊಂಡ. ಆದರೆ ಆತ ಹದಿನೈದರ ಹರೆಯದವನಾದಾಗ ಹೃದಯದಲ್ಲಿ ತೊಂದರೆಯಿರುವುದು ಗೊತ್ತಾಯಿತು. ಶಸ್ತ್ರಚಿಕಿತ್ಸೆಯಾಗಬೇಕು ಅಥವಾ ಫುಟ್‌ಬಾಲ್ ಆಡುವುದನ್ನು ಬಿಡಬೇಕು ಎಂದರು ವೈದ್ಯರು. ಶಸ್ತ್ರಚಿಕಿತ್ಸೆಯಲ್ಲಿ ಪ್ರಾಣ ಹೋಗುವ ಸಾಧ್ಯತೆಯೂ ಇತ್ತು! ಫುಟ್‌ಬಾಲ್ ಹೊರತಾದ ಬದುಕನ್ನು ಊಹಿಸಿಕೊಳ್ಳಲೂ ಸಾಧ್ಯವಿಲ್ಲದ ರೊನಾಲ್ಡೋ ಶಸ್ತ್ರಚಿಕಿತ್ಸೆಗೆ ತಯಾರಾದ.

ಬಹುಶಃ ನಮ್ಮಂತಹ ಕೋಟ್ಯಂತರ ಅಭಿಮಾನಿಗಳಿಗೆ ಅವರ ಕಾಲ್ಚಳಕದ ಮಾಂತ್ರಿಕತೆಯನ್ನು ನೋಡುವ ಭಾಗ್ಯವಿತ್ತೇನೋ! ಚಿಕಿತ್ಸೆ ಯಶಸ್ವಿಯಾಗಿ ರೊನಾಲ್ಡೋ ಮತ್ತೆ ಆಡತೊಡಗಿದ.

ತನ್ನ ಹದಿನೇಳನೇ ವಯಸ್ಸಿನಲ್ಲಿ ಮೊದಲ ಕ್ಲಬ್ ಪಂದ್ಯವಾಡಿದ ರೊನಾಲ್ಡೋ ತನ್ನ ಕಾಲ್ಚಳಕದಿಂದ ಎಲ್ಲರ ಮನಗೆದ್ದ. ಮ್ಯಾಂಚೆಸ್ಟರ್ ಯುನೈಟೆಡ್ ವಿರುದ್ಧ ಒಂದು ಪಂದ್ಯವಾಡುವಾಗ ಅದರ ಆಟಗಾರರು ತಮ್ಮ ಎದುರಾಳಿ ಆಟಗಾರನ ಆಟ ನೋಡಿ ಬೆಕ್ಕಸ ಬೆರಗಾಗಿ ಅವನನ್ನು ತಂಡಕ್ಕೆ ತರಲೇಬೇಕೆಂದು ಒತ್ತಾಯಿಸಿದರು. ಹೀಗಾಗಿ 2003 ರಲ್ಲಿ ಇಂಗ್ಲೆಂಡಿನ ಮ್ಯಾಂಚೆಸ್ಟರ್ ಯುನೈಟೆಡ್ ಫುಟ್‌ಬಾಲ್ ಕ್ಲಬ್ 17 ಮಿಲಿಯನ್ ಡಾಲರ್ ನೀಡಿ ಒಪ್ಪಂದ ಮಾಡಿಕೊಂಡಿತು. ಹದಿಹರೆಯದಲ್ಲೇ ಶ್ರೀಮಂತರಾದರು ರೊನಾಲ್ಡೋ. ಅದರ ಮುಂದಿನ ವರ್ಷವೇ ಅಂದರೆ 2004ರ ಫುಟ್‌ಬಾಲ್ ಅಸೋಸಿಯೇಶನ್ ಕಪ್ ಫೈನಲ್‌ನಲ್ಲಿ ಗೋಲು ಗಳಿಸಿ ತಂಡದ ಗೆಲುವಿಗೆ ಕಾರಣರಾದರು. ಏಳನೇ ನಂಬರಿನ ಜೆರ್ಸಿಯ ಈ ಹುಡುಗ ಸಾಧಿಸಿದ್ದು ಈಗ ಇತಿಹಾಸ. ಫಿಫಾ ಕ್ಲಬ್ ವಿಶ್ವಕಪ್‌ನಿಂದ ಹಿಡಿದು ಗೆದ್ದ ಟ್ರೋಫಿಗಳೆಷ್ಟೋ ಪಡೆದ ಬಹುಮಾನಗಳೆಷ್ಟೋ! 2009 ರಲ್ಲಿ ರಿಯಲ್ ಮ್ಯಾಡ್ರಿಡ್ ಕ್ಲಬ್ ಮ್ಯಾಂಚೆಸ್ಟರ್ ಫುಟ್‌ಬಾಲ್ ಕ್ಲಬ್‌ಗೆ 132 ಮಿಲಿಯನ್ ಡಾಲರ್ ನೀಡಿ ರೊನಾಲ್ಡೋರನ್ನು ಸಹಿ ಮಾಡಿಸಿಕೊಂಡಿತು. ರಿಯಲ್ ಮ್ಯಾಡ್ರಿಡ್ ಪರ ಆಡುವುದು ರೊನಾಲ್ಡೋ ಕನಸಾಗಿತ್ತು! 2015 ರವರೆಗಿನ ಒಪ್ಪಂದ ಅದು. ಆ ಅವಧಿಯಲ್ಲಿ ಅತ್ಯಂತ ಜನಪ್ರಿಯ ಆಟಗಾರರಾಗಿ ಹೊರಹೊಮ್ಮಿದ ರೊನಾಲ್ಡೋ ಹದಿನೈದು ಟ್ರೋಫಿಗಳನ್ನು ರಿಯಲ್ ಮ್ಯಾಡ್ರಿಡ್ ಕ್ಲಬ್‌ಗೆ ಗೆದ್ದು ಕೊಟ್ಟರು. 2018 ರಲ್ಲಿ ಇಟಲಿಯ ಜುವೆಂಟಸ್ ಕ್ಲಬ್ 100 ಮಿಲಿಯನ್ ಡಾಲರ್ ನೀಡಿ ಸಹಿ ಮಾಡಿಸಿಕೊಂಡಿತು. ಮೂವತ್ತರ ಹರೆಯ ದಾಟಿದ ಮೇಲೂ ತನ್ನ ಮೇಲೆ ಈ ಮೊತ್ತದ ಹಣ ಹಾಕುವಂತೆ ಮಾಡಿದ ಮೊದಲಿಗ! 2015ರಲ್ಲಿ ಪೋರ್ಚುಗೀಸ್ ಫುಟ್‌ಬಾಲ್ ಫೆಡರೇಶನ್ ಪೋರ್ಚುಗಲ್‌ನ ಸಾರ್ವಕಾಲಿಕ ಶ್ರೇಷ್ಠ ಆಟಗಾರ ಪ್ರಶಸ್ತಿ ನೀಡಿ ಗೌರವಿಸಿತು. 2016, 2017 ರಲ್ಲಿ ರೊನಾಲ್ಡೋ ಜಗತ್ತಿನಲ್ಲೇ ಅತೀ ಹೆಚ್ಚು ಆದಾಯವುಳ್ಳ ಕ್ರೀಡಾಪಟುವಾದರು! ಜಗತ್ತಿನ ನೂರು ಸರ್ವಶ್ರೇಷ್ಠ ವ್ಯಕ್ತಿಗಳೆಂದು ಟೈಮ್ಸ್ ಪತ್ರಿಕೆ ಆಯ್ಕೆ ಮಾಡಿದವರಲ್ಲಿ ರೊನಾಲ್ಡೋ ಕೂಡ ಇದ್ದರು! ಐದು ಚಾಂಪಿಯನ್ಸ್ ಲೀಗ್ ಪ್ರಶಸ್ತಿ ಗಳಿಸಿದ ಏಕೈಕ ಆಟಗಾರ ರೊನಾಲ್ಡೋ...

ಆರುನೂರಕ್ಕೂ ಹೆಚ್ಚು ಮಕ್ಕಳ ಅನಾಥಾಶ್ರಮವೂ ಸೇರಿದಂತೆ ನೂರಾರು ಸಾಮಾಜಿಕ ಸೇವಾ ಕಾರ್ಯಗಳನ್ನು ಮಾಡುತ್ತಿದ್ದಾರೆ

ರೊನಾಲ್ಡೋ. 2012 ರಲ್ಲಿ ತಮ್ಮ ಚಿನ್ನದ ಶೂ ಅನ್ನು ಮಾರಾಟ ಮಾಡಿ ಬಂದ 13 ಕೋಟಿ ಹಣದಿಂದ ಗೀರ್ಝಾದಲ್ಲಿ ಶಾಲೆ ತೆರೆದಿದ್ದರು. ಆಗಾಗ ರಕ್ತದಾನ ಮಾಡುವ ಕಾರಣಕ್ಕೆ ಮೈಮೇಲೆ ಹಚ್ಚೆ ಹಾಕಿಸಿಕೊಂಡಿಲ್ಲ! ತಂದೆ ಮೃತಪಟ್ಟಿದ್ದು ಅತಿಯಾದ ಮದ್ಯಪಾನದಿಂದ. ಹಾಗಾಗಿ ರೊನಾಲ್ಡೋ ಮದ್ಯಪಾನದಿಂದ ಮತ್ತು ಧೂಮಪಾನದಿಂದ ದೂರವಿರುವ ವ್ಯಕ್ತಿ. ಇಂದು ರೊನಾಲ್ಡೋ ಕೋಟಿ ಕೋಟಿ ಮಂದಿಯ ಆರಾಧ್ಯ ದೈವ, ಅವರು ತಲುಪಿದ ಎತ್ತರವನ್ನು ತಲುಪುವುದು ಫುಟ್‌ಬಾಲ್ ಮೈದಾನಕ್ಕಿಳಿಯುವ ಪ್ರತೀ ಆಟಗಾರರ ಕನಸು. ಆದರೆ ನೆನಪಿಟ್ಟುಕೊಳ್ಳಬೇಕಾದ ಸಂಗತಿಯೆಂದರೆ ಎಂಟರ ಹರೆಯದಿಂದಲೇ ರೊನಾಲ್ಡೋ ಫುಟ್‌ಬಾಲ್ ಅನ್ನೇ ಉಸಿರಾಡುತ್ತಿದ್ದ! ಪರಿಸ್ಥಿತಿ ಎಷ್ಟೇ ಕಷ್ಟಕರವಾಗಿದ್ದರೂ ರೊನಾಲ್ಡೋ ಒಂದು ವಿಚಾರ ಮಾತ್ರ ಮರೆಯಲಿಲ್ಲ. ಅದೆಂದರೆ ಪ್ರಾಕ್ಟೀಸ್! ಏನೇ ಆದರೂ ಆತ ದಿನವೂ ಮಾಡುವ ತನ್ನ ಕಠಿಣ ತರಬೇತಿಯನ್ನು ಬಿಡಲಿಲ್ಲ. ಈಗಲೂ ನಿತ್ಯ ಕನಿಷ್ಠ ಮೂರುಗಂಟೆಗಳ ಕಠಿಣ ತರಬೇತಿ ಕಡ್ಡಾಯ. "ತಾವು ಆರು ವರ್ಷ ಜತೆಗಿದ್ದಾಗ ಒಂದು ದಿನವೂ ಆತ ತರಬೇತಿ ತಪ್ಪಿಸಿಲ್ಲ" ಎನ್ನುತ್ತಾರೆ ಮ್ಯಾಂಚೆಸ್ಟರ್ ಯುನೈಟೆಡ್‌ನಲ್ಲಿದ್ದಾಗ ರೊನಾಲ್ಡೋರ ಮ್ಯಾನೇಜರ್ ಆಗಿದ್ದ ಸರ್ ಅಲೆಕ್ಸ್! ನೀವು ಜಗತ್ತಿನ ಯಾವುದೇ ಚಾಂಪಿಯನ್ ಆಟಗಾರರನ್ನು ನೋಡಿ, ಅವರೆಲ್ಲರಲ್ಲಿ ಇರುವ ಸಾಮಾನ್ಯ ಅಂಶವೆಂದರೆ ಏನೇ ಆದರೂ ತರಬೇತಿಯನ್ನು ನಿಲ್ಲಿಸದಿರುವುದು! ಯಶಸ್ಸಿಗೆ ಬೇಕಾದ ಮುಖ್ಯ ಅಂಶವೇ ಅದು. ಯಶಸ್ಸು ಎನ್ನುವುದು ಮಾತುಗಳ ಮೂಲಕ ಗಾಳಿಯಲ್ಲಿ ಕಟ್ಟಿದ ಗೋಪುರವಲ್ಲ! ಪ್ರಯತ್ನದ ಒಂದೊಂದೇ ಇಟ್ಟಿಗೆಯನ್ನು ಇಟ್ಟು ಕಟ್ಟಿದ ಬಲಿಷ್ಠ ಸೌಧವದು. ಇನ್ನು ಫಿಟ್‌ನೆಸ್ ವಿಷಯದಲ್ಲಂತೂ ರೊನಾಲ್ಡೋ ಇತರ ಆಟಗಾರರಿಗೆ ಮಾದರಿ!

ಕಠಿಣ ಪರಿಶ್ರಮದಿಂದ ಎಂಥ ಸ್ಥಾನದಲ್ಲಿದ್ದವರೂ ಯಶಸ್ಸು ಗಳಿಸಬಹುದು ಎನ್ನುವ ಸಂದೇಶ ನೀಡುತ್ತದೆ ರೊನಾಲ್ಡೋ ಬದುಕು. ಚಿಕ್ಕದೊಂದು ಊರಿನ ಬಡಕುಟುಂಬದ ಹುಡುಗ ತನ್ನ ಅಪ್ಪಟ ಪ್ರತಿಭೆ ಮತ್ತು ಅದನ್ನು ಪರಿಶ್ರಮದಿಂದ ದುಡಿಸಿಕೊಂಡ ಕಾರಣಕ್ಕೆ ಪ್ರತಿಯೊಬ್ಬರೂ ಕನಸು ಕಾಣುವಂತಹ ಎತ್ತರಕ್ಕೇರಿರುವುದು ನಿಜಕ್ಕೂ ಅದ್ಭುತ. "ನಿಮ್ಮಲ್ಲಿ ಅದ್ಭುತವಾದ ಪ್ರತಿಭೆ ಇದ್ದರೂ ಕಷ್ಟ ಪಡದಿದ್ದರೆ ಏನನ್ನೂ ಸಾಧಿಸಲಾಗದು. ಸ್ವನಂಬಿಕೆ, ಕಠಿಣ ಪರಿಶ್ರಮ, ಟೀಕೆಗಳಿಗೆ ಗಮನ ಕೊಡದಿರುವುದು, ನಿರ್ದಿಷ್ಟ ಗುರಿಗಳನ್ನು ಇಟ್ಟುಕೊಳ್ಳುವುದು, ಆಶಾವಾದ ಇವು ಯಶಸ್ಸಿನ ಗುಟ್ಟುಗಳು" ಎಂಬುದು ಎಳೆಯರಿಗೆ ರೊನಾಲ್ಡೋ ಹೇಳುವ ಕಿವಿಮಾತು. ಹೌದು, ಹಿಮಾಲಯದ ತುದಿ ತಲುಪುವ ಜನರ ಸಂಖ್ಯೆ ಬಹು ಕಡಿಮೆ. ದಾರಿ ಎಲ್ಲರಿಗೂ ಗೊತ್ತು. ಆದರೆ ಆ ಪ್ರತಿಕೂಲ ವಾತಾವರಣವನ್ನು

ಎದುರಿಸಿ ಪರಿಶ್ರಮ ಪಟ್ಟು ಹತ್ತುವುದು ಎಲ್ಲರಿಗೂ ಸಾಧ್ಯವಿಲ್ಲ. ಪ್ರಯಾಣ ಶುರು ಮಾಡಿ ನಿಲ್ಲಿಸಿ ಬಿಡುವವರೇ ಹೆಚ್ಚು. ವರ್ಷವರ್ಷಗಳ ಸತತ ಪ್ರಯತ್ನ ಮಾತ್ರ ಪರ್ವತಾರೋಹಿಗಳನ್ನು ಆ ಬೆಳ್ಳಿಬೆಟ್ಟದ ನೆತ್ತಿಯ ಮೇಲೆ ನಿಲ್ಲಿಸಬಹುದು. ಎಲ್ಲ ರಂಗದ ಯಶಸ್ಸಿನ ಕಥೆಯೂ ಇಷ್ಟೇ. ರೊನಾಲ್ಡೋರಂತಹ ಸಾಧಕರ ಉದಾಹರಣೆಗಳು ಮತ್ತೆ ಮತ್ತೆ ಈ ಅಂಶವನ್ನು ಸಾಬೀತುಪಡಿಸುತ್ತಲೇ ಇರುತ್ತವೆ. ಹೊಸ ಸಾಧಕರಿಗೆ ಸ್ಫೂರ್ತಿ ನೀಡುತ್ತಲೇ ಇರುತ್ತವೆ.

4

ತತಕ್ಷಣದ ಸಂತೋಷ ವರ್ಸಸ್ ದೀರ್ಘಕಾಲೀನ ಸಂತೋಷ

ಇಂದು ನಮ್ಮೆಲ್ಲರಿಗೂ ಬೇಕಿರುವುದು ತಕ್ಷಣದ ಸಂತೋಷ. ತುರ್ತು ಜನಪ್ರಿಯತೆ, ಅರ್ಜೆಂಟ್ ಶ್ರೀಮಂತಿಕೆ. ಹೇಳಿಕೇಳಿ ಇದು ಇನ್‌ಸ್ಟಂಟ್ ಯುಗ. ಹಾಗಾಗಿ ಎಲ್ಲವೂ ನಮಗೀಗ ಸುಲಭವಾಗಿ ದಕ್ಕಬೇಕು, ಬೇಗನೆ ಸಿಗಬೇಕು. ಒಂದು ಯೂಟ್ಯೂಬ್ ವೀಡಿಯೋ ಶುರುವಾಗಲು ಹತ್ತು ಸೆಕೆಂಡುಗಳಿಗಿಂತ ಜಾಸ್ತಿ ತೆಗೆದುಕೊಂಡರೆ ನೋಡುವ ತಾಳ್ಮೆ ಇಲ್ಲದೇ ಮುಂದಿನ ವೀಡಿಯೋ ಸ್ಕ್ರೋಲ್ ಮಾಡುವ ನಮಗೆ, ಟ್ರಾಫಿಕ್‌ನಲ್ಲಿ ಹಸಿರುದೀಪ ಹತ್ತಿದಾಗ ಮುಂದಿನವರು ವಾಹನ ಚಲಾಯಿಸಲು ಇಪ್ಪತ್ತು ಸೆಕೆಂಡ್ ತಡಮಾಡಿದರೆ ಕೆಳತುಟಿಯನ್ನು ಹಲ್ಲಿಂದ ಕಚ್ಚಿಹಿಡಿದು ಎಂದು ಮುಖ ಸಿಂಡರಿಸಿ ಹಾರ್ನು ಒತ್ತುವ ನಮಗೆ, ಮನೆಯಲ್ಲಿ ನೀರು ಕೇಳಿದಾಗ ತರಲು ಮೂವತ್ತು ಸೆಕೆಂಡ್ ತಡವಾದರೆ ಅಸಹನೆಯಿಂದ ಕುದಿಯುವ ನಮಗೆ, ಕರಗಂಟೆ ಒತ್ತಿದಾಗ ಬಾಗಿಲು ತೆರೆಯಲು ಮುಕ್ಕಾಲು ನಿಮಿಷ ಹೆಚ್ಚಾದರೆ ತಾಳ್ಮೆ ಎಂಬುದು ಮರೀಚಿಕೆಯಾಗಿಬಿಟ್ಟಿದೆ. ಮತ್ತು ಹಿಂದೆಂದಿಗಿಂತಲೂ ಹೆಚ್ಚಾಗಿ ಇಂದು ಚಿಕ್ಕವರಿಂದ ಹಿಡಿದು ದೊಡ್ಡವರವರೆಗೆ ಎಲ್ಲರೂ ತಾಳ್ಮೆರಹಿತ ಮನಸ್ಥಿತಿ ಹೊಂದಿದವರಾಗಿದ್ದಾರೆ. ಪರಿಣಾಮ ಗುರಿಸಾಧನೆಗಾಗಿ ದೀರ್ಘಾವಧಿಯ ಕಾಲ ಶ್ರಮ ಪಡುವ ಮನಸ್ಥಿತಿ ಮಾಯವಾಗುತ್ತಿದೆ. ಕಾರಣವಿಷ್ಟೇ ಜನರು ದೀರ್ಘ ಕಾಲದ ಲಾಭಕ್ಕಿಂತ ತಕ್ಷಣದ ಸಂತಸವನ್ನು ಆಶಿಸುತ್ತಾರೆ.

ಓರ್ವ ಕಾಲೇಜು ಉಪನ್ಯಾಸಕಿಯಾಗಿರುವ ನಾನು ಈ ಮನಸ್ಥಿತಿ ವಿದ್ಯಾರ್ಥಿಗಳಲ್ಲಿ ಕಾಳ್ಗಿಚ್ಚಿನಂತೆ ಹರಡುತ್ತಿರುವುದನ್ನು ದುಃಖದಿಂದಲೇ ನಿಮ್ಮೊಂದಿಗೆ ಹಂಚಿಕೊಳ್ಳಬಯಸುತ್ತೇನೆ. ಪ್ರಾರಂಭದಿಂದಲೂ ಶಿಸ್ತಿನಿಂದ

ಒಂದೋ ಎರಡೋ ಗಂಟೆ ಓದಿದರೆ ಸಾಕು ಕನಿಷ್ಠ ತೊಂಬತ್ತೈದು ಅಂಕ ಗಳಿಸಬಲ್ಲ ಸಾಮರ್ಥ್ಯವಿರುವವರು ವರ್ಷವಿಡೀ ಮೊಬೈಲಲ್ಲಿ ಮುಳುಗಿ ಎಪ್ಪತ್ತು ಎಂಬತ್ತು ಅಂಕಗಳಿಗೆ ತೃಪ್ತಿ ಪಡುತ್ತಾರೆ. ಎಪ್ಪತ್ತು ಎಂಬತ್ತು ಅಂಕ ಗಳಿಸಬಲ್ಲವರು ಐವತ್ತು ಅರವತ್ತಕ್ಕೂ, ಅರವತ್ತು ಗಳಿಸಬಲ್ಲವರು ಮೂವತ್ತೈದಕ್ಕೂ ಸಮಾಧಾನ ಪಟ್ಟುಕೊಳ್ಳುತ್ತಾರೆ. ವರ್ಷದಿಂದ ವರ್ಷಕ್ಕೆ ಪ್ರಶ್ನೆ ಪತ್ರಿಕೆಗಳು ಸುಲಭವಾಗುತ್ತಲೇ ಹೋದರೂ, ದಿನಕ್ಕೆ ಅರ್ಧ ಗಂಟೆ ಓದಿದರೂ ತೇರ್ಗಡೆ ಹೊಂದುವುದು ಸುಲಭವಾಗಿರುವ ಈ ಕಾಲದಲ್ಲೂ ಪುಸ್ತಕದೊಂದಿಗೆ ದ್ವೇಷ ಸಾಧಿಸಿ ಅನುತ್ತೀರ್ಣರಾಗುವವರಿದ್ದಾರೆ. ಇದಕ್ಕೆಲ್ಲ ಕಾರಣ ತತಕ್ಷಣದ ಖುಶಿಗಾಗಿ ಏನನ್ನೂ ಬೇಕಾದರೂ ತ್ಯಾಗ ಮಾಡುವ ಮನಸ್ಥಿತಿ, ಗೊತ್ತಿದ್ದೂ ಗೊತ್ತಿದ್ದೂ ಬಂಗಾರದಂತಹ ಉಜ್ವಲ ಭವಿಷ್ಯವನ್ನೂ ಕೂಡ.

ಕ್ಷಣಿಕ ಆಮಿಷಗಳಿಗೆ ಬಲಿ ಬೀಳದವರು ಅದ್ಭುತಗಳನ್ನು ಸಾಧಿಸುತ್ತಾರೆ ಎಂಬುದು ಸಂಶೋಧನೆಗಳಿಂದ ದೃಢಪಟ್ಟಿದೆ. ಇದನ್ನು ಡಿಲೇಯ್ಡ್ ಗ್ರಾಟಿಫಿಕೇಶನ್ ಎನ್ನುತ್ತಾರೆ. ಅಂದರೆ ಕನ್ನಡದಲ್ಲಿ ಮುಂದೂಡಲ್ಪಟ್ಟ ಸಂತೃಪ್ತಿ ಎನ್ನಬಹುದೇನೋ. ಅಮೆರಿಕದಲ್ಲಿ ಇದನ್ನು ಸಾಬೀತುಪಡಿಸಲು ಒಂದು ಪ್ರಯೋಗ ಮಾಡಲಾಯಿತು. ಸ್ಟಾನ್‌ಫೋರ್ಡ್ ವಿಶ್ವವಿದ್ಯಾಲಯದ ವಾಲ್ಟರ್ ಮಿಶೆಲ್ ಎಂಬ ಮನಃಶಾಸ್ತ್ರಜ್ಞರ ನೇತೃತ್ವದ ತಂಡ 1960ರ ದಶಕದಲ್ಲಿ ಒಂದು ಪ್ರಯೋಗ ಮಾಡಿತು. ನಾಲ್ಕೋ ಐದೋ ವರ್ಷದ ಒಂದು ಮಗುವನ್ನು ಕೋಣೆಯಲ್ಲಿ ಕೂರಿಸಿ ಅದರ ಕೈಗೆ ಒಂದು ಮಾರ್ಶ್‌ಮಲ್ಲೋ (ಕ್ಯಾಂಡಿ ತರಹದ ಸಿಹಿ ತಿನಿಸು) ಕೊಡುವುದು. ಕೊಟ್ಟ ಮೇಲೆ ಆ ಮಗುವಿಗೆ ಎರಡು ಆಯ್ಕೆ ಕೊಡುವುದು. ಮೊದಲನೆಯದು ಆ ಮಗು ತಕ್ಷಣ ಅದನ್ನು ತಿನ್ನಬಹುದು. ಎರಡನೆಯದು ಒಂದಿಷ್ಟು ಸಮಯ ನಿಗದಿಗೊಳಿಸಿ (ಹೆಚ್ಚೆಂದರೆ ಹದಿನೈದು ನಿಮಿಷ), ಆ ಸಮಯದವರೆಗೆ ಸಿಹಿಯನ್ನು ತಿನ್ನದೇ ಕಾದರೆ ಏನಾದರೂ ಉಡುಗೊರೆ ಕೊಡುತ್ತೇನೆಂದು ಹೇಳುವುದು. ಆ ಗಿಫ್ಟ್ ಇನ್ನೊಂದು ಸಿಹಿತಿಂಡಿ, ಕುಕೀ ಏನಾದರೂ ಆಗಿರಬಹುದು. ನಂತರ ಆ ಮಗುವನ್ನು ಕೋಣೆಯಲ್ಲಿ ಬಿಟ್ಟು ಹೊರಬರಲಾಗುತ್ತಿತ್ತು. ಬಹಳಷ್ಟು ಮಕ್ಕಳ ಮೇಲೆ ಈ ಪ್ರಯೋಗ ಮಾಡಲಾಯಿತು. ಬಾಯಲ್ಲಿ ನೀರೂರಿಸುವ ಸಿಹಿ ಕೈಯ್ಯಲ್ಲಿ, ಮೇಲಾಗಿ ನೋಡುವವರು ಯಾರೂ ಇಲ್ಲ! ಚಿಕ್ಕ ಮಕ್ಕಳು ಬಹಳ ಜನ ಪಟಕ್ಕನೆ ಬಾಯಲ್ಲಿ ಹಾಕಿಕೊಳ್ಳುತ್ತಿದ್ದರು, ಇನ್ನು ಕೆಲವರು ಎರಡು ಮೂರು ನಿಮಿಷ ಕಾದು ತಡೆಯಲಾರದೇ ತಿಂದುಬಿಡುತ್ತಿದ್ದರು. ಮತ್ತೂ ಕೆಲವು ಮಕ್ಕಳು ಆರೇಳು ನಿಮಿಷ ಕಾಯುತ್ತಿದ್ದರು. ಆದರೆ ಕೆಲ ದೃಢಮನಸ್ಸಿನ ಪೋರಪೋರಿಯರು ಮನಸ್ಸನ್ನು ನಿಗ್ರಹಿಸಿ ಬಹುಮಾನ ಗೆದ್ದೇಬಿಟ್ಟರು. ಈ ಪ್ರಯೋಗಕ್ಕೆ ಒಳಪಟ್ಟ

ಎಲ್ಲ ಮಕ್ಕಳ ಮಾಹಿತಿಯನ್ನೂ ಸತತವಾಗಿ ಅವರು ದೊಡ್ಡವರಾದ ಮೇಲೂ ಪಡೆಯಲಾಯಿತು. ಅಧ್ಯಯನದ ಪ್ರಕಾರ ಯಾರು ಹೇಳಿದಷ್ಟು ಸಮಯ ತಾಳ್ಮೆಯಿಂದ ಕಾದು ಬಹುಮಾನ ಗಿಟ್ಟಿಸಿಕೊಂಡರೋ ಆ ಮಕ್ಕಳು ಮುಂದೆ ಅತ್ಯುತ್ತಮ ಶಿಕ್ಷಣ ಪಡೆದರು, ಉತ್ತಮ ಉದ್ಯೋಗ ಗಿಟ್ಟಿಸಿದರು, ಜೀವನದಲ್ಲಿ ಯಶಸ್ಸು ಕಂಡರು. ಅವರ ಆರೋಗ್ಯ ಚೆನ್ನಾಗಿತ್ತು, ವೈಯಕ್ತಿಕ ಸಂಬಂಧಗಳು ಚೆನ್ನಾಗಿದ್ದವು. ಈ ಪ್ರಯೋಗಕ್ಕೆ ವಿಭಿನ್ನ ಹಿನ್ನೆಲೆಯ ಮಕ್ಕಳನ್ನು ಆಯ್ದುಕೊಳ್ಳಲಾಗಿತ್ತು. ಮಕ್ಕಳ ಆರ್ಥಿಕ ಹಿನ್ನೆಲೆಗಿಂತ ಅವರ ವಿಲ್ ಪವರ್ ಅತ್ಯುತ್ತಮ ಫಲಿತಾಂಶಕ್ಕೆ ಕಾರಣವಾಗುತ್ತದೆಂಬ ತೀರ್ಮಾನಕ್ಕೆ ಬರಲಾಯಿತು.

ಈ ರೀತಿಯ ಪ್ರಯೋಗಗಳ ಫಲಿತಾಂಶ ಹೀಗೇ ಎಂದು ಹೇಳಲಾಗುವುದಿಲ್ಲ ಬಿಡಿ, ಎಲ್ಲದಕ್ಕೂ ಅಪವಾದ ಇದ್ದೇ ಇರುತ್ತದೆ. ಆದರೆ ಒಂದಂತೂ ನಿಜ ಯಾರು ಕ್ಷಣಿಕ ಖುಶಿಯನ್ನು ಅಂದರೆ ಈಗಿನ ಯುವಜನರ ಭಾಷೆಯಲ್ಲಿ ಎಂಜಾಯ್ ಮಾಡುವುದನ್ನು ಮುಂದೂಡುತ್ತಾರೋ ಅವರು ಬದುಕಿನಲ್ಲಿ ಯಶಸ್ವಿಯಾಗುವುದಂತೂ ಖಂಡಿತ. ಈ ರೀತಿಯ ತತಕ್ಷಣದ ಸಂತೋಷದಿಂದ ತೃಪ್ತಿ ಪಡೆಯುವುದನ್ನು ಇನಸ್ಟಂಟ್ ಗ್ರಾಟಿಫಿಕೇಷನ್ ಎನ್ನುತ್ತಾರೆ. ಚಿಕ್ಕವರ ಮೇಲೆ ಪ್ರಯೋಗ ಮಾಡಿದಂತೆ ದೊಡ್ಡವರ ಮೇಲೂ ಒಂದು ಚಿಕ್ಕ ಪ್ರಯೋಗ ಮಾಡಲಾಯಿತು. ಮುಂದಿನವಾರ ಪೂರ್ತಿ ನಿಮಗೆ ಉಚಿತವಾಗಿ ಸೇಬು ಅಥವಾ ಚಾಕಲೇಟ್ ಕೊಡಲಾಗುವುದೆಂದು ಹೇಳಿದಾಗ ಹತ್ತಕ್ಕೆ ಆರು ಜನ ಸೇಬುವನ್ನೂ, ನಾಲ್ಕು ಜನ ಚಾಕಲೇಟ್ ಅನ್ನೂ ಆಯ್ದುಕೊಂಡರು. ಆದರೆ ತಕ್ಷಣ ತಿನ್ನಲು ಕೊಡುತ್ತೇವೆ ಎಂದಾಗ ಕೇವಲ ಇಬ್ಬರು ಮಾತ್ರ ಸೇಬು ಆಯ್ಕೆ ಮಾಡಿಕೊಂಡರೆ ಉಳಿದ ಎಂಟು ಜನ ಚಾಕಲೇಟ್ ಆಯ್ದುಕೊಂಡರು. ಅಂದರೆ ಮುಂದಿನ ವಾರದ ಆಯ್ಕೆ ಮಾಡುವಾಗ ಬಹಳಜನ ಆರೋಗ್ಯಕರ ಆಯ್ಕೆಯನ್ನೇ ಮಾಡಿದರು. ಆದರೆ ತಕ್ಷಣದ ಆಯ್ಕೆಯಾಗಿ ಚಾಕಲೇಟಿಗೆ ಶರಣಾದರು. ಚಾಕಲೇಟ್ ತಿನ್ನುವ ತುಡಿತವನ್ನು ನಿಯಂತ್ರಿಸಲು ಎಂಬತ್ತು ಪ್ರತಿಶತ ಜನರಿಗೆ ಆಗಲಿಲ್ಲ. ಇದರರ್ಥ ದೂರದ ಆಯ್ಕೆ ಮಾಡುವಾಗ ನಾವು ಒಳ್ಳೆಯ ಆಯ್ಕೆಯನ್ನೇ ಮಾಡುತ್ತೇವೆ. ಉದಾಹರಣೆಗೆ ಓದುವ ಟೈಂ ಟೇಬಲ್ ಹಾಕಿಕೊಳ್ಳುವಾಗ ಅದು ಹತ್ತು ಹನ್ನೆರಡು ಗಂಟೆಯದ್ದು. ಅದನ್ನು ಪಾಲಿಸುವಾಗ ಎರಡು ಗಂಟೆ ಕೂರುವುದೂ ಕಷ್ಟ! ಬಹಳ ಜನರ ವಾಕಿಂಗ್ ಪ್ಲಾನ್ ಕೂಡ ಇದೇ ಥರ. ವಾರದಲ್ಲಿ ಐದು ದಿನದ ಯೋಜನೆ ಕೊನೆಗೆ ತಿಂಗಳಿಗೊಮ್ಮೆಯೂ ಜಾರಿಗೆ ಬರುವುದಿಲ್ಲ. ಇನ್ನು ಮಹಾನಗರಗಳಲ್ಲಿ ಜಿಮ್‌ಗೆ ತಿಂಗಳ ಹಣ ಕಟ್ಟಿ ವ್ಯರ್ಥ ಮಾಡುವವರೇ ಬಹಳ. ಈ ಪಟ್ಟಿಯಲ್ಲಿ ಮೊಬೈಲ್ ಗೇಮ್ ಆಡುವುದು, ಫೇಸ್ ಬುಕ್‌ನಲ್ಲೇ ಮುಳುಗಿರುವುದು, ಅತಿಯಾಗಿ ಸಿನಿಮಾ

ನೋಡುವುದು, ಪದೇ ಪದೇ ಪಾರ್ಟಿ ಮಾಡುವುದು, ಕಣ್ಣಿಗೆ ಬಿದ್ದ ಹೊಸ ವಿನ್ಯಾಸದ ಬಟ್ಟೆಯನ್ನೆಲ್ಲ ಖರೀದಿಸುವುದು, ಕುಡಿತ, ಮತ್ತಿತರ ದುರಭ್ಯಾಸಗಳು... ಹೀಗೆ ಆ ಕ್ಷಣಕ್ಕೆ ಸಂತೋಷ ಕೊಡುವಂತಹ ಎಲ್ಲಾ ಸಂಗತಿಗಳೂ ಬರುತ್ತವೆ. ಬದುಕೆಂದರೆ ಇವೇ ಎಂಬುದು ಬಹಳ ಜನರ ಅಭಿಪ್ರಾಯ. ಜೀವನ ಇಷ್ಟಕ್ಕೆ ಸೀಮಿತವಾಗಿಲ್ಲ ಎಂಬ ಬೇಸಿಕ್ ವಿಚಾರವೇ ಬಹಳ ಮಂದಿಗೆ ಅರ್ಥವಾಗುತ್ತಿಲ್ಲ.

ಖುಶಿಯನ್ನು, ಆರಾಮನ್ನು ಎಲ್ಲರೂ ಇಷ್ಟಪಡುತ್ತಾರೆ. ನೋವನ್ನು, ಕಷ್ಟವನ್ನು ಯಾರೂ ಇಷ್ಟಪಡುವುದಿಲ್ಲ. ನೂರಕ್ಕೆ ನೂರು ಅಂಕ ತೆಗೆಯುವ ವಿದ್ಯಾರ್ಥಿಗಳಿಗೆ ಓದುವುದು ಬಹಳ ಇಷ್ಟವೆಂದು ಅವರು ಓದುವುದಲ್ಲ, ಅವರಿಗೂ ಸಿನಿಮಾ ನೋಡಲು ಇಷ್ಟ, ಸಾಮಾಜಿಕ ಜಾಲತಾಣದಲ್ಲಿ ಕಳೆದುಹೋಗಲು ಇಷ್ಟ. ಆದರೆ ಈಗಿನ ಕೆಲಸ ಮಾಡಬಹುದಾದ ದೂರಗಾಮಿ ಪರಿಣಾಮಗಳ ಬಗ್ಗೆ ಅವರಿಗೆ ಗೊತ್ತು. ಇಂದು ಓದದೇ ಹೋದರೆ ನಾಳೆಗೆ, ನಾಳೆ ಓದದೇ ಹೋದರೆ ನಾಡಿದ್ದಿಗೆ ಹೊರೆ ಹೆಚ್ಚುತ್ತ ಹೋಗಿ ತಿಂಗಳು ಕಳೆಯುವಷ್ಟರಲ್ಲಿ ಏನಾಗುತ್ತದೆಂಬುದು ಗೊತ್ತು. ಹಾಗಾಗಿ ಆಕರ್ಷಣೆಗಳನ್ನು ಮೀರಿ ದಿನನಿತ್ಯದ ತಮ್ಮ ಕೆಲಸಗಳಿಗೆ ಅವರು ಅಂಟಿಕೊಳ್ಳುತ್ತಾರೆ. ಇತರ ವಿದ್ಯಾರ್ಥಿಗಳು ತತಕ್ಷಣದ ಫಲ ಬಯಸಿ ಓದಿನಿಂದ ವಿಮುಖರಾಗಿ ಪರೀಕ್ಷೆಯಲ್ಲಿ ವಿಫಲರಾದರೆ ಇವರು ತಾಳ್ಮೆಯಿಂದ ಅಧ್ಯಯನ ನಡೆಸಿದ್ದಕ್ಕೆ ವರ್ಷಾಂತ್ಯದಲ್ಲಿ ಭರ್ಜರಿ ಫಸಲನ್ನೂ ಪಡೆಯುತ್ತಾರೆ. ಮನರಂಜನೆಗೆ ಬೇಕಾದಷ್ಟು ಸಮಯವನ್ನೂ ಪಡೆಯುತ್ತಾರೆ. ಇಡೀ ದಿನ ನಾವು ಮಾಡುವ ಕೆಲಸಗಳು ಯಾವುದಾದರೂ ಪ್ರತಿಫಲ ಬಯಸಿಯೇ ಮಾಡಲ್ಪಡುವಂಥವು. ದಿನವೂ ಬೆಳಗ್ಗೆ ಎದ್ದು ಗಂಟೆಗಟ್ಟಲೆ ಪ್ರಯಾಣ ಮಾಡಿ ಕೆಲಸಕ್ಕೆ ಹೋಗುತ್ತೇವೆಂದರೆ ಅದಕ್ಕೆ ಇತರ ಕಾರಣಗಳಿದ್ದರೂ ಮುಖ್ಯ ಕಾರಣ ತಿಂಗಳ ಕೊನೆಯಲ್ಲಿ ಅಕೌಂಟಿಗೆ ಬಂದು ಬೀಳುವ ಸಂಬಳ!

ನಮ್ಮ ಯುವಜನರ ಬಹುದೊಡ್ಡ ಸಮಸ್ಯೆ ಅವರಿಗೆ ಬದುಕಿನ ಎಲ್ಲ ಸಂತಸಗಳೂ ಬೇಕು. ಆದರೆ ಸಮಸ್ಯೆಯೇನೆಂದರೆ ಅದಕ್ಕಾಗಿ ತಾಳ್ಮೆಯಿಂದ ಕಾಯುವಷ್ಟು, ಗುರಿ ಸಾಧನೆಗಾಗಿ ಕಷ್ಟಪಡುವಷ್ಟು ವ್ಯವಧಾನವಿರುವವರು ಕಡಿಮೆ. ಕಷ್ಟಪಟ್ಟಷ್ಟೂ ಸಾಧನೆಗೆ ಮತ್ತಷ್ಟು ಮೆರುಗು. ಹೊಟ್ಟೆ ತುಂಬಿದಾಗ ತಿಂದರೆ ಮೃಷ್ಟಾನ್ನವೂ ರುಚಿಸದು. ಆದರೆ ಹಸಿವಾದರೆ ಊಟದ ಮಜವೇ ಬೇರೆ. ಅದೇ ರೀತಿ ಹಗಲಿರುಳು ಕಷ್ಟಪಟ್ಟು ಯಶಸ್ಸಿನ ಮೆಟ್ಟಿಲೇರಿದರೆ ಸಿಗುವ ಆನಂದ ಅಪರೂಪದ್ದು. ಯಶಸ್ಸಿಗಾಗಿ ಶಾರ್ಟ್‌ಕಟ್‌ಗಳನ್ನು ಹುಡುಕುವುದು ಮೂರ್ಖತನ. ಕೈಕೆಸರಾಗದೇ ಬಾಯಿ ಮೊಸರಾಗುವುದು ಕನಸಿನಲ್ಲಿ ಮಾತ್ರ ಸಾಧ್ಯ. ಕೆಲಸಕ್ಕಿಂತ ಮೊದಲು ಯಶಸ್ಸು ಸಿಗುವುದು ಇಂಗ್ಲಿಷ್ ಶಬ್ದಕೋಶದಲ್ಲಿ ಮಾತ್ರ ಎಂಬ ಸಾಮಾನ್ಯ ಸಂಗತಿ ಎಲ್ಲರಿಗೂ ಗೊತ್ತಿರುವುದೇ.

ಮಜವೆಂದರೆ ಈ ಅಲ್ಪಕಾಲದ ಖುಶಿಗಳು ನಮ್ಮ ಭವಿಷ್ಯಕ್ಕೆ ಯಾವ ಸಹಾಯವನ್ನೂ ಮಾಡುವುದಿಲ್ಲ ಎಂದು ನಮಗೆ ಗೊತ್ತಿರುತ್ತದೆ. ಅದರಿಂದ ನಮ್ಮ ವ್ಯಕ್ತಿತ್ವದಲ್ಲಾಗಲೀ, ಓದು ಉದ್ಯೋಗದಲ್ಲಾಗಲೀ ಯಾವ ಬೆಳವಣಿಗೆಯೂ ಸಾಧ್ಯವಿಲ್ಲ, ಬದಲಾಗಿ ಮಾಡಬೇಕಾದ ಮುಖ್ಯ ಕೆಲಸಗಳೆಲ್ಲ ಹಿಂದುಳಿಯುತ್ತವೆ. ಮುಖ್ಯ ಕೆಲಸಗಳು ಹಿಂದುಳಿದರೆ ನಮ್ಮ ದಿನಚರಿಯೇ ಅಸ್ತವ್ಯಸ್ತವಾಗುತ್ತದೆ. ದೈನಂದಿನ ಕೆಲಸಗಳು ಹೆಚ್ಚುಕಡಿಮೆಯಾದರೆ ವೃತ್ತಿಯಲ್ಲಿ, ಓದಿನಲ್ಲಿ ಹಿನ್ನಡೆ ಅನುಭವಿಸುತ್ತೇವೆ. ನಮ್ಮ ಅಭ್ಯಾಸಗಳನ್ನು ಸರಿಪಡಿಸಿಕೊಳ್ಳದೇ ಹೋದರೆ ಹಿನ್ನಡೆ ಸೋಲಾಗಿ ಪರಿವರ್ತಿತವಾಗುತ್ತದೆ. ಹಣಕಾಸಿನ ಪರಿಸ್ಥಿತಿ ಏರುಪೇರಾಗಿ ಸಾಲ ಹೆಚ್ಚುತ್ತದೆ, ಆರೋಗ್ಯ ಕೈಕೊಡಲಾರಂಭಿಸುತ್ತದೆ, ಸಂಬಂಧಗಳಲ್ಲಿ ಬಿರುಕು ಮೂಡಲಾರಂಭಿಸುತ್ತದೆ. ಹೀಗೆ ಸೋಲಿನ ಸರಮಾಲೆ ಪ್ರಾರಂಭವಾಗುತ್ತದೆ. ಸೋಲಿನ ವಿಷವರ್ತುಲ ಎಂದರೆ ಇದೇ. ಅದು ಕೊನೆಗೆ ಹೋಗಿ ತಲುಪುವುದು ಅಧಃಪತನದ ಪಾತಾಳವನ್ನೇ. ಇರುಳು ಕಂಡ ಬಾವಿಗೆ ಹಗಲು ಬೀಳುವುದೆಂಬ ಗಾದೆ ಮಾತನ್ನು ಬರೆದವ ಅದೆಷ್ಟು ಬುದ್ಧಿವಂತನಿರಬಹುದು! ಹೀಗೆಯೇ, ಒಂದಲ್ಲ, ಎರಡಲ್ಲ ವರ್ಷವರ್ಷಗಳು ಉರುಳಿಹೋಗುತ್ತಿರುತ್ತವೆ. ನಮ್ಮ ಜತೆಯೇ ಇದ್ದವರು, ನಮಗಿಂತ ಓದಿನಲ್ಲಿ ಕಡಿಮೆ ಅಂಕ ತೆಗೆದವರು ಎಲ್ಲಿಗೋ ಹೋಗಿ ತಲುಪಿರುತ್ತಾರೆ. ನಾವು ಮಾತ್ರ ನಮ್ಮ ನಸೀಬನ್ನು ಶಪಿಸಿಕೊಳ್ಳುತ್ತ ಮತ್ತೊಬ್ಬರ ಅದೃಷ್ಟದ ಕುರಿತು ಕೊಂಕು ಮಾತಾಡುತ್ತಿರುತ್ತೇವೆ!

ವಿಲ್‌ಪವರ್ ಅಥವಾ ಮನೋಬಲ ಎಂಬುದು ಯಶಸ್ಸಿಗೆ ಬೇಕೇ ಬೇಕಾದ ಸಂಗತಿ. ಬಹಳ ಮಂದಿ ತಮ್ಮ ಮೂಡ್‌ಗೆ ಅನುಗುಣವಾಗಿ ಕಾರ್ಯ ನಿರ್ವಹಿಸುತ್ತಾರೆ. ಖುಶಿಯಾದಾಗ ಒಂದು ಗಂಟೆ ಜಾಸ್ತಿ ಓದುವುದು, ಬೇಜಾರಾದಾಗ ಮೂರು ದಿನ ಪುಸ್ತಕ ಮುಟ್ಟದಿರುವುದು ಸಾಮಾನ್ಯ. ಆದರೆ ತಕ್ಷಣದ ಖುಶಿಗಳಿಗೆ ಆಸೆ ಪಡದೇ ಆಕಾಶ ಕಳಚಿ ಬಿದ್ದರೂ ತನ್ನ ಕೆಲಸ ತಾನು ಮಾಡಿಕೊಂಡು ಹೋಗುವವರು ಕೆಲವರಿರುತ್ತಾರೆ. ಇಂಥವರೇ ಸಾಧಕರಾಗುತ್ತಾರೆ, ವಿಶಿಷ್ಟವಾದುದನ್ನು ಸಾಧಿಸುತ್ತಾರೆ. ಹೊರಗಿನ ಸಂಗತಿಗಳು ನಮ್ಮ ದೈನಂದಿನ ಕಾರ್ಯವನ್ನು ಪ್ರಭಾವಿತಗೊಳಿಸದಂತೆ ಕಾದುಕೊಳ್ಳುವುದು ವಿಲ್‌ಪವರ್. ಆದರೆ ಈ ಮನೋಬಲವನ್ನು ಬೆಳೆಸಿಕೊಳ್ಳುವುದು ಅಷ್ಟು ಸುಲಭವಲ್ಲ. ಮರ್ಕಟ ಮನಸ್ಸನ್ನು ಹಿಡಿದಿಡುವ ಕಲೆಯನ್ನು ಕಷ್ಟಪಟ್ಟೇ ಬೆಳೆಸಿಕೊಳ್ಳಬೇಕು. ಬೆಳಗ್ಗೆ ಹತ್ತು ನಿಮಿಷ ಒಂದೆಡೆ ಕಣ್ಮುಚ್ಚಿ ಕುಳಿತು ದೀರ್ಘ ಉಸಿರಾಟ ನಡೆಸುವುದು ಸಹಕಾರಿ. ಸಣ್ಣಸಣ್ಣ ಗುರಿಗಳನ್ನು ಹಾಕಿಕೊಂಡು ಅದನ್ನು ಸಾಧಿಸಲು ಪ್ರಯತ್ನಿಸಬೇಕು. ಉದಾಹರಣೆಗೆ ಒಂದು ಪಾಠ ಓದಿ ಆಗುವವರೆಗೆ ತಿಂಡಿ ತಿನ್ನುವುದಿಲ್ಲ ಎಂದುಕೊಳ್ಳುವುದು, ಒಂದು ದಿನ ಟಿವಿ

ನೋಡದೇ ಇರುವುದು, ದಿನದಲ್ಲಿ ಇಂತಿಷ್ಟು ಗಂಟೆ ಮೊಬೈಲ್ ಮುಟ್ಟುವುದಿಲ್ಲ ಎಂದುಕೊಂಡು ಅದರಂತೆ ನಡೆಯುವುದು, ಒಂದು ಚೂರೂ ಮನಸ್ಸಿಲ್ಲದಿದ್ದರೂ ಕೋಣೆಯನ್ನು ಶುಚಿಗೊಳಿಸುವುದು, ಮಧ್ಯಾಹ್ನವಿಡೀ ಮಲಗಬೇಕು ಎನ್ನಿಸಿದಾಗಲೇ ಬಟ್ಟೆ ತೊಳೆಯುವುದನ್ನೋ, ಇಸ್ತ್ರಿ ಮಾಡುವುದನ್ನೋ ಮಾಡುವುದು ಹೀಗೆ ನಮಗೆ ಇಷ್ಟವಿಲ್ಲದ ಆದರೆ ಅಗತ್ಯವಾದ ಚಿಕ್ಕಪುಟ್ಟ ಕೆಲಸಗಳನ್ನು ಮಾಡುತ್ತ ಹೋದರೆ ಮನೋಬಲ ವೃದ್ಧಿಸುತ್ತದೆ.

ಕನಸು ಕಾಣುವುದು, ಯೋಜನೆಗಳನ್ನು ಹಾಕಿಕೊಳ್ಳುವುದು ಸುಲಭ. ಆದರೆ ತಕ್ಷಣದ ಸಂತಸ ಪಡೆಯುವ ಹಂಬಲವನ್ನು ಮೀರಿನಿಂತು ಕ್ರಿಯಾಶೀಲರಾಗುವವರಿಗೆ ಮಾತ್ರ ಯಶಸ್ಸು ಲಭಿಸುವುದು. ಮನಸ್ಸು ಬಯಸಿದ್ದನ್ನೇ ಮಾಡುತ್ತ ಹೋದರೆ ಎಲ್ಲಿ ತಲುಪುತ್ತೇವೆಯೋ ಗೊತ್ತಿಲ್ಲ, ಆದರೆ ಏನನ್ನು ಮಾಡುವ ಅವಶ್ಯಕತೆ ಇದೆಯೋ ಅದನ್ನೇ ಮಾಡಿದರೆ ಗೆಲುವು ಸಿಕ್ಕೇ ಸಿಗುತ್ತದೆ. ಇದು ಸಾರ್ವಕಾಲಿಕ ಸತ್ಯ.

5

ಸಂಘರ್ಷಗಳೇ ರೂಪಿಸಿದ ಹೀರೋ ಲಿಯೊನೆಲ್ ಮೆಸ್ಸಿ

ಫುಟ್‌ಬಾಲ್‌ನ ವಿಷಯ ಎಲ್ಲೇ ಯಾರೇ ಮಾತಾಡಲಿ ಅಲ್ಲಿ ಈತನ ಹೆಸರು ಬರಲೇಬೇಕು. ಈ ಆಟದ ಬಗ್ಗೆ ಚೂರೇ ಗೊತ್ತಿದ್ದವರಿಗೂ ಈತ ಯಾರೆಂದು ಗೊತ್ತಿದೆ. ಇಂತಹ ಜನಪ್ರಿಯತೆ ಹೊಂದಿರುವ ಆಟಗಾರ ಲಿಯೊನೆಲ್ ಮೆಸ್ಸಿ. ಮೈದಾನದಲ್ಲಿ ಮೆಸ್ಸಿ ಉಂಟು ಮಾಡುತ್ತಿದ್ದ ರೋಮಾಂಚನ ಅವರ ಆಟ ನೋಡಿದವರಿಗೆ ಗೊತ್ತು. ಆದರೆ ಎಲ್ಲ ಚಾಂಪಿಯನ್ನರಂತೆ ಮೆಸ್ಸಿಯ ಬದುಕೂ ಸಂಘರ್ಷದಿಂದ ಕೂಡಿದ್ದು, ಬಹುಶಃ ಈ ಸಂಘರ್ಷದ ಪ್ರಮಾಣ ಬೇರೆಯವರಿಗಿಂತ ಒಂದು ತೂಕ ಜಾಸ್ತಿಯೇ!

ಲಿಯೋನೆಲ್ ಮೆಸ್ಸಿ ಹುಟ್ಟಿದ್ದು ಅರ್ಜೆಂಟಿನಾದ ರೊಸಾರಿಯೋದಲ್ಲಿ. ದಿನಾಂಕ 24 ಜೂನ್ 1987. ತಂದೆ ಕಾರ್ಖಾನೆಯ ಕಾರ್ಮಿಕ. ಬಡ ಕುಟುಂಬದ ಮೆಸ್ಸಿಯ ಫುಟ್‌ಬಾಲ್ ಪಯಣ ಆರಂಭವಾಗಿದ್ದು ಬಲು ಬೇಗ. ನಾಲ್ಕರ ಹರೆಯದಲ್ಲೇ. ಅಂದ ಹಾಗೆ ಅವನನ್ನು ಮೊದಲ ಫುಟ್‌ಬಾಲ್ ಪಂದ್ಯ ನೋಡಲು ಕರೆದುಕೊಂಡು ಹೋದವರು ಅವನ ಅಜ್ಜಿ ಸಿಲಿಯಾ! ನಾಲ್ಕರ ಹರೆಯದ ಮೆಸ್ಸಿಯನ್ನು ಫುಟ್‌ಬಾಲ್ ಕ್ಲಬ್‌ಗೆ ಸೇರಿಸಿಕೊಳ್ಳಿ ಎಂದು ಕೋಚ್‌ಗೆ ದುಂಬಾಲು ಬೀಳುವುದೂ, ಆತ ಇಷ್ಟು ಚಿಕ್ಕವನನ್ನು ಹೇಗೆ ಸೇರಿಸಿಕೊಳ್ಳುವುದು ಎನ್ನುವುದೂ ನಡೆಯುತ್ತಿತ್ತು! ನನ್ನ ಮೊಮ್ಮಗ ನಿಮ್ಮ ಆಟದ ದಿಕ್ಕನ್ನೇ ಬದಲಾಯಿಸುತ್ತಾನೆ ನೋಡುವಿರಂತೆ ಎನ್ನುತ್ತ ಪಟ್ಟು ಬಿಡದ ನಾಲ್ಕರ ಹರೆಯದ ಹುಡುಗನನ್ನು ಮೈದಾನಕ್ಕೆ ಇಳಿಸಿಯೇಬಿಟ್ಟರು. ಮೊಮ್ಮಗನ ಅಪೂರ್ವ ಪ್ರತಿಭೆಯನ್ನು ಅಜ್ಜಿಯೇ ಮೊದಲು ಗುರುತಿಸಿದ್ದು ನೋಡಿ! ಮೊಮ್ಮಗನೇನು ಕಡಿಮೆಯಿರಲಿಲ್ಲ! ಬೆಳೆವ ಸಿರಿ ಮೊಳಕೆಯಲ್ಲಿ ತಾನೇ? ಎರಡು

ಗೋಲ್ ಹೊಡೆದೇ ಬಿಟ್ಟ! ಕೋಚ್ ಆತನನ್ನು ಸೇರಿಸಿಕೊಳ್ಳಲೇಬೇಕಾಯಿತು! ದಿನವೂ ಫುಟ್‌ಬಾಲ್ ತರಬೇತಿಗೆ ಕರೆದುಕೊಂಡು ಹೋಗಿ ಬರುತ್ತಿದ್ದವರು ಅಜ್ಜಿ. ಅಜ್ಜಿಯೆಂದರೆ ಮೆಸ್ಸಿಗೆ ಬಲು ಆಪ್ತತೆ.

ಅಜ್ಜಿ ನಿಧನರಾದಾಗ ಮೆಸ್ಸಿಗೆ ಹತ್ತು ವರ್ಷ. ಆಘಾತಕ್ಕೊಳಗಾದ ಆತ ವಾರಗಟ್ಟಲೆ ಪ್ರೀತಿಯ ಫುಟ್‌ಬಾಲ್‌ನಿಂದಲೂ ದೂರವಾಗಿದ್ದ. ತಂದೆ ಒತ್ತಾಯಿಸಿ ಮೈದಾನಕ್ಕೆ ಮರಳುವಂತೆ ಮಾಡಿದರು. ತನ್ನ ಪ್ರೀತಿಯ ಅಜ್ಜಿ ತನ್ನ ಬಗ್ಗೆ ಹೆಮ್ಮೆಪಡುವಂತೆ ಮಾಡುತ್ತೇನೆಂದು ಪಣ ತೊಟ್ಟ ಮೆಸ್ಸಿ ವೃತ್ತಿಪರ ಫುಟ್‌ಬಾಲ್ ಆಟಗಾರನಾಗುವ ಬಗ್ಗೆ ಯೋಚಿಸಿದ. ಇಂದಿಗೂ ಗೋಲ್ ಮಾಡಿಯಾದ ಮೇಲೆ ಎರಡೂ ತೋರುಬೆರಳುಗಳನ್ನು ಆಕಾಶದೆಡೆಗೆ ಚಾಚಿ ಮೇಲೆ ನೋಡುತ್ತಾರಲ್ಲ ಮೆಸ್ಸಿ, ಅದು ಅಜ್ಜಿಗೆ ಅವರು ಸಲ್ಲಿಸುವ ಗೌರವ!

ಒಂಬತ್ತರ ಹರೆಯದವನಿರುವಾಗಲೇ ಮೆಸ್ಸಿಯ ಖ್ಯಾತಿ ರೊಸಾರಿಯೋದಲ್ಲಿ ಹರಡಿತ್ತು. ಮೆಸ್ಸಿಯ ಹತ್ತಿರ ಬಾಲ್ ಬಂದರೆ ಕಾಲುಗಂಟೆಯವರೆಗೂ ಬೇರೆಯವರಿಗೆ ಸಿಗುವ ಪ್ರಶ್ನೆಯೇ ಇಲ್ಲ. ಬಾಲಕ ಮೆಸ್ಸಿಯ ಆಟ ನೋಡಿ ಜನ ಹುಚ್ಚೆದ್ದು ಕುಣಿಯುತ್ತಿದ್ದರು. ಚಿಲ್ಲರೆಯನ್ನು ಮೈದಾನಕ್ಕೆ ಎಸೆಯುತ್ತಿದ್ದರು! ಎಲ್ಲವೂ ಸರಿಯಾಗಿಯೇ ಇತ್ತು. ಮೆಸ್ಸಿಯ ಭವಿಷ್ಯ ಇರುವುದು ಫುಟ್‌ಬಾಲ್‌ನಲ್ಲಿಯೇ ಎಂದು ಮನೆಯವರೂ, ಜನರೂ, ಸ್ವತಃ ಮೆಸ್ಸಿಯೂ ಅಂದುಕೊಳ್ಳುತ್ತ ಇರುವಷ್ಟರಲ್ಲಿ! ಒಂದು ಅನಿರೀಕ್ಷಿತ ತಿರುವು ಹನ್ನೊಂದರ ಹರೆಯದ ಮೆಸ್ಸಿಯ ಬದುಕಿನಲ್ಲಿ ಬಂದಿತು.

ಆತನಲ್ಲಿ ಬೆಳವಣಿಗೆಯ ಹಾರ್ಮೋನು ಎಲ್ಲರ ಹಾಗೆ ಇರಲಿಲ್ಲ, ಅದರಿಂದ ಮಾಮೂಲಿ ದೈಹಿಕ ಬೆಳವಣಿಗೆ ಮೆಸ್ಸಿಗೆ ಸಾಧ್ಯವಿರಲಿಲ್ಲ. ದಿನವೂ ಇಂಜೆಕ್ಷನ್ ತೆಗೆದುಕೊಳ್ಳಬೇಕಿತ್ತು. ತಿಂಗಳಿಗೆ ಸಾವಿರಾರು ಡಾಲರ್ ಹಣ ಖರ್ಚಾಗುವ ವಿಶೇಷ ಥೆರಪಿ ಬೇಕಿತ್ತು. ಅವರ ತಂದೆ ತಾಯಿಗಳಿಗೆ ಅಷ್ಟು ಹಣ ಖರ್ಚು ಮಾಡುವ ಸಾಮರ್ಥ್ಯ ಇರಲಿಲ್ಲ. ಮೆಸ್ಸಿ ಆಡುತ್ತಿದ್ದ ಕ್ಲಬ್ ಕೂಡ ಶ್ರೀಮಂತ ಕ್ಲಬ್ ಆಗಿರಲಿಲ್ಲ, ಹಾಗಾಗಿ ಅದೂ ಹಣ ಒದಗಿಸಲು ನಿರಾಕರಿಸಿತು. ತನ್ನ ತಂಡದ ಉಳಿದೆಲ್ಲ ಆಟಗಾರರಿಗಿಂತ ಕಡಿಮೆ ಎತ್ತರದ ಆಟಗಾರನಾಗಿದ್ದ ಮೆಸ್ಸಿ. ಆದರೆ ಆ ಹುಡುಗನ ಫುಟ್‌ಬಾಲ್ ಪ್ರೇಮ ಅಪರಿಮಿತವಾದುದಾಗಿತ್ತು. ಹಾಗಾಗಿ ತನ್ನ ನ್ಯೂನತೆಯ ಬಗ್ಗೆ ಗಮನ ಹರಿಸಿ ಕೊರಗುವುದನ್ನು ಬಿಟ್ಟು ತನ್ನನ್ನು ತಾನು ಉತ್ತಮ ಆಟಗಾರನನ್ನಾಗಿ ರೂಪಿಸಿಕೊಳ್ಳುವ ಕಡೆ ಗಮನ ಹರಿಸಿದ. ಮೆಸ್ಸಿಯ ತಯಾರಿ, ಪರಿಶ್ರಮ, ನಿರಂತರ ಪ್ರಯತ್ನಶೀಲತೆಯ ಫಲ ಆತನ ಆಟದಲ್ಲಿ ಕಾಣದೇ ಹೋಗಲಿಲ್ಲ. ಫುಟ್‌ಬಾಲ್ ಕ್ಲಬ್‌ಗಳು ಅರರೆ ಇವ ಯಾರು ಎಂದು ಮೂಗಿನ ಮೇಲೆ ಬೆರಳಿಟ್ಟುಕೊಂಡವು! ಕೆಲವು ಕ್ಲಬ್‌ಗಳಿಗೆ ಆತನನ್ನು

ಆಡಿಸುವ ಇಚ್ಛೆಯಿದ್ದರೂ ಆತನ ಚಿಕಿತ್ಸೆಗೆ ಬೇಕಾಗುವ ಹಣ ಹೊಂದಿರಲಿಲ್ಲ. ಆದರೆ ಯಾರಿಂದಲೋ ಈ ಹುಡುಗನ ಆಟದ ಬಗ್ಗೆ ತಿಳಿದ ಬಾರ್ಸಿಲೋನಾ ಫುಟ್‌ಬಾಲ್ ಕ್ಲಬ್‌ನ ಕೋಚ್ ಮೆಸ್ಸಿಯ ಆಟವನ್ನು ಗಮನಿಸಿದರು. ಮೆಸ್ಸಿಯ ಆಟದ ಬಗೆಗಿನ ಮಾತುಗಳು ಉತ್ಪ್ರೇಕ್ಷೆಯೋ ನಿಜವೋ ಪರೀಕ್ಷಿಸಿ ನೋಡಲು ಮೆಸ್ಸಿಯನ್ನು ಸ್ಪೇನ್‌ಗೆ ಆಹ್ವಾನಿಸಿದರು. ಆ ಪರೀಕ್ಷೆಯಲ್ಲಿ ಮೆಸ್ಸಿ ಉತ್ತೀರ್ಣನಾದರೆ ಆತನ ಚಿಕಿತ್ಸೆಯ ಪೂರ್ತಿ ವೆಚ್ಚವನ್ನು ಕ್ಲಬ್ ಭರಿಸುವುದಾಗಿ ಹೇಳಿದರು. ಸ್ಪೇನ್‌ಗೆ ಮೆಸ್ಸಿ ಬಂದಿಳಿದಾಗ ಬಾರ್ಸಿಲೋನಾ ಫುಟ್‌ಬಾಲ್ ಕ್ಲಬ್‌ನ ಸದಸ್ಯರು ಆತನ ಎತ್ತರ ನೋಡಿ ಅಚ್ಚರಿಪಟ್ಟರು. ಆದರೆ ಒಮ್ಮೆ ಮೆಸ್ಸಿಯ ಜತೆ ಮೈದಾನಕ್ಕೆ ಇಳಿದದ್ದೇ ತಡ ಅವರೆಲ್ಲ ದಂಗಾಗಿ ಹೋದರು, ಕೋಚ್‌ಗಂತೂ ಮೆಸ್ಸಿಯ ಪ್ರತಿಭೆಯನ್ನು ನೋಡಿ ಮಾತೇ ಹೊರಡಲಿಲ್ಲ. ಬಾರ್ಸಿಲೋನಾ ಫುಟ್‌ಬಾಲ್ ಕ್ಲಬ್‌ನ ಒಪ್ಪಂದ ಮೆಸ್ಸಿಯ ಬದುಕನ್ನೇ ಬದಲಾಯಿಸಿತು. ಹದಿನಾಲ್ಕರ ಮೆಸ್ಸಿ ತನ್ನ ಕುಟುಂಬದೊಂದಿಗೆ ಸ್ಪೇನ್‌ಗೆ ತೆರಳಿದ. ಅಲ್ಲಿ ಬಾಲಕರಿಗಾಗಿನ ಪಂದ್ಯಾವಳಿಯಲ್ಲಿ ಆಡುತ್ತ ಆಡುತ್ತ ಹದಿನಾರನೇ ವಯಸ್ಸಿಗೆ ವೃತ್ತಿಪರ ಫುಟ್‌ಬಾಲ್ ಆಡಲು ಶುರು ಮಾಡಿದ. 2005 ರಲ್ಲಿ ತನ್ನ ಹದಿನೆಂಟನೇ ವಯಸ್ಸಿಗೆ ಹಂಗರಿಯ ವಿರುದ್ಧ ಮೊದಲ ಅಂತಾರಾಷ್ಟ್ರೀಯ ಪಂದ್ಯವನ್ನಾಡಿದರು. 2009 ರಲ್ಲಿ ಫಿಫಾ ವಿಶ್ವದ ಅತ್ಯುತ್ತಮ ಆಟಗಾರರಾದರು. 2012 ರಲ್ಲಿ ಅತೀ ಹೆಚ್ಚು ಗೋಲ್ (91) ಮಾಡಿ ಗಿನ್ನಿಸ್ ದಾಖಲೆ ಮಾಡಿದರು. ಗೋಲ್ ಮಶಿನ್ ಎಂದು ಕರೆಯಿಸಿಕೊಳ್ಳುವ ಮೆಸ್ಸಿ ಕೇವಲ 22ರ ಹರೆಯದಲ್ಲೇ ಫಿಫಾದ ವರ್ಷದ ಆಟಗಾರ ಪ್ರಶಸ್ತಿ ಗಳಿಸಿದರು. ತನಗೆ ಮರುಜನ್ಮ ಕೊಟ್ಟ ಬಾರ್ಸಿಲೋನಾ ಫುಟ್‌ಬಾಲ್ ಕ್ಲಬ್‌ಗೆ ನಿಷ್ಠರಾಗಿದ್ದ ಮೆಸ್ಸಿ 34 ಪ್ರತಿಷ್ಠಿತ ಟ್ರೋಫಿಗಳನ್ನು ತಂಡಕ್ಕೆ ಗಳಿಸಿಕೊಟ್ಟಿದ್ದಾರೆ. ಇನ್ನು ವರ್ಷದ ಅತ್ಯುತ್ತಮ ಆಟಗಾರ, ಚಿನ್ನದ ಶೂ, ಚಿನ್ನದ ಚೆಂಡು ಇಂತಹ ಪ್ರಮುಖ ಪ್ರಶಸ್ತಿಗಳನ್ನು ಬೇರೆಲ್ಲ ಆಟಗಾರರಿಗಿಂತ ಹೆಚ್ಚು ಸಲ ಗೆದ್ದಿದ್ದಾರೆ. ಅವರ ದಾಖಲೆಗಳನ್ನು ಬರೆಯುತ್ತ ಹೋದರೆ ಅದೇ ಒಂದು ಲೇಖನವಾಗುತ್ತದೆ ಬಿಡಿ.

ಆಸ್ಪತ್ರೆ ಖರ್ಚಿಗೆ ತಿಂಗಳಿಗೆ 900 ಡಾಲರ್ ಇಲ್ಲದೇ ಒದ್ದಾಡುತ್ತಿದ್ದ ಮೆಸ್ಸಿ ಈಗ ಜಗತ್ತಿನಲ್ಲೇ ಅತೀ ಹೆಚ್ಚು ಹಣ ಗಳಿಸುವ ಆಟಗಾರರಲ್ಲಿ ಪ್ರಮುಖ. ಇತರ ಆಟಗಾರರಿಗೆ ಆಟದ ತರಬೇತಿಯಲ್ಲಿ ಸಹಾಯ ಮಾಡುವುದು, ತನಗೆ ಗೊತ್ತಿದ್ದ ಟಿಪ್ಸ್ ಹಂಚಿಕೊಳ್ಳುವುದು ಅವರ ಗುಣ. ಯುನಿಸೆಫ್ ಮತ್ತು ತಮ್ಮ ಫೌಂಡೇಷನ್ ಮೂಲಕ ರೋಗಪೀಡಿತ, ಕಷ್ಟವಿರುವ, ಮಕ್ಕಳಿಗಾಗಿ ಅಪಾರ ಹಣ ಖರ್ಚು ಮಾಡುತ್ತಾರೆ ಮೆಸ್ಸಿ. ನಾನೂರು ಮಿಲಿಯನ್ ಡಾಲರ್‌ಗಿಂತ ಹೆಚ್ಚಿನ ಆಸ್ತಿ ಹೊಂದಿರುವ ಮೆಸ್ಸಿಯ ಬದುಕು ಬದಲಾಗಿದ್ದು ಆತ ತನ್ನಿಷ್ಟದ ಕ್ಷೇತ್ರದಲ್ಲಿ ಪ್ರತಿಭಾವಂತನಾಗಿದ್ದ ಎಂಬುದಕ್ಕೆ ಮಾತ್ರವಲ್ಲ, ಯಾವ ಅಡೆತಡೆ

ಬಂದರೂ, ತನ್ನ ಆರೋಗ್ಯದ ಸಮಸ್ಯೆ, ದುಡ್ಡಿನ ಸಮಸ್ಯೆ, ಅಪಹಾಸ್ಯ, ತಿರಸ್ಕಾರ ಎಲ್ಲವನ್ನು ಎದುರಿಸಿಯೂ ವೃತ್ತಿಪರ ಫುಟ್‌ಬಾಲ್ ಆಟಗಾರನಾಗುವ ತನ್ನ ಕನಸನ್ನು ಆತ ಎಂದಿಗೂ ಬಿಟ್ಟುಕೊಡಲಿಲ್ಲ. ಪ್ರಯತ್ನವನ್ನು ನಿಲ್ಲಿಸಲಿಲ್ಲ, ಶ್ರಮ ಪಡಲು ಅಂಜಲಿಲ್ಲ. ತಾನು ಹಾಕುವ ಶ್ರಮ ಫಲ ಕೊಡದೇ ಹೋದರೆ ಎಂದು ಅರೆಕ್ಷಣವೂ ಯೋಚಿಸಲಿಲ್ಲ. ನಿಜ ಹೇಳಬೇಕೆಂದರೆ ಯಶಸ್ಸಿಗೆ ಯಾವ ಗುಟ್ಟೂ ಇರುವುದಿಲ್ಲ, ಸತತ ಅಭ್ಯಾಸವೊಂದೇ ಯಶಸ್ಸಿಗೆ ಹೆದ್ದಾರಿ. ಅದರಲ್ಲಿ ಅದೃಷ್ಟ ಅಥವಾ ಆಕಸ್ಮಿಕಗಳಿರುವುದಿಲ್ಲ. ಆಕಸ್ಮಿಕವಾಗಿ ಬಂದ ಯಶಸ್ಸಿನ ಆಯಸ್ಸೂ ಅಷ್ಟಕ್ಕಷ್ಟೇ. ಸತತ ಯಶಸ್ಸು ಗಳಿಸಿದ ಯಾವುದೇ ಚಾಂಪಿಯನ್ನರನ್ನು ಅದೃಷ್ಟವಂತರಲ್ಲವೇ ನೀವು ಎಂದು ಕೇಳಿ ನೋಡಿ, ನಕ್ಕು ಮುಂದೆ ಹೋಗುತ್ತಾರಷ್ಟೇ.

ಬಾರ್ಸಿಲೋನಾದಲ್ಲಿ ವಾಸಿಸುತ್ತಿದ್ದರೂ, ಬಾರ್ಸಿಲೋನಾ ಕ್ಲಬ್ ಪರ ಆಡುತ್ತಿದ್ದರೂ ತನ್ನ ದೇಶ ಅರ್ಜೆಂಟಿನಾ ಮತ್ತು ಹುಟ್ಟೂರು ರೊಸಾರಿಯೋ ಬಲು ಪ್ರೀತಿ. ರೊಸಾರಿಯೋದ ಜನರೂ ಮೆಸ್ಸಿ ಎಂದರೆ ಪ್ರಾಣ ಬಿಡುತ್ತಾರೆ! ಮಕ್ಕಳ ಹೆಸರನ್ನು ಮೆಸ್ಸಿ ಎಂದು ಇಡಬಾರದು ಎಂದು ಅಲ್ಲಿನ ಸ್ಥಳೀಯ ಸರ್ಕಾರವೇ ಕಾನೂನು ತರುವಷ್ಟು ಮೆಸ್ಸಿ ಜನಪ್ರಿಯ! ಎಲ್ಲರೂ ಮಕ್ಕಳಿಗೆ ಮೆಸ್ಸಿ ಎಂದು ಹೆಸರಿಡುತ್ತ ಹೋದರೆ ಮುಂದೊಂದು ದಿನ ಎಲ್ಲಿ ನೋಡಿದರಲ್ಲಿ ಮೆಸ್ಸಿ ಹೆಸರಿನವರೇ ತುಂಬಿ ತುಳುಕಿಯಾರೆಂಬ ಭಯ ಸರ್ಕಾರಕ್ಕೆ! ಅಂತಹ ಜನಪ್ರಿಯತೆ ಈ ಆಟಗಾರನದ್ದು. ಆತ ಆಡುವ ಕ್ಲಬ್ ಮಾತ್ರ ಸ್ಪೇನಿನದ್ದು. ಆದರೆ ಅಂತಾರಾಷ್ಟ್ರೀಯ ಪಂದ್ಯಗಳಲ್ಲಿ ಅವರು ಪ್ರತಿನಿಧಿಸುವುದು ತಾಯ್ನಾಡು ಅರ್ಜೆಂಟಿನಾವನ್ನೇ. ಚಿನ್ನದ ಶೂ ಮತ್ತು ಚಿನ್ನದ ಚೆಂಡನ್ನು ಗೆದ್ದು ತಾಯ್ನಾಡಿಗೆ 2005ರ ಫಿಫಾ ಯುವ ವಿಶ್ವ ಚಾಂಪಿಯನ್‌ಶಿಪ್ ಗೆಲ್ಲಿಸಿಕೊಟ್ಟಿದ್ದರು. 2008ರ ಒಲಂಪಿಕ್ಸ್‌ನಲ್ಲಿ ಚಿನ್ನ ಪಡೆದ ಅರ್ಜೆಂಟಿನಾ ತಂಡದ ಸದಸ್ಯರಾಗಿದ್ದರು ಮೆಸ್ಸಿ. ಅರ್ಜೆಂಟಿನಾದ ಫುಟ್‌ಬಾಲ್ ದಂತಕಥೆ ಮರಡೋನಾ ತನ್ನ ಉತ್ತರಾಧಿಕಾರಿ ಎಂದು ಕರೆದಿದ್ದು ಮೆಸ್ಸಿಯನ್ನು! 2014 ರಲ್ಲಿ ಫಿಫಾ ವಿಶ್ವಕಪ್‌ನಲ್ಲಿ ಅರ್ಜೆಂಟಿನಾದ ನಾಯಕನಾಗಿ ಫೈನಲ್‌ವರೆಗೆ ಕೊಂಡೊಯ್ದಿದ್ದರು. ಆ ಪಂದ್ಯಾವಳಿಯಲ್ಲಿ ಚಿನ್ನದ ಚೆಂಡು ಮೆಸ್ಸಿ ಪಾಲಾಗಿತ್ತು. 2016 ರಲ್ಲಿ ಕೋಪಾ ಅಮೆರಿಕಾ ಕಪ್‌ನಲ್ಲಿ ಅರ್ಜೆಂಟಿನಾ ತಂಡ ಸೋತುದಕ್ಕೆ ನೊಂದು ಆಟದಿಂದಲೇ ನಿವೃತ್ತರಾದರು! ಆಗ ಮೆಸ್ಸಿಗೆ ಕೇವಲ 29 ವರ್ಷ. ಒಬ್ಬ ಆಟಗಾರ ಮಹಾನ್ ಆಗಲು ಏನು ಬೇಕೋ ಅಷ್ಟನ್ನೂ ಮೆಸ್ಸಿ ಆಗಲೇ ಸಾಧಿಸಿಬಿಟ್ಟಿದ್ದರು. ಆದರೆ ಅಭಿಮಾನಿಗಳು ಅವರನ್ನು ಅಷ್ಟು ಬೇಗ ನಿವೃತ್ತರಾಗಲು ಬಿಟ್ಟಾರೆಯೇ? ಮತ್ತೆ ವಾಪಸು ಬರಲೇಬೇಕಾಯಿತು ಮೆಸ್ಸಿ.

ತನ್ನ ಕಷ್ಟಗಳನ್ನು ತನ್ನ ಕನಸುಗಳ ನಡುವೆ ಅಡ್ಡ ಬರಲು ಎಂದಿಗೂ ಬಿಡಲಿಲ್ಲ ಮೆಸ್ಸಿ. ರಾತ್ರಿ ಬೆಳಗಾಗುವುದರೊಳಗೆ ಯಶಸ್ವಿಯಾಗುವುದು ಹೇಗೆ ಎಂದರೆ ಮುಗುಳ್ನಕ್ಕು ಮೆಸ್ಸಿ ಹೇಳುತ್ತಾರೆ, "ಹೌದು, ರಾತ್ರಿ ಬೆಳಗಾಗುವುದರೊಳಗೆ ಯಶಸ್ವಿಯಾಗಲು ನನಗೆ 17 ವರ್ಷ 114 ದಿನಗಳು ಬೇಕಾದವು ನೋಡಿ!" ಎಂತಹುದ್ದೇ ಪ್ರತಿಕೂಲ ಪರಿಸ್ಥಿತಿಯಿದ್ದರೂ, ಪ್ರತಿಭೆಯೂ ಇದ್ದರೂ ಸಾಧಿಸುವ ಛಲವಿದ್ದರೆ, ಸ್ವನಂಬಿಕೆಯನ್ನು ಕಳೆದುಕೊಳ್ಳದಿದ್ದರೆ ಅಸಾಧ್ಯವನ್ನೂ ಸಾಧಿಸಬಹುದು ಎಂಬುದಕ್ಕೆ ನಮ್ಮೆದುರಿಗಿನ ಉದಾಹರಣೆ ಲಿಯೋನಲ್ ಮೆಸ್ಸಿ.

6

ಸೌಂದರ್ಯ ಇರೋದು ವ್ಯಕ್ತಿತ್ವದಲ್ಲಿ, ಚರ್ಮದ ಬಣ್ಣದಲ್ಲಲ್ಲ

ಡಿಗ್ರಿಯ ಮೇಲೆ ಡಿಗ್ರಿಗಳನ್ನು ಗಳಿಸಿ ಒಳ್ಳೆಯ ಉದ್ಯೋಗದಲ್ಲಿರುವ ನನ್ನ ಕಿರಿಯ ಸ್ನೇಹಿತೆಯೊಬ್ಬಳು ಮ್ಯಾಟ್ರಿಮೋನಿ ಜಾಲತಾಣದ ಮೂಲಕ ಯುವಕನೊಬ್ಬನನ್ನು ಭೇಟಿಯಾದಳು. ಇಬ್ಬರೂ ಇಷ್ಟಪಟ್ಟು ಮೂರ್‍ನಾಲ್ಕು ತಿಂಗಳಿಂದ ಚಾಟ್ ಮಾಡುತ್ತಿದ್ದರು, ದಿನವೂ ಮಾತಾಡುತ್ತಿದ್ದರು. ಕಳೆದ ವಾರ ಆತನ ತಂದೆ ತಾಯಿ ಹುಡುಗಿಯನ್ನು ನೋಡಿದರು. ತಾವೂ ಕಪ್ಪು, ಮಗನೂ ಕಪ್ಪು ಹಾಗಾಗಿ ಎಣ್ಣೆಗೆಂಪು ಬಣ್ಣದ ಹುಡುಗಿಯನ್ನು ತಕರಾರಿಲ್ಲದೇ ಅವರು ಒಪ್ಪಿಕೊಳ್ಳಲಿಲ್ಲ. ತಮಗೆ ಬೆಳ್ಳನೆಯ ಸೊಸೆ ಬೇಕೆಂದು ಪಟ್ಟು ಹಿಡಿದಿದ್ದಾರೆ. ಇತ್ತ ಮೆಚ್ಚಿರುವ ಹುಡುಗಿಯೆಂದು ಪಾಲಕರನ್ನು ಒಪ್ಪಿಸಬೇಕಾದ ಹುಡುಗ ರೆಬೆಲ್ ಆಗಲೇ ಇಲ್ಲ! ಅಪ್ಪ ಅಮ್ಮನನ್ನು ನಿರಾಸೆಗೊಳಿಸಬಾರದು ಎಂಬುದು ಅವನ ವಿಚಾರ. ಅಲ್ಲಿಗೆ ಇಬ್ಬರು ಪ್ರಬುದ್ಧರು ಮಾತಾಡಿ ಮೆಚ್ಚಿಕೊಂಡಿದ್ದ ಸಂಬಂಧದ ಎಳೆ ತೆಳುವಾಗಿದೆ, ಇನ್ನೇನು ತುಂಡಾಗಲಿದೆ.

ಜನರಿಗೆ ಕಪ್ಪು ಬಣ್ಣದ ಬಗೆಗಿರುವ ಮನೋಭಾವ ಎಲ್ಲರಿಗೂ ಗೊತ್ತಿರುವುದೇ. ಕಪ್ಪು ಬಣ್ಣ ಕೀಳು ಎಂಬ ಮನೋಭಾವ ಜಗತ್ತಿನಾದ್ಯಂತ ಇಂದಿಗೂ ಇದೆ. ಭಾರತೀಯರಲ್ಲಂತೂ ಕಪ್ಪು ಆಕರ್ಷಕವಲ್ಲ ಎಂಬ ನಂಬಿಕೆ ಹಿಂದಿನಿಂದಲೂ ಆಳವಾಗಿ ಬೇರೂರಿದೆ. ಇಲ್ಲಿ ಬೆಳ್ಳಗಿರುವುದು ದೊಡ್ಡಸ್ತಿಕೆಯ ಸಂಗತಿ. ನಿಮ್ಮ ಮಗಳು ಮುದ್ದಾಗಿದ್ದಾಳೆ ಎಂದು ಹೇಳಿದರೆ ಆದರೇನು ಕಪ್ಪಗಿದ್ದಾಳೆ ಎಂದು ತಾಯಿಯೇ ನಿಟ್ಟುಸಿರು ಬಿಟ್ಟು ಹೇಳುವ, ರಸ್ತೆಯಲ್ಲಿ ಸ್ವಲ್ಪ ಹೆಚ್ಚೇ ಕಪ್ಪಗಿರುವ ಹುಡುಗಿಯನ್ನು ನೋಡಿದರೆ ಇವಳನ್ಯಾರು ಮದುವೆಯಾಗುತ್ತಾರೆ ಎಂದು ನಮಗೆ ಪರಿಚಯವೇ ಇಲ್ಲದವರ ಬಗ್ಗೆ, ಸಂಬಂಧವೇ ಇಲ್ಲದ ವಿಚಾರದ

ಬಗ್ಗೆ ಮಾತಾಡಿಕೊಳ್ಳುವ ಸಮಾಜ ನಮ್ಮದು. ಬಿಳಿ ಬಣ್ಣದ ವ್ಯಸನ ಬ್ರಿಟಿಷರು ಬಿಟ್ಟುಹೋದ ಅತೀ ಕೆಟ್ಟ ಬಳುವಳಿ.

ಚರ್ಮದ ಬಣ್ಣದ ಆಧಾರದ ಮೇಲೆಯೇ ವ್ಯಕ್ತಿಯ ವ್ಯಕ್ತಿತ್ವವನ್ನೂ, ಬುದ್ಧಿವಂತಿಕೆಯನ್ನೂ ನಿರ್ಧರಿಸಿಬಿಡುವ ಅಪಾಯ ಹಿಂದಿನಿಂದಲೂ ಇದೆ. ಜಗತ್ತಿನ ಇತಿಹಾಸದಲ್ಲಿ ಕಪ್ಪು ಬಣ್ಣದವರು ತಮ್ಮ ಬಣ್ಣದ ಕಾರಣಕ್ಕೇ ಅನುಭವಿಸಿದ ಸಂಕಷ್ಟಗಳನ್ನು ಇತಿಹಾಸ ದಾಖಲಿಸುತ್ತದೆ. ಸಾಮಾನ್ಯ ಜನರು ಮಾತ್ರವಲ್ಲ, ಮಹಾರಾಜರು, ರಾಣಿಯರು ಕೂಡ ತಾವು ಕಪ್ಪಗಿದ್ದರೂ ತಮ್ಮ ವರ್ಣಚಿತ್ರಗಳು ಬೆಳ್ಳಗಿರಬೇಕೆಂದು ಬಯಸುತ್ತಿದ್ದರಂತೆ. ನಮ್ಮ ಚಲನಚಿತ್ರಗಳ ಹಾಡುಗಳೋ ಬಿಳಿ ಬಣ್ಣವನ್ನೇ ಹಾಡಿಹೊಗಳುತ್ತವೆ. ನಟಿ ಎಷ್ಟೇ ಪ್ರತಿಭಾವಂತೆಯಿರಲಿ ಬಣ್ಣ ಬಿಳಿ ಇಲ್ಲದಿದ್ದರೆ ಅವಳಿಗೆ ನಾಯಕಿಯ ಪಾತ್ರ ಸಿಕ್ಕುವುದು ಕಷ್ಟ. ನಟನೆಯ ಗಂಧ ಕೂಡ ಇಲ್ಲದ ಉತ್ತರ ಭಾರತದ ಹುಡುಗಿಯರನ್ನು ಬೆಳ್ಳಗಿರುವ ಒಂದೇ ಕಾರಣಕ್ಕೆ ನಾಯಕಿಯರನ್ನಾಗಿಸುವುದನ್ನು ನಮ್ಮ ಕನ್ನಡ ಸಿನಿಮಾಗಳಲ್ಲೇ ನೋಡುತ್ತಿದ್ದೇವೆ. ಗಗನ ಸಖಿಯರನ್ನು ಆಯ್ಕೆ ಮಾಡಿಕೊಳ್ಳುವಾಗಲೂ ಬಣ್ಣಕ್ಕೇ ಮೊದಲ ಆದ್ಯತೆ. ಅಕಸ್ಮಾತ್ ಆಯ್ಕೆಯಾದರೂ ಬಣ್ಣ ಕಡಿಮೆ ಇರುವವರಿಗೆ ಜನರ ಕಣ್ಣಿಗೆ ಕಾಣಿಸಿಕೊಳ್ಳದೇ ಇರುವ ಇತರೇ ಕೆಲಸಗಳನ್ನೇ ನೀಡಲಾಗುತ್ತದೆ!

ಜನರ ಈ (ಮೂಢ)ನಂಬಿಕೆ ಸೌಂದರ್ಯ ಸಾಧನ ತಯಾರಿಕಾ ಕಂಪನಿಗಳಿಗೆ ವರವಾಗಿದೆ. ತಮ್ಮ ಲಾಭವನ್ನು ಹೆಚ್ಚಿಸಿಕೊಳ್ಳಲು ಬಿಳಿ ಬಣ್ಣ ಶ್ರೇಷ್ಠ ಎಂಬ ನಂಬಿಕೆಯನ್ನು ಬಿತ್ತಲು, ತನ್ಮೂಲಕ ಕಪ್ಪಗಿರುವವರ ಆತ್ಮವಿಶ್ವಾಸ ಕುಂದಿಸಲು ಅವು ವ್ಯವಸ್ಥಿತವಾಗಿ ಪ್ರಯತ್ನಗಳನ್ನು ಮಾಡುತ್ತ ಬಂದಿವೆ, ಯಶಸ್ವಿಯೂ ಆಗಿವೆ. ಕಾರಣ ಕೀಳರಿಮೆಯಿಂದ ನರಳುವ ಪ್ರತೀ ಯುವಕ ಯುವತಿಯೂ ಈ ಕಂಪನಿಗಳ ಗ್ರಾಹಕರೇ. ಹಾಗಾಗಿ ಕಪ್ಪಗಿದ್ದಾಗ ಸಾಧ್ಯವಾಗದ ಸಾಧನೆ ಕ್ರೀಂ ಹಚ್ಚಿ ಬೆಳ್ಳಗಾದ ಕೂಡಲೇ ಸಾಧ್ಯವಾಗುತ್ತದೆನ್ನುವುದು ನೇತ್ಯಾತ್ಮಕ ಸಂದೇಶ ದಿನದಿನವೂ ದೂರದರ್ಶನ ಹಾಗೂ ಪತ್ರಿಕೆಗಳ ಮೂಲಕ ಹರಡಲ್ಪಡುತ್ತಿದೆ.

ಅದರಲ್ಲೂ ಡಾರ್ಕ್ ಆ್ಯಂಡ್ ಹ್ಯಾಂಡ್ ಸಮ್ ಎಂಬ ಪರಿಕಲ್ಪನೆಯ ಮೂಲಕ ಹುಡುಗರಿಗೆ ಬೆಳ್ಳಗಿರುವುದದರಿಂದ ಒಂದಿಷ್ಟು ವಿನಾಯತಿ ನೀಡಲಾಗಿರುವುದರಿಂದ ಹುಡುಗಿಯರೇ ಈ ಜಾಹೀರಾತುಗಳ ಬಲಿಪಶುಗಳಾಗಿರುವುದು. ಎಷ್ಟೇ ಓದಿದ್ದರೂ, ಜಾಣೆಯಾಗಿದ್ದರೂ ಬಣ್ಣ ಕಪ್ಪಗಿದ್ದರೆ ಅವಳ ಎಲ್ಲ ಸಾಧನೆಯೂ ಗೌಣ. (ಬೆಳ್ಳಗಿರುವ ಹೆಣ್ಣು ಮಕ್ಕಳ ಸಾಧನೆಯ ಶ್ರೇಯವನ್ನು ಅವರ ಬಣ್ಣಕ್ಕೆ ಕೊಡುವ ಸಣ್ಣ ಮನಸ್ಸಿನವರೂ ಇದ್ದಾರೆ,

ಇದನ್ನು ಚರ್ಚಿಸುವ ಅಗತ್ಯವೂ ಬಹಳವಿದೆ.) ನಮ್ಮ ಈ ಮನೋಭಾವದಿಂದಲೇ ಏಳು ಎಂಟನೇ ತರಗತಿಯವರೆಗೆ ಕ್ರೀಡಾ ಚಟುವಟಿಕೆಗಳಲ್ಲಿ ಸಕ್ರಿಯವಾಗಿ ಭಾಗವಹಿಸುವ ಹುಡುಗಿಯರಿಗೆ ನಂತರ ಹೊರಾಂಗಣ ಆಟವಾಡಲು ಮನೆಯಿಂದಲೇ ನಿಷೇಧ ಹೇರಲಾಗುತ್ತದೆ. ಅಥವಾ ಹುಡುಗಿಯರ ತಲೆಯಲ್ಲಿ ಕಪ್ಪಾಗುವುದರ ಬಗ್ಗೆ ಭಯ ತುಂಬಿಸಿ ಅವರಾಗಿಯೇ ಹಿಂದೆ ಸರಿಯುವಂತೆ ನೋಡಿಕೊಳ್ಳಲಾಗುತ್ತದೆ.

ದಕ್ಷಿಣ ಭಾರತದ ಜನಪ್ರಿಯ ನಟಿ ಸಾಯಿ ಪಲ್ಲವಿ ಸೌಂದರ್ಯ ಸಾಧನಗಳ ಜಾಹೀರಾತನ್ನು ತಿರಸ್ಕರಿಸಿದ್ದು ಸಾಮಾಜಿಕ ಜಾಲತಾಣಗಳಲ್ಲಿ ದೊಡ್ಡ ಸುದ್ದಿಯಾಗಿತ್ತು. ತನ್ನ ಸೌಂದರ್ಯದ ಗುಟ್ಟು ಇಂಥ ಫೇರ್‌ನೆಸ್ ಕ್ರೀಮು ಎಂದು ಒಂದೇ ಒಂದು ಸಾಲು ಹೇಳಿ ಅನಾಯಾಸವಾಗಿ ಎರಡು ಕೋಟಿ ರೂಪಾಯಿ ಪರ್ಸಿಗಿಳಿಸಬಹುದಾಗಿದ್ದ ಅವಕಾಶವನ್ನು ತಿರಸ್ಕರಿಸಿದ ಈ ನಟಿಯ ನೇರವಂತಿಕೆ, ದಿಟ್ಟತನವನ್ನು ಮೆಚ್ಚಲೇಬೇಕು. ಏಕೆಂದರೆ ಸಿನಿಮಾ ತಾರೆಯರ ಸೌಂದರ್ಯ ಸಾಧನಗಳ ಜಾಹೀರಾತನ್ನು ನೋಡಿ ಇನ್ನೇನು ವಾರ ತಿಂಗಳೊಪ್ಪತ್ತಿನಲ್ಲಿ ಹಾಲಿನಂತೆ ಬೆಳ್ಳಗಾಗುವ ಕನಸು ಹೊತ್ತು ತರುಣಿಯರು ಫೇರ್‌ನೆಸ್ ಕ್ರೀಮ್‌ಗಳನ್ನು ದಶಕದಶಕಗಳಿಂದ ಬಳಸುತ್ತಲೇ ಇದ್ದಾರೆ. ಎರಡು ಮೂರು ವಾರಗಳಲ್ಲಿ ಅದ್ಭುತ ದೇಹಕಾಂತಿ ಪಡೆಯುವ ಪ್ರಲೋಭನೆಯನ್ನೊಡ್ಡಿ ಕಂಪನಿಗಳು ಬಿಲಿಯಗಟ್ಟಲೆ ಹಣ ದೋಚುತ್ತಲೇ ಇವೆ.

ಹೆಣ್ಣುಮಕ್ಕಳ ಆತ್ಮಸ್ಥೈರ್ಯವನ್ನು ಹೆಚ್ಚಿಸಲು ಸಮಾಜ ಒತ್ತಾಸೆಯಾಗಿ ನಿಲ್ಲಬೇಕಾದ ಸಮಯದಲ್ಲಿ ಅವರನ್ನು ಹಾದಿ ತಪ್ಪಿಸುವ ಜಾಹೀರಾತುಗಳು, ಸಿನಿಮಾ ಹಾಡುಗಳು, ಧಾರಾವಾಹಿ ಮತ್ತು ಚಲನಚಿತ್ರಗಳ ಸಂಭಾಷಣೆಗಳು, ಹಗಲೂ ರಾತ್ರಿ ಹೇಳಿದ್ದನ್ನೇ ಹೇಳಿ ತೋರಿಸಿದ್ದನ್ನೇ ತೋರಿಸಿ ಬೆಳ್ಳಗಿರುವುದೆಂದರೆ ಏನೋ ಸಾಧನೆ ಮಾಡಿದಂತೆ ಎಂಬ ಭ್ರಮೆಯನ್ನು ಹುಟ್ಟಿಸಿಬಿಟ್ಟಿವೆ. ಸುಳ್ಳನ್ನು ಪದೇ ಪದೇ ಹೇಳುವುದರಿಂದ ಸತ್ಯವಾಗುತ್ತದೆ ಎಂಬ ಹಿಟ್ಲರ್‌ನ ಮಂತ್ರಿ ಗೊಬೆಲ್ಸ್‌ನ ಮಾತಿನಂತೆಯೇ ನಾವೆಲ್ಲ ಅಂತರಂಗದಲ್ಲಿ ಒಪ್ಪಿಕೊಂಡಿರುವ ಗೌರವರ್ಣದ ಶ್ರೇಷ್ಠತೆಯನ್ನು ನಮ್ಮ ಮನಸ್ಸಿನಾಳದಲ್ಲಿ ಒಪ್ಪಿಕೊಂಡೂಬಿಟ್ಟಿದ್ದೇವೆ. ಅದನ್ನು ತೆಗೆದುಹಾಕುವುದು ಅಷ್ಟು ಸುಲಭವಲ್ಲ. ನಾವು ಇರುವುದಕ್ಕಿಂತ ಕನಿಷ್ಠ ಮೂರು ಪಟ್ಟು ಬೆಳ್ಳಗೆ ನಮ್ಮನ್ನು ಕಾಣಿಸುವ ಕ್ಯಾಮರಾ ಇರುವ ಮೊಬೈಲ್‌ಗಳು ಹೆಚ್ಚುಹೆಚ್ಚು ವ್ಯಾಪಾರವಾಗುತ್ತಿವೆ. ತೆಗೆದ ಫೋಟೋಗಳನ್ನೇ ಬೆಳ್ಳಗಾಗಿಸುವ ಆ್ಯಪ್‌ಗಳು ನೂರಾರು ಸಂಖ್ಯೆಯಲ್ಲಿವೆ ಮತ್ತು ಅವುಗಳನ್ನು ಪ್ರತೀ ಸೆಕೆಂಡಿಗೆ ಸಾವಿರಾರು ಮಂದಿ ಡೌನ್‌ಲೋಡ್ ಮಾಡುತ್ತಾರೆ. ನಾವೂ ಅಷ್ಟೇ, ನಾವಿರುವುದಕ್ಕಿಂತ ಸುಂದರವಾಗಿರುವ

ಫೋಟೋಗಳನ್ನೇ ಹುಡುಕಿ ಹುಡುಕಿ ಅಪ್‌ಲೋಡ್ ಮಾಡುತ್ತೇವೆ. ಮ್ಯಾಟ್ರಿಮೋನಿಯಲ್ ಜಾಹೀರಾತಿನಲ್ಲಿ ಜಾತಿಯಂತೆ ಗೌರವರ್ಣ ಎನ್ನುವುದೂ ಮರೆಯದೇ ಸೇರಿಸುವ ಸಂಗತಿಯಾಗಿದೆ.

ಅಚ್ಚರಿಯ ಸಂಗತಿಯೆಂದರೆ ತಮ್ಮ ಮನಸ್ಸಿನಲ್ಲಿ ಬಣ್ಣದ ಬಗೆಗಿರುವ ಪೂರ್ವಗ್ರಹವನ್ನು ಹೊರಗೆ ಹಾಕಲು ಕೆಲವರಿಗೆ ಯಾವ ಭಿಡೆಯೂ ಇಲ್ಲದಿರುವುದು. ನಮ್ಮ ಈ ರೀತಿಯ ಮನಸ್ಥಿತಿಗಳನ್ನೆಲ್ಲ ಬೆತ್ತಲುಗೊಳಿಸುವ ಖ್ಯಾತಿ ಫೇಸ್‌ಬುಕ್‌ಗೇ ಸಲ್ಲಬೇಕು! ಕಪ್ಪಗಿರುವ ರಾಜಕಾರಣಿಗಳು, ಸಿನಿಮಾ ತಾರೆಯರು, ಕ್ರಿಕೆಟ್ ಪಟುಗಳು, ಇತರೇ ಸೆಲೆಬ್ರಿಟಿಗಳು ಅಷ್ಟೇ ಯಾಕೆ ತಮಗಾಗದವರನ್ನು ಸಹ ಮನಸ್ಸಿಗೆ ಬಂದಂತೆ ಟೀಕಿಸಿ ಹೀನಾಯವಾಗಿ ಮಾತಾಡುವುದು ಕೆಲವರಿಗೆ ಚಟ. ಕಪ್ಪು ಬಣ್ಣವನ್ನು ಕೀಳಾಗಿ ಕಾಣುವ ಇಂತಹ ಮನಸ್ಥಿತಿ ಹೊಂದಿದವರಲ್ಲಿ ಉಪನ್ಯಾಸಕರು, ವೈದ್ಯರು, ಅಧಿಕಾರಿಗಳು, ಲೇಖಕರು, ಉದ್ದದ ಡಿಗ್ರಿಗಳನ್ನು ಹೊಂದಿದವರೂ ಇದ್ದಾರೆನ್ನುವುದು ದುರಂತ.

ಇದಕ್ಕೆ ಪರಿಹಾರ ನಮ್ಮ ಕೈಯ್ಯಲ್ಲಿಯೇ ಇದೆ. ನಮ್ಮ ಮುಂದಿನ ಪೀಳಿಗೆಯ ಸೌಂದರ್ಯದ ಪರಿಕಲ್ಪನೆ ಬದಲಾಗಬೇಕು. ಸೌಂದರ್ಯವೆನ್ನುವುದು ವ್ಯಕ್ತಿಯ ವ್ಯಕ್ತಿತ್ವದಲ್ಲಿದೆಯೇ ಹೊರತು ಚರ್ಮದ ಬಣ್ಣದಲ್ಲಲ್ಲ ಎಂಬ ಮನೋಭಾವವನ್ನು ನಮ್ಮ ಮಕ್ಕಳಲ್ಲಿ ಬೆಳೆಸಬೇಕು. ಅದನ್ನು ಮೊದಲು ಮನೆಯಲ್ಲಿ ಪಾಲಕರು ಹೇಳಿಕೊಡಬೇಕು. ಆದರೆ ಬಣ್ಣದ ಆಧಾರದ ಮೇಲೆ ತಮ್ಮ ಮಕ್ಕಳಿಗೇ ತಾರತಮ್ಯ ಮಾಡುವ ಮೂರ್ಖ ಪಾಲಕರೂ ಇದ್ದಾರೆ. ಹಾಗಾಗಿ ಇಲ್ಲಿ ಶಿಕ್ಷಕರ ಪಾತ್ರ ಹಿರಿದು. 'ಜೂಲಿಯೆಟ್ ಕಾಗೆಗಳ ಮಧ್ಯೆ ಇರುವ ಬಿಳಿಯ ಪಾರಿವಾಳದಂತೆ ಕಾಣುತ್ತಿದ್ದಳು' ಎಂಬಂತಹ ಸಾಲುಗಳನ್ನು ಪಾಠ ಮಾಡುವಾಗ ಬೆಳ್ಳಗಿರುವವರ ಮುಖದಲ್ಲಿ ಕಂಡೂಕಾಣದ ಹೆಮ್ಮೆಯನ್ನೂ ಕಪ್ಪಗಿರುವವರ ಮುಖ ಸಪ್ಪಗಾಗುವುದನ್ನು ನಾನು ಗಮನಿಸಿದ್ದೇನೆ. ಹೈಸ್ಕೂಲು ಪಿಯುಸಿ ಹಂತಗಳಲ್ಲಿ ಓದುವ ಮಕ್ಕಳಿಗೆ ಶಿಕ್ಷಕರು, ಉಪನ್ಯಾಸಕರು ಅವರಲ್ಲಿರುವ ಬಣ್ಣದ ಕುರಿತ ಭ್ರಮೆಗಳನ್ನು ತೊಡೆದುಹಾಕಲು ಸತತ ಪ್ರಯತ್ನ ಮಾಡುತ್ತಲೇ ಇರಬೇಕು. ಇದು ಸಾಸಿವೆಯ ರಾಶಿಯ ಜತೆ ಬೆರೆತ ರಾಗಿಯ ರಾಶಿಯನ್ನು ಬೇರೆ ಮಾಡುವಂತಹ ದೀರ್ಘ ಸಮಯ ಬೇಡುವ ಕೆಲಸವೇ ಇರಬಹುದು. ಆದರೆ ಬರಿದೇ ಮಾತಾಡುವುದಕ್ಕಿಂತ ಚಿಕ್ಕದಾಗಿಯಾದರೂ ಕೆಲಸ ಶುರು ಮಾಡುವುದು ಈಗಿನ ಅವಶ್ಯಕತೆ ಮಾತ್ರವಲ್ಲ ಅನಿವಾರ್ಯತೆಯೂ ಹೌದು.

7

ಬೆಂಕಿಯಲ್ಲಿ ಬೆಂದರೂ ವಿಶ್ವ ಚಾಂಪಿಯನ್ ಆದ ಓಟಗಾರ್ತಿ

ಚಾಂಪಿಯನ್‌ಗಳ ಬಗ್ಗೆ ಬರೆಯುವಾಗ ಓದುವಾಗ ಯಾವಾಗಲೂ ರೋಮಾಂಚನಗೊಳ್ಳುತ್ತೇನೆ. ಎಲ್ಲರಿಗೂ ಕಾಲಿಡಲಾಗದ, ಏರುವ ಕನಸನ್ನೂ ಕಾಣಲಾಗದ ಸಾಧನೆಯ ಗೌರಿಶಂಕರವನ್ನು ಏರಿ ಗೆಲುವಿನ ಬಾವುಟ ಹಾರಿಸುವ ಧೀಮಂತಿಕೆ ಇರುವ ಅಪರೂಪದ ವ್ಯಕ್ತಿಗಳವರು.

ಈ ಸಾಧಕರಲ್ಲೂ ತಮ್ಮದೇ ಆದ ವಿಶೇಷತೆಯುಳ್ಳವರು ಇದ್ದಾರೆ. ಎಲ್ಲ ಬಾಗಿಲುಗಳೂ ಮುಚ್ಚಿ ಹೋದರೂ ಧೈರ್ಯಗೆಡದೇ ಮುಚ್ಚಿದ ಕಿಟಕಿಯ ಪುಟ್ಟ ಸಂದಿಯೊಂದರಿಂದ ತೂರಿಬರುವ ಬೆಳಕಿನಕೋಲನ್ನೇ ಏಣಿಯಾಗಿಸಿಕೊಂಡು ಆಗಸ ಮುಟ್ಟಿದ ಅಸಾಮಾನ್ಯರವರು. ಸೋಲಿನ, ಸಂಕಟದ ಅಪಮಾನದ ಸುಳಿ ತಮ್ಮನ್ನು ಆಪೋಶನ ತೆಗೆದುಕೊಳ್ಳುವ ಕೊನೆಯ ಗಳಿಗೆಯಲ್ಲೂ ಸೋಲಿಗೆ, ಸಾವಿಗೆ ಸಡ್ಡು ಹೊಡೆದು ಜಗತ್ತೇ ಬೆರಗಾಗುವಂತೆ ಈಜಿ ದಡ ಸೇರಿದವರಿದ್ದಾರೆ.

ಇಂಥ ಸಾಧಕರ ಕುರಿತು ಯೋಚಿಸುವಾಗಲೆಲ್ಲ ಕ್ಯೂಬಾದ ಅನಾ ಕ\ ಕ್ವಿರಾಟ್ ನೆನಪಾಗುತ್ತಾಳೆ. 1980 ಮತ್ತು 90ರ ದಶಕದ ಜಗತ್ತಿನ ಗಮನ ಸೆಳೆದ ಓಟಗಾರ್ತಿಯಾಕೆ. ಜಗತ್ತಿನ ಪುಟ್ಟ ದ್ವೀಪ ರಾಷ್ಟ್ರಗಳಲ್ಲೊಂದಾದ ಕ್ಯೂಬಾ ಕ್ರೀಡಾಪಟುಗಳನ್ನು ತನ್ನ ಕೀರ್ತಿಯ ಕಿರೀಟಗಳೆಂದು ಭಾವಿಸುತ್ತದೆ. ತಮ್ಮ ದೇಶದ ಹಿರಿಮೆಯನ್ನು ಜಗತ್ತಿಗೆ ಸಾರುವ ಕ್ರೀಡಾಪಟುಗಳಿಗೆ ಆ ದೇಶದಲ್ಲಿ ವಿಶೇಷ ಗೌರವ. ಬರೀ ಒಂದೂಕಾಲು ಕೋಟಿ ಜನಸಂಖ್ಯೆ ಇರುವ ಕ್ಯೂಬಾ ಕಳೆದ 2016ರ ರಿಯೋ ಡಿ ಜನ್ನೆರೋ ಒಲಂಪಿಕ್ಸ್‌ನಲ್ಲಿ ಗೆದ್ದದ್ದು ಐದು ಚಿನ್ನವೂ ಸೇರಿದಂತೆ ಹನ್ನೊಂದು ಪದಕಗಳನ್ನು! ಇದನ್ನೂ ಸೇರಿ 1900ರ ನಂತರ ಬೇಸಿಗೆ ಒಲಂಪಿಕ್ಸ್‌ನಲ್ಲಿ ಅವರ ಸಾಧನೆ 78 ಚಿನ್ನ, 68

ಬೆಳ್ಳಿ ಮತ್ತು 80 ಕಂಚಿನ ಪದಕಗಳು! ಒಟ್ಟು 226 ಒಲಂಪಿಕ್ಸ್ ಪದಕಗಳು! ಅಲ್ಲಿ ಕ್ರೀಡೆಗೆ ಮತ್ತು ಕ್ರೀಡಾಪಟುಗಳಿಗೆ ಇರುವ ಮಹತ್ವವನ್ನು ಇದರಿಂದ ಊಹಿಸಿಕೊಳ್ಳಬಹುದು.

ಇಂತಹ ಕ್ರೀಡಾಪ್ರೇಮಿ ಪುಟ್ಟ ದೇಶದ ಅನಾ ಫಿಡೆಲಿಯಾ ಕ್ವಿರಾಟ್ ಜನಿಸಿದ್ದು 1963ರ ಮಾರ್ಚ್ 23 ರಂದು. ಫ್ಯಾಟಿ ಎಂಬ ನಿಕ್‌ನೇಮ್ ಹೊಂದಿದ್ದ ಅನಾಳ ಕುಟುಂಬವೇ ಆಟಗಾರರದ್ದು. ತಂದೆ ಬಾಕ್ಸರ್ ಆಗಿದ್ದರೆ ಅಣ್ಣ ನಾನೂರು ಮೀಟರ್ ಓಟಗಾರ. ಅಕ್ಕ ಕೂಡ ಬಾಸ್ಕೆಟ್‌ಬಾಲ್ ಆಟಗಾರ್ತಿ. ಬಾಲ್ಯದಿಂದಲೇ ಓಟಗಾರ್ತಿಯಾಗುವ ಆಸೆ ಇಟ್ಟುಕೊಂಡಿದ್ದ ಅನಾ ಹದಿಮೂರನೇ ವಯಸ್ಸಿಗೇ ಕ್ಯೂಬಾದ ಪ್ರತಿಷ್ಠಿತ ಕ್ರೀಡಾ ಶಾಲೆಯಲ್ಲಿ ಪ್ರವೇಶ ಗಿಟ್ಟಿಸಿಕೊಂಡಳು. ಉಚಿತವಾಗಿ ವಿಶ್ವದರ್ಜೆಯ ಓಟಗಾರ್ತಿಯಾಗುವ ತರಬೇತಿ ಪಡೆದು ವಿದ್ಯಾಭ್ಯಾಸ ಮುಗಿಸಿ ಓಡಲಾರಂಭಿಸಿದಳು. ತನ್ನ ಪ್ರೀತಿಯ 800 ಮೀಟರ್ ಓಟ ಹಾಗೂ 400 ಮೀಟರ್ ಓಟ ಎರಡರಲ್ಲೂ ರಾಷ್ಟ್ರೀಯ ದಾಖಲೆ ನಿರ್ಮಿಸಿದಳು. ಆದರೆ ಕ್ಯೂಬಾ 1984 ಮತ್ತು 1988ರ ಒಲಂಪಿಕ್ಸ್‌ಗಳಲ್ಲಿ ಭಾಗವಹಿಸದ ಕಾರಣ ಅನಾ ಎರಡು ಒಲಂಪಿಕ್ಸ್‌ನಿಂದ ವಂಚಿತಳಾಗಬೇಕಾಯಿತು. ಆದರೆ ವಿಶ್ವ ಅಥ್ಲೆಟಿಕ್ಸ್‌ನಲ್ಲಿ ಬೆಳ್ಳಿ ಗೆದ್ದಳು. 1987ರ ಪಾನ್ ಅಮೆರಿಕನ್ ಗೇಮ್ಸ್‌ನಲ್ಲಿ 800 ಮೀಟರ್ ಹಾಗೂ 400 ಮೀಟರ್ ಓಟಗಳೆರಡರಲ್ಲೂ ಚಿನ್ನ ಗೆದ್ದಳು! ಅದಲ್ಲದೆ ಕೆರಿಬಿಯನ್ ಮತ್ತು ಮಧ್ಯ ಅಮೆರಿಕಾದ ಹತ್ತಾರು ಪಂದ್ಯಾವಳಿಗಳಲ್ಲಿ ಚಿನ್ನದ ಹುಡುಗಿಯೂ ಆಗಿದ್ದವಳು. ಅಷ್ಟೇ ಅಲ್ಲ 1989ನೇ ಇಸವಿಯಲ್ಲಿ 800 ಮೀಟರ್ ಓಟದಲ್ಲಿ ಸತತ 39 ಸ್ಪರ್ಧೆಗಳನ್ನು ಗೆದ್ದು ಆ ವರ್ಷದ ಅತ್ಯುತ್ತಮ ಮಹಿಳಾ ಕ್ರೀಡಾಪಟು ಎಂಬ ಬಿರುದನ್ನೂ ಅಂತಾರಾಷ್ಟ್ರೀಯ ಅಮೆಚ್ಯೂರ್ ಅಥ್ಲೆಟಿಕ್ಸ್ ಫೆಡರೇಶನ್‌ನಿಂದ ಪಡೆದಳು! ಮತ್ತು 1992ರ ಬಾರ್ಸಿಲೋನಾ ಒಲಂಪಿಕ್ಸ್ ನಡೆದಾಗ ಆಕೆ ಕೆಲವು ವಾರಗಳ ಗರ್ಭಿಣಿ. ಆದರೂ ಭಾಗವಹಿಸಿ ಕಂಚಿನ ಪದಕ ಪಡೆದಳು! ಆದರೆ ಆಕೆಯ ಬದುಕಿನಲ್ಲಿ ಅನಿರೀಕ್ಷಿತ ಆಘಾತವೊಂದು ಆಕೆಗಾಗಿ ಕಾದಿತ್ತು. ಯಾರೂ ಊಹಿಸದ ಅಪಘಾತವದು. ಆದರೆ ಅಂತಹ ದುರಂತದ ಬಳಿಕ ಆಕೆ ವಾಪಸಾದ ರೀತಿ ಆಕೆಯನ್ನು ಚಾಂಪಿಯನ್ನರ ಚಾಂಪಿಯನ್ ಎನಿಸಿಕೊಳ್ಳುವಂತೆ ಮಾಡಿತು! ಅನಾ ತನ್ನ ಜೀವಮಾನದ ಅತ್ಯುತ್ತಮ ಸಾಧನೆ ಮಾಡಿದ್ದು ಆ ದುರಂತದ ನಂತರವೇ! ಬದುಕುವುದೇ ಅಸಾಧ್ಯ ಎಂದು ವೈದ್ಯರಿಂದ ಹೇಳಿಸಿಕೊಂಡ ಹುಡುಗಿ ಎರಡೇ ವರ್ಷದಲ್ಲಿ ವಿಶ್ವ ಚಾಂಪಿಯನ್ ಆಗುವುದು ಜಗತ್ತಿನ ಕ್ರೀಡಾ ಇತಿಹಾಸದಲ್ಲಿ ಕಂಡುಕೇಳರಿಯದ ಸಂಗತಿಯೇ ಸೈ. ಹಾಗಾಗಿಯೇ ಅನಾ ಕ್ವಿರಾಟ್ ಎಳೆಯ ಪೀಳಿಗೆಗೊಂದು ಸ್ಫೂರ್ತಿಯ ಕಿಡಿ. ಅಪರೂಪದ ರೋಲ್ ಮಾಡೆಲ್!

ಏನಾಗಿತ್ತು ಆಕೆಗೆ? 1993ರ ಜನವರಿಯ ತಿಂಗಳ 23ನೇ ತಾರೀಖಿನ ಆ ಬೆಳಗು ಅನಾಳ ಪಾಲಿಗೆ ಕರಾಳವಾಗಿತ್ತು. ಬಟ್ಟೆ ತೊಳೆಯುವ ರಾಸಾಯನಿಕ ಮಿಶ್ರಣವನ್ನು ಒಲೆಯ ಮೇಲಿರಿಸಿ ತಿರುವಿ ಹದಗೊಳಿಸುತ್ತಿದ್ದ ಅನಾಳ ಮೈಯ್ಯನ್ನು ಉಕ್ಕಿದ ಮಿಶ್ರಣಕ್ಕೆ ಜತೆಯಾದ ಬೆಂಕಿ ಪ್ರಾಣಾಂತಿಕವಾಗಿ ಸುಟ್ಟು ಹಾಕಿತ್ತು. ಯಾರಿಗೂ ಅನಾ ಬದುಕುವ ಭರವಸೆಯಿರಲಿಲ್ಲ. ಅದೂ ಅಲ್ಲದೇ ಅನಾ ಆ ಸಂದರ್ಭದಲ್ಲಿ ಏಳು ತಿಂಗಳ ಗರ್ಭಿಣಿ ಬೇರೆ. ಹುಟ್ಟಿದ ಮಗು ಕೆಲದಿನಗಳಲ್ಲೇ ಇಹಲೋಕದ ವ್ಯಾಪಾರ ಮುಗಿಸಿತು. ಆದರೆ ಅನಾ ಬದುಕಿದಳು. ಎಲ್ಲರೂ ನೋಡನೋಡುತ್ತಿದ್ದಂತೇ ಸಾವನ್ನೇ ಗೆದ್ದಳಾಕೆ. ಅವಳು ಬದುಕಿದ್ದು ಪವಾಡವೇ ಸೈ ಎಂದಿದ್ದು ಬೇರೆ ಯಾರೂ ಅಲ್ಲ, ಸ್ವತಃ ಹವಾನಾ ಆಸ್ಪತ್ರೆಯ ವೈದ್ಯರು! ಅಕಾಸ್ಮಾತ್ ಆಗಿ ಬದುಕಿದರೂ ಆಕೆ ಎಂದಿಗೂ ಓಡಲಾರಳು ಎಂದೂ ಹೇಳಿದ್ದರು ಅವರು! ಆದರೆ ಸುಟ್ಟ ಗಾಯಗಳ ನೋವು, ಮೈತುಂಬಾ ಎದ್ದು ಕಾಣುತ್ತಿದ್ದ ಸುಟ್ಟ ಚರ್ಮ, ಮಗುವನ್ನು ಕಳೆದುಕೊಂಡ ಸಂಕಟ ಹೇಳತೀರದ್ದಾಗಿತ್ತು! ಜತೆಗೆ ಅನಾ ಸೆಲೆಬ್ರಿಟಿ ಆದುದರಿಂದ ಆತ್ಮಹತ್ಯೆಗೆ ಪ್ರಯತ್ನಿಸಿದಳೆಂಬ ಗಾಳಿಸುದ್ದಿ ಬೇರೆ! ಬಹುಶಃ ಇವೆಲ್ಲ ಘಟನೆಗಳ ಪೈಕಿ ಯಾವುದಾದರೂ ಒಂದು ಘಟನೆ ತಮ್ಮ ಬದುಕಿನಲ್ಲಿ ನಡೆದರೂ ಕೈಚೆಲ್ಲುವ ಜನರಿರುವಾಗ ಅನಾ ಫೀನಿಕ್ಸ್‌ನಂತೆ ಬೂದಿಯಿಂದ ಎದ್ದು ಬರುವ ನಿರ್ಧಾರ ಕೈಗೊಂಡಳು.

ಹೇಳಿಕೇಳಿ ಓಟವನ್ನು ಧ್ಯಾನಿಸಿದ, ಪ್ರೀತಿಸಿದ, ಎದೆಗವುಚಿಕೊಂಡ ಜೀವ ಅನಾಳದ್ದು. ಓಟವನ್ನು ಉಸಿರಿನಷ್ಟು ಅನಿವಾರ್ಯವಾಗಿಸಿಕೊಂಡ ಹುಡುಗಿ ಅವಳು. ಹಾಗಾಗಿ ರಕ್ತಗತವಾಗಿಹೋಗಿದ್ದ ಓಟದ ಕನಸು ಬೆಂಕಿಯಲ್ಲಿ ಬೆಂದು ಹೋಗಲಿಲ್ಲ. ಈ ದುರಂತ ಘಟನೆ ನಡೆಯುವ ವೇಳೆಗಾಗಲೇ ಹೊಂದಾಣಿಕೆ ಬಾರದೇ ಅವಳ ಪತಿ ಹೈಜಂಪ್ ಪಟು ಜೇವಿಯರ್ ಸೊಟೋಮೇಯರ್ ಅವಳಿಂದ ದೂರವಾಗಿದ್ದ. ಆದರೆ ಅಪಘಾತವಾದ ಮೇಲೆ ಅವಳಿಗೆ ಮಾನಸಿಕ ಬೆಂಬಲ ನೀಡಿದ. ಟ್ರ್ಯಾಕ್ ಅನಾಳನ್ನು ಕೈಬೀಸಿ ಕರೆಯುತ್ತಿತ್ತು. ಮೂವತ್ತರ ನಂತರದ ವಯಸ್ಸು ಓಟಗಾರ್ತಿಯರಿಗೆ ನಿವೃತ್ತಿಯ ಹೊತ್ತು. ಮನಸ್ಸು ಓಡಬೇಕು ಎಂದರೂ ದೇಹ ಸಹಕರಿಸದ ಸಮಯ. ಆದರೆ ಅನಾಳ ಪ್ರಖರ ನಿರ್ಧಾರ ಝಳಕ್ಕೆ ಅಡೆತಡೆಯ ಗೋಡೆಗಳು ಕರಗಿಹೋದವು! ಏಳು ಚರ್ಮದ ಕಸಿಯ ಶಸ್ತ್ರ ಚಿಕಿತ್ಸೆಗಳಾದವು. ಆಸ್ಪತ್ರೆಯ ದೀರ್ಘವಾಸ ತನ್ನ ಮನೋಬಲವನ್ನು ಕುಗ್ಗಿಸದಂತೆ ಆಕೆ ಧೈರ್ಯವನ್ನು ಒಗ್ಗೂಡಿಸಿಕೊಂಡಳು. ಇಂಥ ಸ್ಥಿತಿಯಿಂದ ಎದ್ದುಬಂದ ಅನಾ ಜಗತ್ತಿನ ಅತ್ಯುತ್ತಮ 800 ಮೀಟರ್ ದೂರದ ಓಟಗಾರ್ತಿಯರಲ್ಲಿ ಸ್ಥಾನ ಗಿಟ್ಟಿಸಿಕೊಂಡದ್ದು ಅತ್ಯಪರೂಪದ ಸಂಗತಿ.

ಹೀಗೆ ಮತ್ತೆ ಟ್ರ್ಯಾಕ್‌ಸೂಟ್ ಹಾಕಿದ ಅನಾ ಹಿಂದಿರುಗಿ ನೋಡಲಿಲ್ಲ. 1995ರ ಗೊಥೆನ್‌ಬರ್ಗ್‌ನಲ್ಲಿ ನಡೆದ ವಿಶ್ವ ಅಥ್ಲೆಟಿಕ್ಸ್ ಚಾಂಪಿಯನ್‌ಶಿಪ್‌ನಲ್ಲಿ 800 ಮೀಟರ್ ಓಟದಲ್ಲಿ ಚಿನ್ನ ಗೆದ್ದವಳಾಕೆ. ಮೈಯಿಡೀ ಸುಟ್ಟಗಾಯದ ಗುರುತುಗಳು ತುಂಬಿದ್ದ ಅನಾ ಎಂಬ ಮೂವತ್ತೆರಡರ ಕ್ರೀಡಾಪಟು ಬಂಗಾರ ಗೆದ್ದಾಗ ಜಗತ್ತಿನ ಅಚ್ಚರಿಯೆಲ್ಲ ಪ್ರೇಕ್ಷಕರ ಕಂಗಳಲ್ಲಿ. ಅನಾ ಸಾಧಿಸಿದ್ದು ಅಂತಹುದೊಂದು ವಿಕ್ರಮವನ್ನು. ಅಷ್ಟಕ್ಕೇ ಸುಮ್ಮನಾಗದ ಅವಳು 1996ರ ಅಟ್ಲಾಂಟಾ ಒಲಂಪಿಕ್ಸ್‌ನಲ್ಲಿ ಬೆಳ್ಳಿ ಗೆದ್ದಳು. 1997ರ ಅಥೆನ್ಸ್ ವಿಶ್ವ ಅಥ್ಲೆಟಿಕ್ಸ್ ಚಾಂಪಿಯನ್‌ಶಿಪ್‌ನಲ್ಲಿ ಭಾಗವಹಿಸುವಾಗ ಅವಳಿಗೆ 34 ವರ್ಷ! ಅನಾ ಮತ್ತೆ ಚಿನ್ನ ಗೆದ್ದು ವಿಶ್ವಚಾಂಪಿಯನ್ ಕಿರೀಟ ಧರಿಸಿದಳು!

ಚಾಂಪಿಯನ್ನರು ಹುಟ್ಟುತ್ತಾರೆ, ಅವರನ್ನು ನಿರ್ಮಿಸಲಾಗುವುದಿಲ್ಲ ಎಂಬ ಮಾತಿದೆ. ಆದರೆ ತಮ್ಮನ್ನು ತಾವೇ ಇಂಚಿಂಚಾಗಿ ನಿರ್ಮಿಸಿಕೊಂಡು ಸೃಷ್ಟಿಗೇ ಸವಾಲೊಡ್ಡುವ ಇಂಥವರಿಗೆ ಏನೆನ್ನೋಣ? ಸಣ್ಣಪುಟ್ಟ ಎಡವುವಿಕೆಗೇ ಉಸ್ಸಪ್ಪಾ ಎಂದು ಕುಳಿತುಬಿಡುವ, ಬಾವಿಯೊಳಗಿನ ಕಪ್ಪೆಗಳಂತೆ ಬದುಕಿಡೀ ಒಟಗುಡುತ್ತಾ ಏನನ್ನೂ ಸಾಧಿಸದೇ, ಸಾಧಿಸಿದವರನ್ನು ನೋಡಿ ಖುಶಿಯನ್ನೂ ಪಡದೇ ಹೀಗೆ ಹುಟ್ಟಿ ಹಾಗೆ ಸಾಯುವ ಜನರ ನಡುವಿನಿಂದಲೇ ಬಂದು ತಮ್ಮನ್ನೊಂದು ಮಾದರಿಯಾಗಿ ರೂಪಿಸಿಕೊಂಡ ಅನಾಳಂತಹ ಚಾಂಪಿಯನ್ನರಿಗೆ ಅವರ ಛಲಕ್ಕೆ, ಜೀವನಪ್ರೀತಿಗೆ ಶರಣು. ಮತ್ತೆ ಓಡದಿದ್ದರೆ ತಾನು ಸತ್ತೇ ಹೋಗುತ್ತಿದ್ದೆ ಎಂಬ ಆಕೆಯ ಮಾತು ಸಾಧನೆಯ ಹಂಬಲದ ತೀವ್ರತೆಗೊಂದು ಉದಾಹರಣೆ!

ಚಾಂಪಿಯನ್ ಆಗಲು ಸ್ಪರ್ಧಿಸಬೇಕು, ಅತ್ಯುತ್ತಮ ಚಾಂಪಿಯನ್ ಆಗಬೇಕೆಂದರೆ ಅತ್ಯುತ್ತಮರೊಡನೆ ಸ್ಪರ್ಧಿಸಬೇಕು. ಆದರೆ ಅನಾರಂತಹ ಚಾಂಪಿಯನ್ನರು ಇವೆರಡನ್ನೂ ಮೀರಿ ತಮ್ಮ ಜತೆ ತಾವೇ ಸ್ಪರ್ಧಿಸಿ ದಂತಕಥೆಗಳಾದವರು. ಮತ್ತೆ ಏಳಲಾಗದಂತೆ ನೆಲಕಚ್ಚಿದರೂ ತನ್ನ ಅಪ್ರತಿಮ ಮನೋಬಲದಿಂದ ಎದ್ದು ಇತಿಹಾಸ ನಿರ್ಮಿಸಿದಾಕೆ ಅನಾ. ತನ್ನ ಛಲಬಿಡದ ಸಾಹಸದಿಂದ ಜಗತ್ತನ್ನು ಬದುಕಲು ಇನ್ನೂ ಉತ್ತಮ ಸ್ಥಳವಾಗಿಸಿದ್ದಕ್ಕಾಗಿ ಅನಾಳಿಗೆ ನಮ್ಮೆಲ್ಲರ ಕೃತಜ್ಞತೆಗಳು ಸಲ್ಲುತ್ತವೆ.

8

ವಿರಾಟ್ ಕೊಹ್ಲಿ ಆಗುವುದೆಂದರೆ

2006ರ ಡಿಸೆಂಬರ್ ತಿಂಗಳ ಒಂದು ನಸುಕಿನ ಮೂರು ಗಂಟೆಯ ಸಮಯ. ಹದಿನೆಂಟರ ಹರೆಯದ ಕ್ರಿಕೆಟಿಗನೊಬ್ಬ ತನ್ನ ಕೋಚ್‌ಗೆ ಕರೆ ಮಾಡಿ ಜೋರಾಗಿ ಅಳತೊಡಗಿದ. ಕಳೆದ ಒಂದು ತಿಂಗಳಿಂದ ಅನಾರೋಗ್ಯಪೀಡಿತರಾಗಿದ್ದ ತಂದೆ ತೀರಿಕೊಂಡಿದ್ದಾರೆ. ದೆಹಲಿ ಮತ್ತು ಕರ್ನಾಟಕ ತಂಡಗಳ ನಡುವೆ ರಣಜಿ ಕ್ರಿಕೆಟ್ ಪಂದ್ಯ ನಡೆಯುತ್ತಿದೆ. ದೆಹಲಿಯ ಪರ ಆಡುತ್ತಿದ್ದ ಈ ಹುಡುಗ ನಲವತ್ತು ರನ್ ಗಳಿಸಿದ್ದಾನೆ. ಮಾರನೇದಿನ ಮೈದಾನಕ್ಕಿಳಿಯುವುದೋ ಬೇಡವೋ ಎಂಬ ಗೊಂದಲ. ಮಗ ಕ್ರಿಕೆಟ್‌ನಲ್ಲಿ ದೇಶವನ್ನು ಪ್ರತಿನಿಧಿಸಬೇಕು ಎಂಬ ಮಹದಾಸೆ ಇಟ್ಟುಕೊಂಡವರಾಗಿದ್ದರು ತಂದೆ. ಅಪ್ಪನ ಆಸೆ ನೆರವೇರಿಸಲು ಈ ರಣಜಿ ಪಂದ್ಯ ಹುಡುಗನಿಗೆ ಬಹುಮುಖ್ಯ. ಇನ್ನೊಂದೆಡೆ ಮನೆಯ ಆಧಾರವೇ ಕುಸಿದ ಸಂಕಟ. ಆ ಹುಡುಗನಲ್ಲಿ ನೋವನ್ನು ಮೆಟ್ಟಿ ನಿಲ್ಲುವ ಶಕ್ತಿಯೂ ಇದ್ದುದು ಜಗತ್ತಿನ ಗಮನಕ್ಕೆ ಬಂದುದು ಆತ ಮರುದಿನ ಬ್ಯಾಟೆತ್ತಿ ಮೈದಾನಕ್ಕೆ ಇಳಿದಾಗಲೇ. ಅಂತಹ ಸಂದರ್ಭದಲ್ಲಿ ಧೈರ್ಯ ತಂದುಕೊಂಡು, ಭಾವನೆಗಳನ್ನು ಹತ್ತಿಕ್ಕಿ ಆಟವಾಡಿದ್ದು ಎಲ್ಲರ ಗಮನ ಸೆಳೆದಿತ್ತು. ಹಾಂ, ಅಂದು ಆಟ ಮುಂದುವರೆಸಿದ ಆತ ಗಳಿಸಿದ್ದು ತೊಂಬತ್ತು ರನ್‌ಗಳು! ಅಂದಹಾಗೆ ಆತ ಕೋಚ್‌ಗೆ ಕರೆ ಮಾಡಿದಾಗ ಅಳುತ್ತ ಹೇಳಿದ್ದೇನು ಗೊತ್ತೇ? ತಾನು ಮಾರನೇದಿನ ಆಟ ಮುಂದುವರಿಸುತ್ತೇನೆ ಎಂದು!

ಆ ಹುಡುಗನೇ ವಿರಾಟ್ ಕೊಹ್ಲಿ! ಇಂದು ಭಾರತದ ಕ್ರಿಕೆಟ್ ಪ್ರೇಮಿಗಳ ಎದೆಯನ್ನು ಬೆಚ್ಚಗಾಗಿಸುವ ಹೆಸರು. ಜಗತ್ತಿನ ಅತ್ಯುತ್ತಮ ಬ್ಯಾಟ್ಸ್‌ಮನ್‌ಗಳ ಸಾಲಿನಲ್ಲಿ ಈಗಾಗಲೇ ಸೇರಿರುವ ವಿರಾಟ್ ಕಠಿಣ ಪರಿಶ್ರಮ ಮತ್ತು ಸಮರ್ಪಣಾ

ಮನೋಭಾವದಿಂದಲೇ ಯಶಸ್ಸಿನ ಮೆಟ್ಟಿಲುಗಳನ್ನು ಏರಿದವರು. ಯಶಸ್ಸು ಒಂದು ಗುರಿಯಲ್ಲ, ನಿರಂತರವಾಗಿ ನಡೆಯಬೇಕಾದ ಹಾದಿ ಎಂಬುದನ್ನು ಕಿರಿವಯಸ್ಸಿನಲ್ಲಿಯೇ ಅರ್ಥ ಮಾಡಿಕೊಂಡು ಜವಾಬ್ದಾರಿಯುತ ಹುದ್ದೆ, ಅದು ತರುವ ಒತ್ತಡ, ಸ್ಟಾರ್‌ಗಿರಿ, ಜನಪ್ರಿಯತೆ, ಸಂಪತ್ತು ಎಲ್ಲವನ್ನೂ ಸಲೀಸಾಗಿ ನಿರ್ವಹಿಸುತ್ತ ಮಾದರಿಯಾದವರು. ಈಗಿನ್ನೂ ಮೂವತ್ತರ ಆಸುಪಾಸಿನ ಈ ಹುಡುಗ ಟೆಸ್ಟ್, ಒಂದು ದಿನದ ಪಂದ್ಯಗಳು, ಟ್ವೆಂಟಿ ಟ್ವೆಂಟಿ ಎಲ್ಲದರಲ್ಲೂ ಅತ್ಯುತ್ತಮ ಎನಿಸಿಕೊಂಡಿರುವುದು ಹೇಗೆ? ಯಶಸ್ಸನ್ನು ವಿರಾಟ್ ಅರ್ಥೈಸುವ ಬಗೆಯೇನು ಎಂಬುದನ್ನು ವಿಶ್ಲೇಷಿಸುವ ಪ್ರಯತ್ನ ಇಲ್ಲಿದೆ. ಹಗಲುಗನಸು ಕಾಣುತ್ತ, ಗಾಳಿಗೋಪುರಗಳನ್ನು ಕಟ್ಟುತ್ತ ಅದರಲ್ಲೇ ವಾಸ ಮಾಡುತ್ತ, ಸಾಮಾಜಿಕ ಜಾಲತಾಣಗಳ ಭ್ರಮಾಲೋಕದಲ್ಲಿ ಮುಳುಗೇಳುತ್ತ ವಾಸ್ತವದಿಂದ ಇಂಚಿಂಚೇ ದೂರ ಸರಿಯುತ್ತ, ತಮ್ಮ ಸೋಲಿಗೆ ಇಲ್ಲದ ನೆಪಗಳನ್ನು ಹೇಳುತ್ತ ತಮ್ಮನ್ನೂ ನಂಬಿಸಿಕೊಳ್ಳುವ ವ್ಯರ್ಥ ಪ್ರಯತ್ನ ಮಾಡುತ್ತ, ಯಶಸ್ವೀ ವ್ಯಕ್ತಿಗಳೆಲ್ಲ ಅದೃಷ್ಟವಂತರೆಂದು ಗೊಣಗುತ್ತ ಇಡೀ ಬದುಕನ್ನೇ ಕಳೆದುಬಿಡುವವರಿಗೆ ವಿರಾಟ್ ಕೊಹ್ಲಿಯ ಮಾತುಗಳು ಸ್ಫೂರ್ತಿ ತರಬಹುದೇನೋ.

ಪ್ರತಿದಿನವೂ ತಮ್ಮ ಗುರಿಯಲ್ಲಿ ಉತ್ಕೃಷ್ಟತೆ ಸಾಧಿಸಲು ಪ್ರಯತ್ನಿಸುವುದು ವಿರಾಟ್‌ಗೆ ಬಹುಮುಖ್ಯ. ಅದಕ್ಕೆ ಒಂದು ಮಾನಸಿಕ ತಯಾರಿ ಬೇಕಾಗುತ್ತದೆ. ಏಕೆಂದರೆ ಯಶಸ್ಸು ಎಂಬುದು ನಮ್ಮ ದಿನನಿತ್ಯದ ಕೆಲಸಗಳ ಪರಿಣಾಮ. ಹಾಗಾಗಿ ಮೈದಾನದಲ್ಲಿ ಏನು ಮಾಡುತ್ತೇನೆ ಎಂಬುದಕ್ಕಿಂತ ಮೈದಾನದಲ್ಲಿ ಇಲ್ಲದಿದ್ದಾಗ ಏನು ಮಾಡುತ್ತಿರುತ್ತೇನೆ ಎಂಬುದು ಮುಖ್ಯವಾಗುತ್ತದೆ ಎನ್ನುವ ವಿರಾಟ್ ಬಹುದೊಡ್ಡ ಹಾರ್ಡ್‌ವರ್ಕರ್. ಬೆಳಗ್ಗೆ ನಾಲ್ಕು ಗಂಟೆಗೇ ಏಳುವ ವಿರಾಟ್ ಪ್ರತೀ ದಿನವೂ ತಮ್ಮ ಪ್ರದರ್ಶನ ಉತ್ತಮವಾಗಿರಬೇಕೆಂದು ಪ್ರಯತ್ನಪಡುತ್ತಾರೆ. ಯಾವುದಾದರೂ ಪಂದ್ಯದಲ್ಲಿ ಕಡಿಮೆ ರನ್ ಗಳಿಸಿದ ದಿನ ಎರಡು ಮೂರು ಗಂಟೆ ಹೆಚ್ಚಿಗೆ ಪ್ರಾಕ್ಟೀಸ್ ಮಾಡುವ ಮೂಲಕ ತಮಗೆ ತಾವೇ ಶಿಕ್ಷೆ ಕೊಟ್ಟುಕೊಳ್ಳುತ್ತಾರೆ! ಪರೀಕ್ಷೆಯಲ್ಲಿ ಕಡಿಮೆ ಅಂಕ ಗಳಿಸಿದರೆ ಒಂದೆರಡು ಗಂಟೆ ಹೆಚ್ಚಿಗೆ ಓದುವುದನ್ನು ಪ್ರಾರಂಭಿಸುವಂತಹ ಧನಾತ್ಮಕ ಬದಲಾವಣೆಯನ್ನು ವಿದ್ಯಾರ್ಥಿಗಳು, ಇತರ ಪರೀಕ್ಷಾರ್ಥಿಗಳು ತಮ್ಮದಾಗಿಸಿಕೊಂಡರೆ ಬಹುಶಃ ಅರ್ಧ ಸಮಸ್ಯೆ ಪರಿಹಾರವಾಗಬಹುದೇನೋ!

"ಯಾವತ್ತೂ ಯಾರಿಗೂ ಏನನ್ನೂ ನಾನು ಸಾಬೀತುಪಡಿಸಲು ಹೋಗಿಲ್ಲ, ಹೋಗುವುದೂ ಇಲ್ಲ. ಈ ಗೆಲುವು ಅಥವಾ ಸಾಧನೆ ಎನ್ನುವುದು ಒಂದು ಹವ್ಯಾಸದ ಹಾಗೆ. ಒಂದಾದ ಮೇಲೊಂದರಂತೆ ಸಾಧನೆ ಮಾಡುತ್ತ ಹೋದಂತೆ ಸಿಗುವ ಸಂತಸ ಸಮಾಧಾನ ನಿಮ್ಮನ್ನು ಸುಮ್ಮನಿರಲು ಬಿಡುವುದಿಲ್ಲ,

ನಿರಂತರವಾಗಿ ಪ್ರಯತ್ನ ಜಾರಿಯಲ್ಲಿರುವಂತೆ ಮಾಡುತ್ತದೆ. ಆ ಗೆಲುವಿನ ಕ್ಷಣವನ್ನು ಅನುಭವಿಸಿದವರಿಗೆ ಮಾತ್ರ ಅದು ಕೊಡುವ ರೋಮಾಂಚನ ಗೊತ್ತಿರುತ್ತದೆ. ಮತ್ತು ನಾನು ಕಣಕ್ಕಿಳಿಯುವುದು ಸ್ಪರ್ಧಿಸಲು ಮತ್ತು ಗೆಲ್ಲಲು. ಕ್ರೀಸಿನಲ್ಲಿ ಬ್ಯಾಟಿಂಗ್ ಮಾಡುವ ವೇಳೆ ನಾನು ನಾನಾಗಿರುವ ಸಮಯ. ಆಗ ಬೇರೆ ಯಾರ ಬಗ್ಗೆಯೂ ನಾನು ಯೋಚಿಸುವುದಿಲ್ಲ. ಸೋಲುವುದನ್ನು ನಾನು ದ್ವೇಷಿಸುತ್ತೇನೆ. ಇಷ್ಟೆಲ್ಲ ಶತಕಗಳು ದಾಖಲೆಗಳನ್ನು ನೋಡಿದಾಗ ಅಯ್ಯೋ ಇದನ್ನೆಲ್ಲ ನಾನೇ ಮಾಡಿದ್ದಾ ಎಂದು ಅನ್ನಿಸುತ್ತಿರುತ್ತದೆ. ಆದರೆ ಆ ವಿಚಾರ ಇಂದಿನ ಆಟದ ಮೇಲೆ ಒತ್ತಡ ಹಾಕಬಹುದು. ಹಾಗಾಗಿ ಪ್ರತಿದಿನವೂ ಹೊಸದಾಗಿ ಪ್ರಾಕ್ಟೀಸ್, ಹೊಸಬನೆಂಬಂತೆ ಶ್ರದ್ಧೆಯಿಂದ ಆಟ! ಒಂದು ಸಂಗತಿಗಾಗಿ ಇಷ್ಟೆಲ್ಲ ಪ್ರಯತ್ನಪಟ್ಟು ಶ್ರಮ ಹಾಕಿ, ಅದರಲ್ಲಿ ಅತ್ಯುತ್ತಮವಾಗಬೇಕೆಂದು ಬಯಸದಿದ್ದರೆ ಏನು ಪ್ರಯೋಜನ?" ಎನ್ನುತ್ತಾರೆ ವಿರಾಟ್! ಹಗಲಿರುಳು ಕ್ರಿಕೆಟ್ ಅನ್ನೇ ಉಸಿರಾಡುವ ವಿರಾಟ್ ಮೈದಾನದಲ್ಲಿ ಅಜೇಯರಾಗಿರಬೇಕೆಂದು ಬಯಸುವುದು ಮತ್ತು ಅದನ್ನು ಸಾಧಿಸುವುದರ ಹಿಂದಿನ ಗುಟ್ಟು ಇದು! ಕ್ರಿಕೆಟ್‌ಗಾಗಿ ಅಷ್ಟೆಲ್ಲ ತ್ಯಾಗ ಮಾಡಿದ ಮೇಲೆ ಅತ್ಯುತ್ತಮ ಆಟಗಾರನಾಗಬೇಕೆಂದು ಬಯಸಲೇಬೇಕು ಎಂದು ವಿರಾಟ್ ಕೇಳುತ್ತಾರೆ. ಮತ್ತದು ಅವರ ಯಶಸ್ಸಿನ ಮೂಲಮಂತ್ರ. ಮನಸ್ಸಿದ್ದಲ್ಲಿ ಮಾರ್ಗ ಎಂಬ ಗಾದೆ ಮಾತು ಇಂತಹವರನ್ನು ನೋಡಿಯೇ ಹುಟ್ಟಿರಬೇಕು.

ಜಗತ್ತಿಗೆ ಅದರಲ್ಲೂ ಯುವಜನತೆಗೆ ಕಾಣುವುದು ವಿರಾಟ್ ಗಳಿಸುವ ಹಣ, ಗ್ಲಾಮರ್ ಲೋಕ, ಜನಪ್ರಿಯತೆ ಮಾತ್ರ. 'ಅಯ್ಯೋ ಆತ ಅದೃಷ್ಟವಂತ' ಎಂದು ನಿಡುಸುಯ್ಯುವ ಹುಡುಗರೇ, ನೀವು ಬೆಳಗ್ಗೆ ಏಳುವ ಹೊತ್ತಿಗಾಗಲೇ ವಿರಾಟ್ ತಮ್ಮ ಮೂರು ಗಂಟೆಗಳ ತರಬೇತಿ ಮುಗಿಸಿರುತ್ತಾರೆ! ಇದು ವಿರಾಟ್ ವಿಚಾರದಲ್ಲಿ ಮಾತ್ರವಲ್ಲ, ಎಲ್ಲ ಕ್ಷೇತ್ರಗಳ ಎಲ್ಲ ಸಾಧಕರ ಯಶಸ್ಸಿನ ಗುಟ್ಟು. ಇವತ್ತು ನಾವು ನೋಡುತ್ತಿರುವ ಕೊಹ್ಲಿ ರೂಪುಗೊಂಡಿರುವುದರ ಹಿಂದೆ ಇಪ್ಪತ್ತು ವರ್ಷಗಳ ಪರಿಶ್ರಮವಿದೆ. ಯಶಸ್ಸು ಎನ್ನುವುದು ನೀರ್ಗಲ್ಲಿನ ತುದಿ, ಜಗತ್ತಿಗೆ ಗೋಚರಿಸುವುದು ಅದು ಮಾತ್ರ. ಆದರೆ ಅದರ ಹಿಂದಿನ ಅಗಾಧ ಪ್ರಯತ್ನ, ಅಪಾರ ತ್ಯಾಗ ಇವೆಲ್ಲ ನೀರಿನಡಿಯಲ್ಲಿರುವ ಐಸ್‌ಬರ್ಗ್‌ನ ಶೇಕಡಾ ತೊಂಬತ್ತು ಭಾಗ! ಮತ್ತದು ಜಗತ್ತಿಗೆ ಕಾಣುವುದೇ ಇಲ್ಲ!

ಎಂಟರ ಎಳೆಯ ಪ್ರಾಯದಿಂದಲೇ ಕ್ರಿಕೆಟ್ ಎಂದರೆ ವಿರಾಟ್‌ಗೆ ಅಚ್ಚುಮೆಚ್ಚು. ಒಂಬತ್ತು ವರ್ಷ ದೊಡ್ಡವರಾದ ಅಕ್ಕ, ಏಳು ವರ್ಷ ದೊಡ್ಡವರಾದ ಅಣ್ಣನ ನಂತರ ಮೂರನೆಯವರಾದ ವಿರಾಟ್ ಕ್ರಿಕೆಟ್‌ನಲ್ಲಿ ಆಸಕ್ತಿ ತೋರಿದಾಗ ಮನೆಯಲ್ಲಿ ವಿರೋಧವೇನೂ ಉಂಟಾಗಲಿಲ್ಲ. ಬೆಳಗ್ಗೆ ಬೆಳಗ್ಗೆಯೇ ಆಟದ

ಮೈದಾನಕ್ಕೆ ಬಂದುಬಿಡುತ್ತಿದ್ದ ಹುಡುಗನನ್ನು ಕೋಚ್ ಒತ್ತಾಯಪೂರ್ವಕವಾಗಿ ರಾತ್ರಿ ಮನೆಗೆ ಕಳುಹಿಸಬೇಕಾಗುತ್ತಿತ್ತು! ತರಬೇತುದಾರರ ಹತ್ತಿರ ಆಟದ ತಂತ್ರಗಳ ಬಗ್ಗೆ ಪ್ರಶ್ನೆ ಕೇಳುತ್ತಲೇ ಇರುತ್ತಿದ್ದ ಬಾಲಕ ವಿರಾಟ್ ಅಷ್ಟರ ಮಟ್ಟಿಗೆ ಕ್ರಿಕೆಟ್‌ನಲ್ಲಿ ಮುಳುಗಿ ಹೋಗಿದ್ದ! ಎಷ್ಟೋ ಪ್ರಶ್ನೆಗಳಿಗೆ ಕೋಚ್ ಹತ್ತಿರ ಉತ್ತರವೇ ಇರುತ್ತಿರಲಿಲ್ಲ! ನ್ಯೂಜಿಲ್ಯಾಂಡ್‌ನ ಡೇನಿಯಲ್ ವಿಟ್ಟೋರಿ ಹೇಳುವಂತೆ ಇವತ್ತಿಗೂ ವಿರಾಟ್ ಐಪಿಎಲ್‌ನ ಹೊಸ ಆಟಗಾರರ ಹತ್ತಿರವೂ ಚರ್ಚಿಸಿ ಕಲಿಯುವ ವಿನಯ ಇಟ್ಟುಕೊಂಡಿದ್ದಾರೆ.

ವಿರಾಟ್‌ರ ಸಾಮರ್ಥ್ಯದ ಮೂಲವಿರುವುದು ಅವರ ಏಕಾಗ್ರತೆಯಲ್ಲಿ. ತಂದೆಯ ನಿಧನದ ನಂತರ ಆಡಿದ ಆಟ ಮತ್ತು ಗಳಿಸಿದ ರನ್‌ಗಳು ವಿರಾಟ್‌ಗೆ ತಮ್ಮ ಇಚ್ಛಾಶಕ್ತಿಯ ಮೇಲೆ ನಂಬಿಕೆ ಬರುವಂತೆ ಮಾಡಿದವು. ಯಾವ ಸವಾಲನ್ನಾದರೂ ಎದುರಿಸುವ ಈ ಅಭೂತಪೂರ್ವ ಆತ್ಮವಿಶ್ವಾಸವೇ ವಿರಾಟ್‌ರನ್ನು ಇತರ ಆಟಗಾರರಿಗಿಂತ ಭಿನ್ನವಾಗಿಸುತ್ತದೆ!

ಮಾಡುವ ಪ್ರತೀ ಕೆಲಸದಲ್ಲೂ ಶಿಸ್ತು ವಿರಾಟ್ ವಿಶೇಷತೆ! ಒಮ್ಮೆ ಹನ್ನೆರಡು ಕಿಲೋ ತೂಕ ಇಳಿಸಬೇಕಾದಾಗ ಕಠಿಣ ಡಯೆಟ್ ಅನುಸರಿಸಿದ್ದರು. ರಾತ್ರಿ ಎಷ್ಟು ಹಸಿವಾಗುತ್ತಿತ್ತೆಂದರೆ ಹೊದಿಕೆಯನ್ನೇ ತಿನ್ನಬೇಕು ಎನಿಸುತ್ತಿತ್ತಂತೆ! ಅಂತಹ ಶಿಸ್ತಿನಿಂದಲೇ ಫಿಟ್ ಆಗಿರುವ ಕೊಹ್ಲಿ ಒಳ್ಳೆಯ ಫೀಲ್ಡರ್ ಕೂಡ. ಹೌದು, ಸತತವಾಗಿ ಉತ್ತಮ ಪ್ರದರ್ಶನ ತೋರಬೇಕೆಂದರೆ ಶಿಸ್ತು ಬಹುಮುಖ್ಯ. ಯಶಸ್ಸು ಪಡೆಯಬೇಕೆಂದರೆ ಶಿಸ್ತಿನಿಂದ ಕೂಡಿದ, ಬೇಸರ ಬರುವಂಥ ಜೀವನಶೈಲಿಯನ್ನು ಅಳವಡಿಸಿಕೊಳ್ಳಬೇಕಾಗುತ್ತದೆ. ಇಡೀ ದಿನ ನಿರಂತರವಾಗಿ ಪ್ರಾಕ್ಟೀಸ್ ಮಾಡುವುದು, ಮತ್ತೆ ಮರುದಿನ ಅದನ್ನೇ ಪುನರಾವರ್ತಿಸುವುದು, ಎಂಥವರಿಗಾದರೂ ಬೇಸರವೇ! ಅದರ ಬದಲು ಸಿನಿಮಾ ನೋಡುವುದು, ಸಾಮಾಜಿಕ ಜಾಲತಾಣಗಳಲ್ಲಿ ಮಗ್ನರಾಗುವುದು, ಸ್ನೇಹಿತರ ಜತೆ ಸುತ್ತುವುದು, ಪಾರ್ಟಿ ಮಾಡುವುದು ಬಹು ಸುಲಭ ಮತ್ತು ಎಲ್ಲರಿಗೂ ಇಷ್ಟ. ಸಾಧಕರಿಗೂ ಇಂಥವು ಇಷ್ಟವೇ ಆದರೆ ಯಾವುದಕ್ಕೆ ಮಹತ್ವ ಕೊಡುವುದು ಎಂದು ಅವರಿಗೆ ಗೊತ್ತಿರುತ್ತದೆ. ಹಾಗಾಗಿ ಪ್ರಜ್ಞಾಪೂರ್ವಕವಾಗಿ ತಮ್ಮ ತರಬೇತಿ, ಡಯೆಟ್, ವ್ಯಾಯಾಮಗಳನ್ನು ಮುಂದುವರಿಸುತ್ತಾರೆ. ದಿನನಿತ್ಯ ಮಾಡಲೇಬೇಕಾದ ಈ ಕೆಲಸಗಳು ಮುಗಿದ ಮೇಲೆಯೇ ಬೇರೆಯದರ ಕಡೆಗೆ ಗಮನ ಹರಿಸುವವರು ಮಾತ್ರವೇ ಯಶಸ್ವೀ ವ್ಯಕ್ತಿಗಳಾಗುತ್ತಾರೆ.

"ಆಟದ ಆರಂಭದ ದಿನಗಳಿಂದಲೂ ನನ್ನ ಆಟದ ಬಗ್ಗೆ ಟೀಕೆ ಮಾಡುವವರಿದ್ದರು, ಈಗಲೂ ಇದ್ದಾರೆ, ದ್ವೇಷಿಸುವವರೂ ಇದ್ದಾರೆ. ಆದರೆ ದಿನಕ್ಕೆ ನೂರಿಪ್ಪತ್ತು ಶೇಕಡಾ ಕೆಲಸ ಮಾಡುವ ನಾನು ಯಾರಿಗೂ ಉತ್ತರ

ಕೊಡಬೇಕಿಲ್ಲ" ಎಂದು ಬಿಸಿಸಿಐನ ವರ್ಷದ ಅಂತಾರಾಷ್ಟ್ರೀಯ ಆಟಗಾರ ಪ್ರಶಸ್ತಿ ಪಡೆದ ಸಮಾರಂಭವೊಂದರಲ್ಲಿ ಹೇಳಿದ್ದು ಅಹಂಕಾರದಿಂದಲ್ಲ, ಪುಟಿವ ಆತ್ಮವಿಶ್ವಾಸದಿಂದ! ದ್ವೇಷಿಸುವವರಿಗೆ ಟೀಕಿಸಲು ಅವಕಾಶ ಕೊಡದ ನಿರಂತರ ಅತ್ಯುತ್ತಮ ಪ್ರದರ್ಶನ ವಿರಾಟ್‌ರದ್ದು.

ಶ್ರಮ ಪಡಲು ಎಂದಿಗೂ ಅಳುಕದಿರುವುದೇ ಅವರ ಯಶಸ್ಸಿನ ಗುಟ್ಟು. ಹಾಗಾಗಿಯೇ ಹೊಸ ಹೊಸ ಸವಾಲುಗಳು ಅವರನ್ನು ರೋಮಾಂಚಿತಗೊಳಿಸುತ್ತವೆ. ಅದಕ್ಕಾಗಿಯೇ ವಿರಾಟ್ ನಿರಂತರವಾಗಿ ದಾಖಲೆಗಳನ್ನು ನಿರ್ಮಿಸುತ್ತಿದ್ದಾರೆ. ಬೆರಳೆಣಿಕೆಯಷ್ಟು ಜನರು ಮಾತ್ರ ತಲುಪಬಲ್ಲ ಎತ್ತರ ತಲುಪಿದ ಮೇಲೂ ತಮ್ಮ ಭುಜದ ಮೇಲೇ ತಲೆಯನ್ನು ಇಟ್ಟುಕೊಂಡಿರುವ ವಿರಾಟ್ ಕೊಹ್ಲಿಗೆ ಶುಭವಾಗಲಿ. ಕ್ರಿಕೆಟ್‌ನ ಮತ್ತಷ್ಟು ರೋಮಾಂಚಕ ಕ್ಷಣಗಳು ಅವರಿಂದ ಕ್ರಿಕೆಟ್‌ಪ್ರಿಯರಿಗೆ ಲಭಿಸುವಂತಾಗಲಿ.

ನೆನಪಿರಲಿ, ವಿರಾಟ್ ಕೊಹ್ಲಿ ಆಗುವುದೆಂದರೆ ಇಷ್ಟೇ, ಮತ್ತೇನಿಲ್ಲ.

9

ಕಂಪೌಂಡ್ ಇಫೆಕ್ಟ್ ಎಂಬ ಅದೃಶ್ಯ ಮಂತ್ರದಂಡ!

ಪ್ರತೀ ಬಾರಿಯೂ ನನ್ನ ಲೇಖನಗಳನ್ನು ಓದಿ ಪ್ರತಿಕ್ರಿಯಿಸಿ, ಪ್ರೋತ್ಸಾಹಿಸುವ ಮಾಜಿ ಉಪಲೋಕಾಯುಕ್ತರಾದ ಜಸ್ಟೀಸ್ ಪತ್ರಿ ಬಸವನಗೌಡ ಅವರು ನನ್ನ ಒಂದು ಲೇಖನಕ್ಕೆ ಪೂರಕವಾಗಿ ಅವರ ಬದುಕಿನ ಉದಾಹರಣೆಯೊಂದನ್ನು ಕಳುಹಿಸಿದ್ದರು. ಹಿರಿಯರಾದ ಅವರ ಈ ನಡವಳಿಕೆಗೆ ಹೃದಯ ತುಂಬಿ ಬರುತ್ತದೆ. ಅವರು ಹೈಕೋರ್ಟಿನ ನ್ಯಾಯಾಧೀಶರಾಗಿದ್ದಾಗ ವಾದ ಶುರುವಾದ ಹತ್ತು ನಿಮಿಷದೊಳಗೆ ವಕೀಲರಿಗೆ ನೀವಿನ್ನೂ ಫೈಲ್ ಓದಿಲ್ಲ, ಮುಂದಿನವಾರ ವಿಚಾರಣೆ ಇಟ್ಟುಕೊಳ್ಳೋಣ ಎಂದು ಹೇಳುತ್ತಿದ್ದರಂತೆ. ಆ ವಕೀಲರು ಮುಗುಳ್ನಕ್ಕು ತಾವು ಫೈಲ್ ಓದದೇ ಬಂದಿದ್ದನ್ನು ಒಪ್ಪಿಕೊಳ್ಳುತ್ತಿದ್ದರಂತೆ! ಜಸ್ಟೀಸ್ ಹೇಳುತ್ತಾರೆ, ಒಬ್ಬ ಬುದ್ಧಿವಂತ ವಕೀಲನಿಗೆ ಒಂದು ಕೇಸ್ ಫೈಲ್ ಓದಲು ಒಂದು ಗಂಟೆ ಹಾಗೂ ಸಾಧಾರಣ ಬುದ್ಧಿಮತ್ತೆಯ ವಕೀಲನಿಗೆ ಮೂರು ಗಂಟೆ ಬೇಕು ಎಂದುಕೊಳ್ಳೋಣ. ಆದರೆ ಬುದ್ಧಿವಂತ ವಕೀಲ ಕೇಸ್ ಫೈಲ್ ಓದದೆ ಇದ್ದರೆ ಫೈಲ್ ಓದಿದ ಸಾಧಾರಣ ವಕೀಲನೇ ಮೇಲುಗೈ ಸಾಧಿಸುತ್ತಾನೆ. ಅಂದರೆ ಕೊನೆಗೂ ಲೆಕ್ಕಕ್ಕೆ ಬರುವುದು ಪ್ರಯತ್ನ ಮತ್ತು ಪರಿಶ್ರಮ ಅಷ್ಟೇ!!

ಇದನ್ನು ಇನ್ನೂ ಸರಳವಾಗಿ ಹೇಳಬಹುದು. ವರ್ಷದ ಕೊನೆಯ ಪರೀಕ್ಷೆಗೆ ದಿನವೂ ಓದಿದ ಸಾಧಾರಣ ಬುದ್ಧಿಮತ್ತೆಯವನೇ ಉತ್ತಮ ಅಂಕಗಳನ್ನು ಗಳಿಸುತ್ತಾನೆಯೇ ಹೊರತು ತಾನು ಬುದ್ಧಿವಂತ ಎಂದು ಹಿಂದಿನ ದಿನ ಎಲ್ಲ ಪಾಠಗಳನ್ನು ಓದಲು ಪ್ರಯತ್ನಿಸುವವ ಅಲ್ಲವೇ ಅಲ್ಲ. ಇದನ್ನು ಕಂಪೌಂಡ್ ಇಫೆಕ್ಟ್ ಎನ್ನುತ್ತಾರೆ. ಡರೆನ್ ಹಾರ್ಡಿ ಬರೆದ ಕಂಪೌಂಡ್ ಇಫೆಕ್ಟ್ ಎಂಬ ಪುಸ್ತಕ ಬಹು ಪ್ರಖ್ಯಾತವಾದದ್ದು. ಈ ಕಂಪೌಂಡ್ ಇಫೆಕ್ಟ್‌ನ ಮಹತ್ವವನ್ನು ಹೇಳುವ ಒಂದು ಕಥೆ ಇಲ್ಲಿದೆ.

ಒಬ್ಬ ರಾಜ. ಒಮ್ಮೆ ಆತನ ಆಸ್ಥಾನಕ್ಕೆ ಬಂದ ವ್ಯಕ್ತಿಯೊಬ್ಬ ಚದುರಂಗದ ಆಟವನ್ನು ಆತನಿಗೆ ಪರಿಚಯಿಸಿದ. ಆ ಆಟ ರಾಜನಿಗೆ ಬಹಳ ಇಷ್ಟವಾಯಿತು. ಇಂತಹ ಆಟವನ್ನು ಕಂಡುಹಿಡಿದ ವ್ಯಕ್ತಿಗೆ ಏನಾದರೂ ಬಹುಮಾನ ಕೊಡಬೇಕೆಂದು ನಿನಗೆ ಏನು ಬೇಕೋ ಅದನ್ನು ಕೇಳು ಎಂದು ಹೇಳಿದ. ಆಗ ಆ ವ್ಯಕ್ತಿ ಚದುರಂಗದ ಮೊದಲ ಮನೆಯಲ್ಲಿ ಒಂದು ಅಕ್ಕಿಕಾಳನ್ನಿಟ್ಟು ಪ್ರತೀ ಮನೆಗೂ ಅದು ದ್ವಿಗುಣವಾಗುವ ಹಾಗೆ ಅರವತ್ನಾಲ್ಕು ಮನೆಗಳವರೆಗೂ ಕೊಡಿ ಎಂದು ಹೇಳಿದ. ಅದನ್ನು ಕೇಳಿದ ರಾಜನಿಗೆ ಕೋಪ ಉಕ್ಕಿ ಬಂದಿತು. 'ಇದೆಂತಹ ಬಹುಮಾನ ಕೇಳುತ್ತಿರುವೆ? ವಜ್ರ, ವೈಡೂರ್ಯ ಹಣ ಕೇಳು' ಎಂದ. ಆದರೆ ಆ ವ್ಯಕ್ತಿ ತನಗೆ ಅದೇ ಬೇಕು ಎಂದು ಹೇಳಿದ. ರಾಜ ಸಿಟ್ಟಿನಿಂದ ಮಂತ್ರಿಗೆ, ಇವನು ಕೇಳಿದಷ್ಟು ಅಕ್ಕಿ ಕಾಳು ಲೆಕ್ಕ ಮಾಡಿ ಕೊಟ್ಟು ಕಳಿಸು ಎಂದು ಹೇಳಿ ಹೋದ.

ಕೆಲವು ದಿನಗಳ ನಂತರ ಮಂತ್ರಿ ಓಡೋಡಿ ಬಂದ. ಮಹಾರಾಜ, "ಇವನು ನಾವು ತಿಳಿದಷ್ಟು ದಡ್ಡನಲ್ಲ. ಅತೀ ಬುದ್ಧಿವಂತ. ಅವನು ಕೇಳುತ್ತಿರುವ ಅಕ್ಕಿ ನಮ್ಮ ರಾಜ್ಯದಲ್ಲಿಯೇ ಇಲ್ಲ! ಹಾಗಾಗಿ ನಮಗೆ ಅವನು ಕೇಳುವ ಅಕ್ಕಿ ಕೊಡಲು ಸಾಧ್ಯವಿಲ್ಲ!"

ಈಗ ನಿಮಗೊಂದು ಪ್ರಶ್ನೆ. ಯಾರಾದರೂ ನಿಮಗೆ ಹತ್ತು ಕೋಟಿ ಬೇಕೋ ಅಥವಾ ಮೂವತ್ತೊಂದು ದಿನಗಳವರೆಗೆ ದಿನವೂ ದ್ವಿಗುಣವಾಗುತ್ತ ಹೋಗುವ ಒಂದು ರೂಪಾಯಿ ಬೇಕೋ ಎಂದು ಕೇಳಿದರೆ ನೀವು ಏನನ್ನುತ್ತೀರಿ? ನಿಸ್ಸಂದೇಹವಾಗಿ ಹತ್ತು ಕೋಟಿ ರೂಪಾಯಿ! ಹತ್ತು ದಿನಗಳ ನಂತರ ಒಂದು ರೂಪಾಯಿ ದ್ವಿಗುಣಗೊಂಡು ಬರೀ ಐನೂರ ಹನ್ನೆರಡು ರೂಪಾಯಿ ಆಗಿರುತ್ತದೆ. ಇಪ್ಪತ್ನಾಲ್ಕು ದಿನಗಳ ನಂತರವೂ ಲೆಕ್ಕ ಲಕ್ಷಗಳಲ್ಲೇ ಇರುತ್ತದೆ! ಆದರೆ ಇಪ್ಪತ್ತೈದನೇ ದಿನದಿಂದ ಕಂಪೌಂಡ್ ಇಫೆಕ್ಟ್‌ನ ಪರಿಣಾಮ ಗೊತ್ತಾಗುತ್ತದೆ. ಮೊದಲ ದಿನದ ಒಂದು ರೂಪಾಯಿ ಅವತ್ತಿಗೆ ಸುಮಾರು ಒಂದು ಕೋಟಿ ಅರವತ್ತೆಂಟು ಲಕ್ಷ ರೂಪಾಯಿ ಆಗಿರುತ್ತದೆ! ಮೂವತ್ತೊಂದನೇ ದಿನದ ಕೊನೆಗೆ ಅದು ಹತ್ತಿರ ಹತ್ತಿರ ಐವತ್ನಾಲ್ಕು ಕೋಟಿ ಆಗಿರುತ್ತದೆ!

ಲಾಜಿಕ್ ಇಷ್ಟೇ! ಹೇಗೆ ಲೆಕ್ಕಕ್ಕೇ ಸಿಗದ ಒಂದು ರೂಪಾಯಿ ಗೊತ್ತೇ ಆಗದಂತೆ ಅಪಾರ ಮೊತ್ತವಾಯಿತೋ ಅದೇ ರೀತಿ ದಿನನಿತ್ಯ ಲೆಕ್ಕಕ್ಕೇ ಬಾರದ ಸಂಗತಿಗಳು ಕೊನೆಗೊಮ್ಮೆ ನಿಬ್ಬೆರಗಾಗಿಸುವ ಸಾಧನೆಗಳಿಗೆ ಕಾರಣವಾಗುತ್ತವೆ. ಇನ್ನೂ ಒಂದು ಉದಾಹರಣೆಯ ಮೂಲಕ ಈ ಸಂಗತಿಯನ್ನು ವಿವರಿಸಲು ಪ್ರಯತ್ನಿಸುತ್ತೇನೆ. ಅಮಲಾ ಮತ್ತು ಕವಿತಾ ಗೆಳತಿಯರು. ಕಾಲೇಜು ಮುಗಿದ

ಹತ್ತು ವರ್ಷಗಳ ನಂತರ ಹಳೆಯ ವಿದ್ಯಾರ್ಥಿ ಸಂಘದ ಕಾರ್ಯಕ್ರಮದಲ್ಲಿ ಭಾಗವಹಿಸಿದರು. ವ್ಯಕ್ತಿತ್ವ ವಿಕಸನದ ಬಗ್ಗೆ ಅಲ್ಲಿ ಉಪನ್ಯಾಸವಿತ್ತು. ನಾವು ಮಾಡುವ ಅತೀ ಸಣ್ಣಸಣ್ಣ ಸಂಗತಿಗಳು ಬಹುದೊಡ್ಡ ಬದಲಾವಣೆಗೆ ಕಾರಣವಾಗುತ್ತದೆಂಬುದು ಆ ಉಪನ್ಯಾಸದ ತಿರುಳಾಗಿತ್ತು.

ಆ ಉಪನ್ಯಾಸ ಕೇಳಿದ ಕವಿತಾ ತನ್ನ ದಿನನಿತ್ಯದ ಬದುಕಿನಲ್ಲಿ ಕೆಲವು ಪುಟ್ಟ ಸಕಾರಾತ್ಮಕ ಬದಲಾವಣೆಗಳನ್ನು ಮಾಡಿಕೊಂಡಳು. ದಿನನಿತ್ಯದ ಆಹಾರದಲ್ಲಿ ಇನ್ನೂರು ಕ್ಯಾಲೋರಿ ಕಡಿಮೆ ತಿನ್ನುವುದು, ಸಕ್ಕರೆ ಸೇವನೆ ಬಿಡುವುದು, ದಿನವೂ ಒಂದು ಒಳ್ಳೆಯ ಪುಸ್ತಕದ ಹತ್ತು ಪುಟಗಳನ್ನಾದರೂ ಓದುವುದು, ಮಕ್ಕಳ ಜತೆ ಕೂತು ದಿನಕ್ಕೆ ಒಂದಿಪ್ಪತ್ತು ಸಾಮಾನ್ಯಜ್ಞಾನದ ಪ್ರಶ್ನೋತ್ತರಗಳನ್ನು ಓದುವುದು, ದಿನವೂ ಮೂರು ಲೀಟರ್ ನೀರು ಕುಡಿಯುವುದು, ದಿನವೂ ಬೆಳಗ್ಗೆ ಹತ್ತು ನಿಮಿಷ ಪ್ರಾಣಾಯಾಮ ಮತ್ತು ಹದಿನೈದು ನಿಮಿಷ ಲಘು ವ್ಯಾಯಾಮ ಮಾಡುವುದು ಇತ್ಯಾದಿ. ಅಮಲಾ ಕಾರ್ಯಕ್ರಮಕ್ಕೆ ಹೋದಾಗ ಸ್ನೇಹಿತೆಯೊಬ್ಬಳ ಮನೆಗೆ ಹೋದಳು. ಅಲ್ಲಿರುವ ದೊಡ್ಡ ಸ್ಲಿಮ್ ಟಿವಿ ನೋಡಿ ತಮ್ಮ ಮನೆಗೂ ಖರೀದಿಸಿದಳು. ಟಿವಿ ನೋಡುವ ಸಮಯ ದಿನಕ್ಕೆ ಒಂದೆರಡು ಗಂಟೆ ಹೆಚ್ಚಾಯಿತು. ಆ ಸಮಯದಲ್ಲಿ ಅಡುಗೆ ಮನೆಯಿಂದ ಕುರುಕುಲು ತಿಂಡಿಗಳೂ ಹೊರಬರಲಾರಂಭಿಸಿದವು. ಸಂಜೆಯ ವಾಕ್ ನಿಂತಿತು.

ಮೊದಲ ಕೆಲ ತಿಂಗಳು ಯಾರ ಜೀವನದಲ್ಲಿ ಯಾವ ಬದಲಾವಣೆಯೂ ಆಗಲಿಲ್ಲ. ಆದರೆ ಎರಡು ವರ್ಷದ ನಂತರ ಮತ್ತೆ ಹಳೆಯ ವಿದ್ಯಾರ್ಥಿಗಳ ಸಂಘದ ಸಮ್ಮಿಲನವಾದಾಗ ಬದಲಾವಣೆ ಎದ್ದು ಕಾಣುತ್ತಿತ್ತು. ದಿನವೂ ಇನ್ನೂರು ಕ್ಯಾಲರಿ ಕಡಿಮೆ ಸೇವಿಸಿದ ಕಾರಣ ಕವಿತಾ ಆರೆಂಟು ಕಿಲೋ ತೂಕ ಕಳೆದುಕೊಂಡು ಇನ್ನೂ ಚಿಕ್ಕವಳಂತೆ ಕಾಣುತ್ತಿದ್ದಳು. ಪ್ರಾಣಾಯಾಮ ಆಕೆಯ ಮುಖದಲ್ಲೊಂದು ಕಾಂತಿ ತಂದಿತ್ತು. ದಿನವೂ ಓದುತ್ತಿದ್ದ ಪುಸ್ತಕಗಳು ಆಕೆಯ ಜ್ಞಾನವನ್ನು ವೃದ್ಧಿಸಿದ್ದವು. ಎರಡು ವರ್ಷದಿಂದ ಸಾಮಾನ್ಯ ಜ್ಞಾನವನ್ನು ಮಕ್ಕಳ ಜತೆ ಅಭ್ಯಸಿಸುತ್ತಿದ್ದುದರಿಂದ ಅವಳ ಮಗ ಜಿಲ್ಲಾಮಟ್ಟದ ಕ್ವಿಜ್‌ನಲ್ಲಿ ಗೆದ್ದು ರಾಜ್ಯಮಟ್ಟಕ್ಕೆ ತಯಾರಿ ನಡೆಸಿದ್ದ. ಕನ್ನಡದ ಕೋಟ್ಯಧಿಪತಿಯಂತಹ ಕಾರ್ಯಕ್ರಮಗಳಲ್ಲಿ ಕೇಳುವ ಪ್ರಶ್ನೆಗಳಿಗೆ ಕವಿತಾ ಪಟಪಟನೆ ಉತ್ತರಿಸುವುದನ್ನು ನೋಡಿ ಎಲ್ಲರೂ ನೀನೂ ಹೋಗೇ ಎಂದು ಒತ್ತಾಯಿಸುತ್ತಿದ್ದರು. ಇತ್ತ ಅಮಲಾ ಟಿವಿ ನೋಡಿ, ಕುರುಕಲು ತಿಂಡಿ ತಿಂದು, ವಾಕ್ ಬಿಟ್ಟು ಹತ್ತು ಕೆಜಿ ಹೆಚ್ಚಿಸಿಕೊಂಡಿದ್ದಳು. ಮಕ್ಕಳೂ ಟಿವಿ ನೋಡಿ ನೋಡಿ ಓದಿನಲ್ಲಿ ಹಿಂದೆ ಬಿದ್ದಿದ್ದರು. ಇದರರ್ಥ, ನಮಗೆ ಗೊತ್ತೇ ಆಗದಂತೆ ಸಣ್ಣ ಸಣ್ಣ ಬದಲಾವಣೆಗಳು ದೊಡ್ಡ ದೊಡ್ಡ ಫಲಿತಾಂಶ ನೀಡುತ್ತವೆ. ಐನ್‌ಸ್ಟೀನ್ ಪ್ರಕಾರ ಕಂಪೌಂಡ್

ಇಂಟರೆಸ್ಟ್ ಜಗತ್ತಿನ ಎಂಟನೇ ಅದ್ಭುತ. ಒಂದೋ ನಾವಿದರಿಂದ ಲಾಭ ಪಡೆಯುತ್ತೇವೆ ಇಲ್ಲವೇ ಬೆಲೆ ತೆರುತ್ತೇವೆ. ಇಲ್ಲಿ ಕವಿತಾ ಲಾಭ ಪಡೆದರೆ ಅಮಲಾ ಬೆಲೆ ತೆರಬೇಕಾಯಿತು. ನಾವೇಕೆ ಸಣ್ಣ ಕೆಲಸಗಳನ್ನು ಮಾಡುವುದಿಲ್ಲ ಎಂದರೆ ಅದರಿಂದ ಆಗುವ ಲಾಭಗಳು ನಮಗೆ ಗೊತ್ತಿರಲ್ಲದಿರುವುದೇ ಆಗಿದೆ!

ಇಂತಹ ಲೇಖನಗಳನ್ನು ಬರೆದಾಗ ಬಹಳಷ್ಟು ಜನ ಇದು ತಮಗೇ ಬರೆದಂತಿದೆ ಎಂದು ಹೇಳುತ್ತಾರೆ. ಅವರೆಲ್ಲರಿಗೆ ಹೇಗೆ ಹೇಳಲಿ? ಪರಮ ಸೋಮಾರಿಯಾಗಿರುವ ನಾನು ನನಗೇ ಹೇಳಿಕೊಂಡ ಮಾತುಗಳಿವು! ನೀವೇನೇ ಹೇಳಿ, ಮೈಗೆ ವ್ಯಾಯಾಮದಂತೆ ಮನಸ್ಸಿಗೂ ಸ್ಫೂರ್ತಿ ಬೇಕು. ಕೆಲಕಾಲದ ಹಿಂದೆ ನಾನೊಂದು ಉಕ್ತಿಯ ಪ್ರಿಂಟ್ ತೆಗೆದು ಗೋಡೆಗೆ ಅಂಟಿಸಿದ್ದೆ. "I don't stop when I am tired, I stop when I am done." ನನಗೆ ಸುಸ್ತಾದಾಗ ನಾನು ಕೆಲಸ ನಿಲ್ಲಿಸುವುದಿಲ್ಲ, ಕೆಲಸ ಮುಗಿದ ಮೇಲೆ ನಿಲ್ಲಿಸುತ್ತೇನೆ ಎಂಬರ್ಥದ ಈ ಸಾಲು ನನಗಂತೂ ಬಹಳ ಸಹಾಯ ಮಾಡಿದೆ. ದಿನವೂ ರಾತ್ರಿ ಸೋಮಾರಿತನ ಕಾಡಿದಾಗ, ಬೆಳಗ್ಗೆ ಎದ್ದೇಳಬೇಕಾದಾಗ ಬೆಚ್ಚಗೆ ಹೊದ್ದು ಮಲಗಬೇಕೆನ್ನಿಸಿದಾಗಲೆಲ್ಲ ಗೋಡೆಯನ್ನು ನೋಡಿದೊಡನೆಯೇ ಮನಸ್ಸು ಬದಲಾಗಿಬಿಡುತ್ತಿತ್ತು. ಸ್ವಲ್ಪ ದಿನವಷ್ಟೇ, ಈಗ ಆ ಚಿತ್ರ ನೋಡದಿದ್ದರೂ ಆ ಸಾಲು ಮನಸ್ಸಿನಲ್ಲಿ ಕೂತು ಬಿಟ್ಟಿದೆ. ಪೂರ್ತಿ ಕೆಲಸ ಮುಗಿಯದಿದ್ದರೂ ಒಂದು ಹಂತದ ಕೆಲಸವನ್ನಾದರೂ ಮುಗಿಸಲು ಪ್ರೇರಣೆಯಾಗಿದೆ. ಸ್ನೇಹಿತರೇ, ಒಮ್ಮೆಲೇ ಗುಡ್ಡ ಕಡಿಯುವುದು ಆಗದ ಮಾತು. ಆದರೆ ದಿನವೂ ಒಂದೊಂದು ಬುಟ್ಟಿ ಮಣ್ಣನ್ನಾದರೂ ಹೊತ್ತು ಹಾಕಬಹುದಲ್ಲವೇ? ಗೊತ್ತೇ ಆಗದಂತೆ ಗುಡ್ಡ ಕರಗಿಹೋಗುತ್ತದೆ. ಹುಂ, ತಡವೇಕೆ, ಸಾಗೋಣ ಬುಟ್ಟಿ ಹಿಡಿದು!!

10

ಮೈಕೆಲ್ ಫೆಲ್ಪ್ಸ್ ಚಿನ್ನದ ಮೀನು ಎನಿಸಿಕೊಂಡದ್ದು ಹೇಗೆ?

ಆತ ಚಿನ್ನದ ಮೀನು, ನೀರೇ ಆತನ ಮೊದಲ ಮನೆ. ಯಾರೂ ಹಿಂದೆಂದೂ ಗೆಲ್ಲದಷ್ಟು, ಅಷ್ಟು ಸುಲಭವಾಗಿ ಮುಂದೆಯೂ ಯಾರೂ ಗೆಲ್ಲಲಾಗದಷ್ಟು ಪದಕಗಳ ರಾಶಿಯನ್ನೇ ಒಲಂಪಿಕ್ಸ್‌ನಲ್ಲಿ ಗೆದ್ದಿರುವ ಈ ಈಜುಗಾರ ಅಮೆರಿಕದ ಮೈಕೆಲ್ ಫೆಲ್ಪ್ಸ್. ಅವರ ಸಾಧನೆಯ ಹಾದಿಯನ್ನು ನೋಡಿದರೆ ಒಂದುಕ್ಷಣ ಎಂಥವರ ಮನಸ್ಸೂ ಕೂಡ ರೋಮಾಂಚನಗೊಳ್ಳುತ್ತದೆ. 1985 ರಲ್ಲಿ ಅಮೆರಿಕದ ಬಾಲ್ಟಿಮೋರ್‌ನಲ್ಲಿ ಜನನ. ಏಳರ ವಯಸ್ಸಿಗೆ ಈಜು ಕಲಿಯಲು ಶುರು ಮಾಡಿದ ಫೆಲ್ಪ್ಸ್ ಹತ್ತರ ವಯಸ್ಸು ತಲುಪುವ ವೇಳೆಗಾಗಲೇ ರಾಷ್ಟ್ರೀಯ ದಾಖಲೆ ನಿರ್ಮಿಸಿದ್ದ. ಹನ್ನೆರಡರ ವಯಸ್ಸಿಗೆ ತನ್ನ ವಯೋಮಾನದ ವಿಭಾಗದಲ್ಲಿ ರಾಷ್ಟ್ರೀಯ ದಾಖಲೆ ಮುರಿದ. ಹದಿನೈದನೇ ವಯಸ್ಸಿಗೆ ಒಲಂಪಿಕ್ಸ್‌ಗೆ ಪ್ರವೇಶ ಪಡೆದ ಅಮೆರಿಕದ ಅತಿ ಕಿರಿಯ ಅಥ್ಲೀಟ್ ಆದ. ಡ್ರೈವಿಂಗ್ ಲೈಸೆನ್ಸ್ ಪಡೆಯುವುದಕ್ಕೂ ಮುನ್ನವೇ ಒಲಂಪಿಕ್ಸ್ ಪದಕಗಳನ್ನು ಪಡೆದ ವಂಡರ್‌ಕಿಡ್ ಈತ!

ನೋಡುತ್ತ ನೋಡುತ್ತ ಈ ಹುಡುಗ 2004, 2008, 2012 ಹಾಗೂ 2016ರ ಒಲಂಪಿಕ್ಸ್‌ಗಳಲ್ಲಿ ಇಪ್ಪತ್ತೆಂಟು ಪದಕಗಳನ್ನು ಗೆದ್ದ! ಹಾಗೆ ಬರೀ ಇಪ್ಪತ್ತೆಂಟು ಪದಕ ಎಂದರೆ ಅನ್ಯಾಯವಾದೀತು. ಈಗೊಂದು ಹೋಲಿಕೆಯ ಮೂಲಕ ನೋಡೋಣ. ನಮ್ಮ ದೇಶ 24 ಒಲಂಪಿಕ್ಸ್‌ಗಳಲ್ಲಿ ಎಲ್ಲ ಕ್ರೀಡಾಪಟುಗಳೂ ಸೇರಿ ಗಳಿಸಿದ ಒಟ್ಟೂ ಪದಕಗಳು 28! ಫೆಲ್ಪ್ಸ್ ಒಬ್ಬನೇ ನಾಲ್ಕು ಒಲಂಪಿಕ್ಸ್‌ಗಳಲ್ಲಿ ಗೆದ್ದ ಪದಕಗಳೂ 28! ಆದರೆ ನಮ್ಮ ದೇಶ ಗೆದ್ದದ್ದು 9 ಚಿನ್ನ, ಆತ ಗೆದ್ದಿದ್ದು 23 ಚಿನ್ನ! ಬರೀ ನಮ್ಮ ದೇಶ ಅಲ್ಲ, ಜಗತ್ತಿನ 173 ದೇಶಗಳು ಆತನಿಗಿಂತ

ಕಡಿಮೆ ಪದಕ ಗೆದ್ದಿವೆ!! (2021ರ ಟೋಕಿಯೋ ಒಲಂಪಿಕ್ಸ್‌ಗಿಂತ ಮುಂಚಿನ ಅಂಕಿ ಅಂಶ)

ಹಾಂ, ಇವ್ಯಾವ ಪದಕಗಳೂ ಫೆಲ್ಫ್ಸ್‌ಗೆ ಯಾರೂ ಚಿನ್ನದ ತಟ್ಟೆಯಲ್ಲಿಟ್ಟು ಕೊಟ್ಟ ಪದಕಗಳಲ್ಲ. ಫೆಲ್ಫ್ಸ್ ಬದುಕು ಸಂಘರ್ಷಮಯವಾದ್ದೇ. ಆತ ಒಂಬತ್ತರ ಹರೆಯದವನಿರುವಾಗ ಆತನ ತಂದೆ ತಾಯಿ ವಿಚ್ಛೇದನ ಪಡೆದಿದ್ದರು. ಅಪ್ಪನಿಂದ ದೂರವಾದ ಮೇಲೆ ಆತ ತನ್ನ ಸಮಯವನ್ನು ಈಜುಕೊಳದಲ್ಲೇ ಕಳೆಯಲು ಶುರು ಮಾಡಿದ. ಆತನ ಬದುಕಿನಲ್ಲೂ ಏರಿಳಿತಗಳಿದ್ದವು. ಆದರೆ ಆ ಸಮಸ್ಯೆಗಳನ್ನು ನಿವಾರಿಸಲು ಆತ ತನ್ನೆದುರು ಬಹುದೊಡ್ಡ ಗುರಿಗಳನ್ನು ಇಟ್ಟುಕೊಂಡ ಮತ್ತು ಆ ಗುರಿ ತಲುಪುವ ತೀವ್ರ ಇಚ್ಛಾಶಕ್ತಿಯನ್ನು ಬೆಳೆಸಿಕೊಂಡ. ಕೋಚ್ ಬಾಬ್ ಮತ್ತು ತಾಯಿ ಡೆಬೋರಾ ಇವರಿಬ್ಬರ ಒತ್ತಾಸೆ ಜತೆಯಾಯಿತು. ತನ್ನ ಗುರಿಯಿಂದ ಒಂದಿಂಚೂ ವಿಚಲಿತನಾಗದಿರುವುದನ್ನು ಕೋಚ್ ಬಾಬ್ ಹೇಳಿಕೊಟ್ಟರು. ಕಿವಿಗೆ ಇಯರ್ ಫೋನ್ ಮತ್ತು ಕಣ್ಣಿಗೆ ಗಾಗಲ್ಸ್ ಹಾಕಿ ತನ್ನ ಲೇನ್‌ನಲ್ಲಿ ಪೂರ್ಣ ಏಕಾಗ್ರತೆಯಿಂದ ಈಜುವುದನ್ನು ಫೆಲ್ಫ್ಸ್ ಅಭ್ಯಾಸ ಮಾಡಿದ. ಶಾಲೆಗೆ ಹೋಗುವಾಗಲೇ 2004ರ ಒಲಂಪಿಕ್ಸ್‌ನಲ್ಲಿ ಭಾಗವಹಿಸಿ ಪದಕ ಗಳಿಸಿದ.

ನಂತರ ಫೆಲ್ಫ್ಸ್ 2008ರ ಬೀಜಿಂಗ್ ಒಲಂಪಿಕ್ಸ್‌ಗೆ ತಯಾರಿ ನಡೆಸಿದ. ಆಗ ಆತನ ಮನಸ್ಸಿನಲ್ಲಿದ್ದ ಗುರಿ ಒಂದೇ. ಮಾರ್ಕ್ ಸ್ಪಿಟ್ಜ್ ದಾಖಲೆ ಮುರಿಯುವುದು. 1972ರಲ್ಲಿ ಆಸ್ಟ್ರೇಲಿಯಾದ ಮಾರ್ಕ್ ಈಜಿನಲ್ಲಿ ಒಂದೇ ಒಲಂಪಿಕ್ಸ್‌ನಲ್ಲಿ ಏಳು ಚಿನ್ನದ ಪದಕ ಗೆದ್ದು ವಿಶ್ವದಾಖಲೆ ನಿರ್ಮಿಸಿದ್ದ. ಆ ದಾಖಲೆಯನ್ನು ಯಾರೂ ಮುರಿಯಲಾರರು ಎಂದೇ ಎಲ್ಲರೂ ಅಂದುಕೊಂಡಿದ್ದರು. ಆದರೆ ಹದಿನೈದರ ಹರೆಯದ ಫೆಲ್ಫ್ಸ್ ತಾನು ಆ ದಾಖಲೆ ಮುರಿಯುತ್ತೇನೆಂದು ಹೇಳಿದ. ಜತೆಗಾರ ಸ್ಪರ್ಧಿಗಳೆಲ್ಲ ತಮಾಷೆ ಮಾಡಿದರು. ಟೀಕೆಗಳಿಗೆ ಫೆಲ್ಫ್ಸ್ ಎಂದಿಗೂ ಉತ್ತರ ಕೊಡುತ್ತಿರಲಿಲ್ಲ. ಅವರ ತಮಾಷೆ ಫೆಲ್ಫ್ಸ್‌ಗೆ ಇಂಧನದಂತೆ ಕೆಲಸ ಮಾಡುತ್ತಿತ್ತು. ಆತ ತನ್ನ ಪೂರ್ತಿ ಶ್ರಮವನ್ನು ಈಜುವುದರಲ್ಲಿ ವ್ಯಯಿಸಿದ. ಮಾರ್ಕ್ ಸ್ಪಿಟ್ಜ್ ನಾಲ್ಕು ವರ್ಷಗಳ ಕಾಲ ಪ್ರತೀದಿನ ಎಂಟುಗಂಟೆ ಈಜಿನ ಅಭ್ಯಾಸ ಮಾಡುತ್ತಿದ್ದರೆ ಫೆಲ್ಫ್ಸ್ ಪ್ರತೀದಿನ ಹನ್ನೆರಡು ಗಂಟೆಗಳ ಕಾಲ ಅಭ್ಯಾಸಿಸಲು ಶುರುಮಾಡಿದ. ದಿನಕ್ಕೆ ಹದಿನೈದು ಕಿಲೋಮೀಟರ್ ಈಜುತ್ತಿದ್ದ ಆತನ ಬದ್ಧತೆ ಹೇಗಿದ್ದಿರಬಹುದು? ವಾರಕ್ಕೆ ನೂರು ಕಿಲೋಮೀಟರ್ ಈಜುತ್ತಿದ್ದ ಮೈಕೆಲ್ ಬೀಜಿಂಗ್‌ನಲ್ಲಿ ಎಂಟು ಚಿನ್ನದ ಪದಕಗಳಿಲ್ಲದೆ ಅಮೆರಿಕೆಗೆ ಮರಳುವುದಿಲ್ಲ ಎಂದು ದೃಢನಿಶ್ಚಯ ಮಾಡಿಯಾಗಿತ್ತು. ತನ್ನ ಕೋಣೆಯ ಕನ್ನಡಿ ಗೋಡೆ ಎಲ್ಲ ಕಡೆ ತನ್ನ ಎಂಟು ಚಿನ್ನದ ಪದಕಗಳ ಕನಸನ್ನು ಬರೆದು ಅಂಟಿಸಿಕೊಳ್ಳುತ್ತಿದ್ದ.

ಆತ ಹೀಗೆ ಕಠಿಣ ಪರಿಶ್ರಮದಲ್ಲಿ ತೊಡಗಿರುವಾಗ ಒಂದು ದುರ್ಘಟನೆ ನಡೆಯಿತು. ಆತ ವರ್ಕ್‌ಔಟ್ ಮಾಡುವಾಗ ಬಲಗೈ ಮೂಳೆ ಮುರಿದುಕೊಂಡುಬಿಟ್ಟ. ವೈದ್ಯರೆಂದರು, 'ಬೀಜಿಂಗ್ ಒಲಂಪಿಕ್ಸ್‌ನಲ್ಲಿ ಈಜುವುದನ್ನು ಮರೆತುಬಿಡು, ಏಕೆಂದರೆ ಈ ಕೈಯ್ಯನ್ನು ಉಪಯೋಗಿಸುವಂತೆಯೇ ಇಲ್ಲ ನೀನು'. ಫೆಲ್ಪ್ಸ್ ಹೇಳಿದ, 'ಸಾಧ್ಯವೇ ಇಲ್ಲ, ನಾನು ಈಗಾಗಲೇ ಎಂಟು ಚಿನ್ನ ಗೆಲ್ಲುತ್ತೇನೆಂದು ಹೇಳಿಯಾಗಿದೆ'! ಎಲ್ಲರೂ ಹೇಳಿದರು, 'ಅಲ್ಲ ಮಾರಾಯ ಆರೋಗ್ಯಕ್ಕಿಂತ ನಿನಗೆ ನಿನ್ನ ಛಾಲೆಂಜ್ ದೊಡ್ಡದಾ? ಬದುಕಿದ್ದರೆ ಮುಂದಿನ ಒಲಂಪಿಕ್ಸ್‌ನಲ್ಲಿ ಗೆಲ್ಲಬಹುದು, ಸುಮ್ಮನಿರು'. ಆದರೆ ಸುಮ್ಮನಾಗಲಿಲ್ಲ ಫೆಲ್ಪ್ಸ್. ಏನು ಮಾಡುವುದು ಎಂದು ಯೋಚಿಸುತ್ತಿದ್ದಾಗ ಆತನಿಗೆ ಒಂದು ಉಪಾಯ ಹೊಳೆಯುತ್ತದೆ. ಅದೆಂದರೆ ಕೈಯ್ಯನ್ನು ಉಪಯೋಗಿಸದೇ ಬರೀ ಕಾಲುಗಳಿಂದ ಈಜುವುದು. ಮುಂದಿನ ಒಂದು ವರ್ಷ ಬರೀ ಕಾಲಿನಲ್ಲೇ ಈಜಿ ತರಬೇತಿ ಪಡೆದ ಫೆಲ್ಪ್ಸ್. ಕೈ ಸರಿಯಾಗುವ ವೇಳೆಗೆ ಯಾರೂ ಊಹಿಸಲಾಗದ ವೇಗ ಆತನ ಈಜುವಿಕೆಯಲ್ಲಿತ್ತು.

ಬೀಜಿಂಗ್ ಒಲಂಪಿಕ್ಸ್‌ನಲ್ಲಿ ಈಜುಕೊಳಕ್ಕಿಳಿದ ಫೆಲ್ಪ್ಸ್ ಒಂದರ ನಂತರ ಒಂದರಂತೆ ಮೂರು ಪದಕ ಗೆದ್ದ. ಹಾಂ, ಅವೆಲ್ಲವೂ ಬಂಗಾರದವೇ! ಆಗಸ್ಟ್ 13, 2008. ಈವೆಂಟ್: ಇನ್ನೂರು ಮೀಟರ್ ಬಟರ್‌ಫ್ಲೈ. ಸೆಮಿಫೈನಲ್‌ನಲ್ಲಿ ಆಗತಾನೇ ವಿಶ್ವದಾಖಲೆ ಮಾಡಿದ್ದ ಫೆಲ್ಪ್ಸ್. ಆದರೆ ಈ ಈವೆಂಟ್‌ನಲ್ಲಿ ಈಜುಕೊಳಕ್ಕೆ ಧುಮುಕಿದ ಕೆಲಕ್ಷಣಗಳಲ್ಲೇ ಆತನ ಗಾಗಲ್ಸ್ ಒಡೆದುಹೋಯಿತು. ವೇಗದ ಈಜುವಿಕೆಯಲ್ಲಿ ಕನ್ನಡಕ ಒಡೆಯುವುದೆಂದರೆ ತಾತ್ಕಾಲಿಕ ಕುರುಡುತನ ಬಂದಂತೆಯೇ. ಕಣ್ಣಲ್ಲಿ ನೀರು ಹೊಕ್ಕು ಫೆಲ್ಪ್ಸ್‌ಗೂ ಹಾಗೆಯೇ ಆಯಿತು. ಆತನಿಗೆ ಕಣ್ಣೇ ಕಾಣಲಿಲ್ಲ. ಆದರೆ ಸೋಲೊಪ್ಪುವವನೇ ಫೆಲ್ಪ್ಸ್? ಒಂದೇ ಒಂದು ಬೆಳ್ಳಿ ಅಥವಾ ಕಂಚಿನ ಪದಕ ಬಂದರೂ ಎಂಟು ಚಿನ್ನದ ಪದಕ ಗೆಲ್ಲುವ ಕನಸು ದೂರವೇ ಉಳಿದಂತೆ! ಆತನ ಅವಿರತ ಶ್ರಮದ ತರಬೇತಿ ಇಂತಹ ಸಂಕಷ್ಟ ಕಾಲದಲ್ಲಿ ಆತನ ಕೈಹಿಡಿಯಿತು. ದಿನಕ್ಕೆ ಹನ್ನೆರಡು ಗಂಟೆ ನಾಲ್ಕು ವರ್ಷಗಳ ಕಾಲ ಪ್ರಾಕ್ಟೀಸ್ ಮಾಡೀ ಮಾಡೀ ಎಷ್ಟು ಸಲ ಕೈ ಬೀಸಿದರೆ ಎಷ್ಟು ದೂರ ಹೋಗುತ್ತೇನೆಂದು ಆತನಿಗೆ ಮನನವಾಗಿ ಹೋಗಿತ್ತು. ನೂರು ಮೀಟರ್ ನಂತರ ಕುರುಡನಾಗಿಯೇ ಈಜಿದ ಫೆಲ್ಪ್ಸ್ ಇನ್ನೂರು ಮೀಟರ್ ಮುಗಿದ ನಂತರ ತಲೆಯೆತ್ತಿ ಕನ್ನಡಕ ತೆಗೆದೆಸೆದು ಕಣ್ಣುಜ್ಜಿಕೊಂಡು ನೋಡುತ್ತಾನೆ! ಎದುರಿನ ಬೋರ್ಡ್‌ನಲ್ಲಿ WR ಎಂದು ಬರೆದಿದೆ. ಅಂದರೆ ವರ್ಲ್ಡ್ ರೆಕಾರ್ಡ್! ಸೆಮಿಫೈನಲ್‌ನಲ್ಲಿ ತಾನೇ ನಿರ್ಮಿಸಿದ ದಾಖಲೆ ಮುರಿದು ಹೊಸ ವಿಶ್ವದಾಖಲೆಯೊಂದಿಗೆ ಚಿನ್ನದ ಪದಕ ಗೆದ್ದ ಫೆಲ್ಪ್ಸ್. ಅಷ್ಟೇ ಅಲ್ಲ,

ಮುಂದೆ ಭಾಗವಹಿಸಿದ ಈವೆಂಟ್ ಎಲ್ಲದರಲ್ಲೂ ಅಂದರೆ ಒಟ್ಟು ಎಂಟು ಸ್ಪರ್ಧೆಗಳಲ್ಲಿ ಭಾಗವಹಿಸಿ ಎಂಟು ಚಿನ್ನ ಗೆದ್ದು ತನ್ನ ಮಾತು ಉಳಿಸಿಕೊಂಡ, ಜಗತ್ತೇ ಕಣ್ಣರಳಿಸಿ ನೋಡುವಂತೆ ಮಾಡಿದ.

ಆತ ದೊಡ್ಡದೊಡ್ಡ ಕನಸು ಕಾಣುತ್ತಿದ್ದ. ಅಷ್ಟೇ ಅಲ್ಲ ಅವನ್ನು ಸಾಕಾರಗೊಳಿಸಿಕೊಳ್ಳಲು ಅಷ್ಟೇ ದೊಡ್ಡ ಪ್ರಯತ್ನ ಪಡುತ್ತಿದ್ದ. ಸ್ವಿಮಿಂಗ್‌ನಲ್ಲಿ ಯಾವ ದಾಖಲೆಗಳಿವೆ ಎಂದು ಅಧ್ಯಯನ ಮಾಡಿ ಅವನ್ನು ಹೇಗೆ ಮುರಿಯುವುದು ಎಂದು ಯೋಜನೆ ರೂಪಿಸುತ್ತಿದ್ದ. ಮತ್ತು ಕಠಿಣ ಪರಿಶ್ರಮದಿಂದ ತಯಾರಿ ನಡೆಸಿ ಅವನ್ನು ಮುರಿಯುತ್ತಿದ್ದ. ಮತ್ತೆ ತಾನು ಮಾಡಿದ ದಾಖಲೆಯನ್ನು ತಾನೇ ಮುರಿಯುತ್ತಿದ್ದ. ತಾನೇ ದಾಖಲೆ ಮಾಡುವುದು ತಾನೇ ಮುರಿಯುವುದು ಆತನಿಗೆ ಸಾಮಾನ್ಯ ಸಂಗತಿಯಾಗಿಹೋಗಿತ್ತು. ವಿಶ್ವದಾಖಲೆಗಳ ವಿಶ್ವದಾಖಲೆ ಮಾಡಿಬಿಟ್ಟ!!

ಜಗತ್ತಿನ ಐದನೇ ಅತೀ ಶ್ರೀಮಂತ ಆಟಗಾರನಾದ ಫೆಲ್ಫ್ಸ್ ಬದುಕು ಕೊಂಚ ಹಳಿ ತಪ್ಪಿದ್ದೂ ಇತ್ತು. ಮತ್ತಿನಲ್ಲಿ ಚಾಲನೆ ನಡೆಸಿದ ಅಪರಾಧಕ್ಕೆ ಎರಡು ಸಲ ಜೈಲಿಗೆ ಹೋಗಿಬಂದ. ಡ್ರಗ್ಸ್ ಸೇವಿಸಿ ಸಿಕ್ಕಿ ಹಾಕಿಕೊಂಡ. ಆರು ತಿಂಗಳು ಸ್ವಿಮ್ಮಿಂಗ್‌ನಿಂದ ಹೊರಹಾಕಲ್ಪಟ್ಟ. ಆದರೆ ತಪ್ಪು ಮಾಡುವುದು ಮನುಷ್ಯ ಸಹಜ, ಆದರೆ ಅದನ್ನು ತಿದ್ದಿಕೊಂಡು ನಡೆಯುವುದು ಸಾಧನೆ. ತನ್ನ ಬದುಕು ಅಧಃಪತನದತ್ತ ಹೋಗುತ್ತಿದೆ ಎಂದಾದಾಗ ಫೆಲ್ಫ್ಸ್ ಎಚ್ಚೆತ್ತುಕೊಂಡ. ಮತ್ತೆ ತಾಯಿ ಹಾಗೂ ಕೋಚ್ ನೆರವಿಗೆ ಬಂದರು. 2012 ರಲ್ಲಿ ನಿವೃತ್ತಿ ಘೋಷಿಸಿದ್ದ ಫೆಲ್ಫ್ಸ್ 2014 ರಲ್ಲಿ ಮತ್ತೆ ಕಣಕ್ಕಿಳಿದ. 2016ರ ರಿಯೋ ಒಲಂಪಿಕ್ಸ್‌ನಲ್ಲಿ ಮತ್ತೆ ಐದು ಚಿನ್ನ ಗೆದ್ದು ಒಟ್ಟೂ 23 ಚಿನ್ನ, ಮೂರು ಬೆಳ್ಳಿ, ಎರಡು ಕಂಚು ಸೇರಿದಂತೆ 28 ಪದಕ ಗೆದ್ದು ನಂಬಲಸಾಧ್ಯವಾದ ಸಾಧನೆಗೈದ.

ಮೈಕೆಲ್ ಫೆಲ್ಫ್ಸ್ ಫೌಂಡೇಶನ್ ಮೂಲಕ ಎಳೆಯರ ಸ್ವಿಮಿಂಗ್ ಕನಸುಗಳಿಗೆ ಬಣ್ಣ ತುಂಬುತ್ತಿರುವ ಈ ಚಾಂಪಿಯನ್ನರ ಚಾಂಪಿಯನ್ ತನಗೆ ಬರುವ ಆದಾಯದ ಸಿಂಹಪಾಲನ್ನು ಅದಕ್ಕೇ ವ್ಯಯಿಸುತ್ತಿರುವುದೂ ಚಾಂಪಿಯನ್ನರ ಗುಣವೇ. ಸತತ ಪರಿಶ್ರಮದಿಂದ ಯಾವ ಎತ್ತರವನ್ನಾದರೂ ತಲುಪಬಹುದು ಎಂಬುದಕ್ಕೆ ಅತ್ಯುತ್ತಮ ಉದಾಹರಣೆ ಈತ. ನಮ್ಮ ಜೀವಿತಾವಧಿಯಲ್ಲೇ ಈ ಅಪೂರ್ವ ಕ್ರೀಡಾಪಟುವನ್ನು ನಮ್ಮ ನಡುವೆ ಹೊಂದಿರುವುದು ನಮ್ಮ ಅದೃಷ್ಟವಲ್ಲದೇ ಇನ್ನೇನು?

11

ಶಿಸ್ತುಬದ್ಧ ದಿನಚರಿಯೂ ಗೊಂದಲರಹಿತ ಮನಸ್ಸೂ

ಒಂದೂರಿನಲ್ಲಿ ಒಬ್ಬ ವ್ಯಕ್ತಿಯಿದ್ದ. ಅವನ ಹೆಸರು ಚಂದ್ರಕಾಂತ ಎಂದುಕೊಳ್ಳೋಣ. ಆತನ ವೈಶಿಷ್ಟ್ಯತೆ ಏನೆಂದರೆ ಯಾವುದೇ ಬೀಗವನ್ನಾದರೂ ಕ್ಷಣಾರ್ಧದಲ್ಲಿ ತೆಗೆದುಬಿಡುತ್ತಿದ್ದ. ಮನೆಯದ್ದು, ಕಪಾಟಿನದ್ದು, ಗೇಟಿನದ್ದು, ಬ್ಯಾಂಕಿನ ಲಾಕರ್ ಯಾವುದನ್ನು ಪರೀಕ್ಷಿಸಲು ಕೊಟ್ಟರೂ ಯಶಸ್ವಿಯಾಗುತ್ತಿದ್ದ. ಲಾಕ್ ಎಷ್ಟೇ ಭದ್ರತೆಯುಳ್ಳದ್ದಾಗಿದ್ದರೂ ಸರಿ ಚಂದ್ರಕಾಂತನ ಅಪರೂಪದ ಪ್ರತಿಭೆ ಅದನ್ನು ತೆಗೆದುಬಿಡುತ್ತಿತ್ತು. ಜನರೆಲ್ಲ ಅಚ್ಚರಿಯಿಂದ ಮೂಕರಾಗುತ್ತಿದ್ದರು. ಒಂದು ದಿನ ಚಂದ್ರಕಾಂತನಿಗೆ ಸವಾಲೊಂದನ್ನು ಹಾಕಲಾಯಿತು. ಪೆಟ್ಟಿಗೆಯೊಂದರಲ್ಲಿ ಆತನನ್ನು ಕೂರಿಸಿ ಲಾಕ್ ಮಾಡಿ ಪೆಟ್ಟಿಗೆಯನ್ನು ನೀರಿನಲ್ಲಿ ಮುಳುಗಿಸಿಡುವುದು. ಆತ ಆ ಲಾಕ್ ತೆಗೆದು ಹೊರಬರಬೇಕು. ಅಕಸ್ಮಾತ್ ಆಗದಿದ್ದರೆ ಅಲ್ಲೇ ಇರುವ ತುರ್ತು ಬೆಲ್ ಒತ್ತಬೇಕು. ಆಗ ಪೆಟ್ಟಿಗೆಯನ್ನು ಮೇಲೆಳೆದುಕೊಳ್ಳಲಾಗುತ್ತದೆ. ಇದರರ್ಥ ಆತ ಸೋಲೊಪ್ಪಿಕೊಂಡ ಎಂದು. ಚಂದ್ರಕಾಂತ ತುಂಬು ವಿಶ್ವಾಸದಿಂದ ಸವಾಲನ್ನು ಸ್ವೀಕರಿಸಿದ. ಎಂಥೆಂಥ ಬೀಗವನ್ನೇ ತೆಗೆದುಬಿಟ್ಟವ ತಾನು ಈ ಪೆಟ್ಟಿಗೆಗೆ ಹಾಕಿದ ಬೀಗವೇನು ಮಹಾ ಎಂಬುದು ಅವನ ಅಭಿಪ್ರಾಯವಾಗಿತ್ತು.

ಸವಾಲಿನ ದಿನ ಬಂತು. ಜನ ಸೇರಿದರು. ಬಹಳ ಮಂದಿ ಮೊಬೈಲು, ಕ್ಯಾಮರಾ ಹಿಡಿದುಕೊಂಡು ಬಂದರು. ಪೆಟ್ಟಿಗೆಯಲ್ಲಿ ಕೂರಿಸಿ ಬೀಗ ಹಾಕಲಾಯಿತು. ನೀರಿನಲ್ಲಿ ನಿಧಾನವಾಗಿ ಪೆಟ್ಟಿಗೆಯನ್ನು ಮುಳುಗಿಸಲಾಯಿತು. ಒಂದೇ ಸೆಕೆಂಡಿನಲ್ಲಿ ತೆಗೆದುಬಿಡುತ್ತೇನೆಂಬ ಉತ್ಸಾಹದಲ್ಲಿ ಚಂದ್ರಕಾಂತ ಬೀಗ ತೆಗೆಯಲಾರಂಭಿಸಿದ. ಅರೆ, ಒಂದು ಸೆಕೆಂಡು ಅಲ್ಲ, ಒಂದರ ಹಿಂದೊಂದು

ಕ್ಷಣಗಳು ಉರುಳಲಾರಂಭಿಸಿದವು. ಚಂದ್ರಕಾಂತನಿಗೆ ಉಸಿರಾಡುವುದೇ ಕಷ್ಟವಾಗಿತ್ತು. ತನ್ನ ಎಲ್ಲ ತಂತ್ರಗಳನ್ನೂ ಉಪಯೋಗಿಸಿದರೂ ಬೀಗ ತೆಗೆಯಲೇ ಇಲ್ಲ! ಚಂದ್ರಕಾಂತನಿಗೆ ಬೆವರಿಳಿಯಲಾರಂಭಿಸಿತು. ಇನ್ನೇನು ಉಸಿರಾಡಲು ಸಾಧ್ಯವೇ ಇಲ್ಲ ಎಂದು ತುರ್ತು ಗುಂಡಿಯನ್ನು ಒತ್ತಿದ. ಆಟದಲ್ಲಿ ಸೋಲೊಪ್ಪಿಕೊಂಡ.

ಪೆಟ್ಟಿಗೆ ಮೇಲೆ ಬಂದ ಮೇಲೆ ಅದರ ಮುಚ್ಚಳವನ್ನು ಮೇಲ್ಮುಖವಾಗಿ ಒತ್ತಿದ್ದಷ್ಟೇ. ಪೆಟ್ಟಿಗೆ ತೆಗೆದುಕೊಂಡಿತು! ಪೆಟ್ಟಿಗೆಯನ್ನು ಲಾಕ್ ಮಾಡಿರಲೇ ಇಲ್ಲವೆಂದು ಆಗ ಅವನಿಗೆ ಗೊತ್ತಾಯಿತು! ಇದು ತನಗೆ ಮೊದಲೇ ಏಕೆ ಗೊತ್ತಾಗಲಿಲ್ಲವೆಂದು ಹಳಹಳಿಸಿದ. ಎಂಥೆಂತಹ ಲಾಕ್ ತೆಗೆದ ತನಗೆ ಇದನ್ನು ತೆಗೆಯಲಾಗುತ್ತಿಲ್ಲ ಎಂದರೆ ಏನೋ ಬೇರೆ ತಂತ್ರ ಇರಬೇಕೆಂದು ತಾನು ಯೋಚಿಸದೇ ಹೋದೆನಲ್ಲ ಎಂದು ಬಹಳ ಪಶ್ಚಾತ್ತಾಪ ಪಡುತ್ತಾನೆ.

ಇಂತಹದ್ದೇ ಕೆಲವು ಕಥೆಗಳನ್ನು ನಾವೆಲ್ಲರೂ ಓದಿದ್ದೇವೆ. ನಾವೆಲ್ಲ ದೊಡ್ಡ ಸವಾಲುಗಳೆಂದು ಕಲ್ಪನೆ ಮಾಡಿಕೊಂಡಿರುವ ಸಮಸ್ಯೆಗಳಿಗೆ ಕೆಲವೊಮ್ಮೆ ಬಹಳ ಸರಳವಾದ ಪರಿಹಾರ ನಮ್ಮೆದುರೇ ಇರುತ್ತದೆ. ಆದರೆ ಪರಿಹಾರ ಬಹಳ ಸರಳವಾದರೆ ನಮಗೆ ಅದು ತಿಳಿಯುವುದೇ ಇಲ್ಲ. ಕಾರಣ ನಾವು ಎಷ್ಟೇ ಪ್ರತಿಭಾವಂತರಿರಲಿ ಕಷ್ಟವನ್ನು ಪರಿಹರಿಸುವ ನಿಟ್ಟಿನಲ್ಲೇ ಯೋಚಿಸುತ್ತಿರುತ್ತೇವೆಯೇ ವಿನಃ ಪರಿಹಾರ ಪಕ್ಕದಲ್ಲೇ ಇರಬಹುದೆಂದು ಯೋಚಿಸುವ ಗೋಜಿಗೂ ಹೋಗುವುದಿಲ್ಲ. ಕೆಲವೊಮ್ಮೆ ನಮ್ಮ ಸಮಸ್ಯೆಗಳಿಗೆ ಏನನ್ನೂ ಮಾಡದೇ ಸುಮ್ಮನಿರುವುದೇ ಪರಿಹಾರವಾಗಿರುತ್ತದೆ! ಆದರೆ ಕೋತಿ ಹುಣ್ಣು ಬ್ರಹ್ಮರಾಕ್ಷಸ ಎನ್ನುವ ಹಾಗೆ ಸಣ್ಣ ಸಮಸ್ಯೆಯನ್ನು ನಾವೇ ಬಿಗಡಾಯಿಸುವಂತೆ ಮಾಡಿಬಿಡುತ್ತೇವೆ. ಮತ್ತೂ ಕೆಲವೊಮ್ಮೆ ನಮ್ಮ ಅತಿ ಕಾಳಜಿಯಿಂದಾಗಿ ಇಲ್ಲದ ಸಮಸ್ಯೆಯನ್ನು ನಾವೇ ಸೃಷ್ಟಿಸಿಕೊಳ್ಳುತ್ತೇವೆ!

ನಿರಂತರವಾಗಿ ಕೆಲಸಗಳು ಮುಂದೆ ಸಾಗಲು ಗೊಂದಲರಹಿತ ಮನಸ್ಸು ಬೇಕಾಗುತ್ತದೆ. ಮನಸ್ಸನ್ನು ತಣ್ಣಗಿಟ್ಟುಕೊಂಡು ಯೋಚಿಸಿದರೆ ಸಮಸ್ಯೆಗಳಿಗೆ ಪರಿಹಾರ ನಮ್ಮ ಹತ್ತಿರವೇ ಇದೆ ಎಂಬುದು ಅರಿವಿಗೆ ಬರುತ್ತದೆ. ಚಂದ್ರಕಾಂತ ತಾನು ಎಷ್ಟು ಬೇಗ ಹೇಗೆ ಬೀಗ ತೆರೆದೇನು, ಜನರನ್ನು ಹೇಗೆ ಇಂಪ್ರೆಸ್ ಮಾಡಿಯೇನು, ತನ್ನ ಪ್ರತಿಭೆಯನ್ನು ಜನರಿಗೆ ತೋರಿಸಿಯೇನು ಇಂತಹ ವಿಚಾರಗಳಲ್ಲಿ ಮುಳುಗಿಹೋಗಿದ್ದ. ಆ ವಿಚಾರಗಳಲ್ಲೇ ಬ್ಯುಸಿ ಇದ್ದ ಆತನಿಗೆ ಲಾಕ್ ತೆಗೆದಿರಬಹುದೆಂದು ಯೋಚಿಸಲೂ ಸಾಧ್ಯವಾಗಲಿಲ್ಲ!

ಒಂದೇ ಬಾರಿ ಹಲವು ವಿಚಾರಗಳೆಡೆ ಗಮನ ಹರಿಸುವುದನ್ನು ಬಿಟ್ಟು ಒಂದೊಂದು ಸಮಯಕ್ಕೆ ಒಂದೊಂದು ಸಂಗತಿಗಳ ಮೇಲೆ ಗಮನ ಹರಿಸಿದರೆ

ಎಷ್ಟೋ ಕೆಲಸಗಳನ್ನು ಮಾಡಬಹುದು. ತಾನು ಬದುಕಿನಲ್ಲಿ ಅತ್ಯಂತ ಕಡಿಮೆ ಸಂಗತಿಗಳ ಕುರಿತು ಗಮನ ಹರಿಸಿದ್ದೇ ತನ್ನ ಯಶಸ್ಸಿನ ಗುಟ್ಟು ಎಂದು ಬಿಲ್ ಗೇಟ್ಸ್ ಹೇಳುತ್ತಾರೆ. ಹಾರುವ ಸಿಖ್ ಎಂದೇ ಖ್ಯಾತರಾಗಿದ್ದ ಮಿಲ್ಖಾ ಸಿಂಗ್ ಕುರಿತ ಬಯೋಪಿಕ್ ಹಿಂದಿಯಲ್ಲಿ ನಿರ್ಮಾಣವಾಗಿ ಬಹಳ ವಿಖ್ಯಾತವಾಗಿತ್ತು. ಮಿಲ್ಖಾ ಸಿಂಗ್ ಪಾತ್ರ ನಿರ್ವಹಿಸಿದ ಫರ್ಹಾನ್ ಅಖ್ತರ್ ಬಗ್ಗೆ ಮೆಚ್ಚುಗೆಯ ಮಾತುಗಳು ಕೇಳಿಬಂದಿದ್ದವು. ಮಿಲ್ಖಾ ಸಿಂಗ್‌ರನ್ನು ಚಾಂಪಿಯನ್ ಆಗಿಸಿದ ಒಂದು ಮುಖ್ಯ ಸಂಗತಿಯೆಂದರೆ ಅವರು ತಮ್ಮ ಗುರಿಯನ್ನು ತಮಗೇ ಸ್ಪಷ್ಟಪಡಿಸಿಕೊಳ್ಳುತ್ತಿದ್ದರು. ಅವರ ಕೋಚ್ ಒಮ್ಮೆ 45.9 ಎಂದು ಏರ್ ಇಂಡಿಯಾ ವಿಮಾನದ ಟಿಶ್ಯೂ ಪೇಪರ್ ಮೇಲೆ ಬರೆದು ಕೊಡುತ್ತಾರೆ. ಮಿಲ್ಖಾಗೆ ತಮ್ಮ ಗುರಿ ಸ್ಪಷ್ಟವಾಯಿತು. 45.9 ಸೆಕೆಂಡುಗಳೊಳಗೆ ತಾನು ಗುರಿ ತಲುಪಲೇಬೇಕು! ಈಗೇನಿದ್ದರೂ ಗುರುನಾನಕರ ಫೋಟೋದ ಹತ್ತಿರ ಇಟ್ಟ ಆ ಕಾಗದದ ಚೂರಿನಲ್ಲಿ ಬರೆದ ಅಂಕಿಗಳೇ ಕಾಣಲಾರಂಭಿಸಿದವು! ಸರಿ, ಕಠಿಣ ತಯಾರಿ ಶುರುವಾಯಿತು! ಟಯರ್ ಕಟ್ಟಿಕೊಂಡು ಬೆಟ್ಟದ ಏರಿನಲ್ಲಿ ಕಿಲೋಮೀಟರ್‌ಗಟ್ಟಲೆ ದೂರ ಓಡಬೇಕು. ಸುಸ್ತಾಗಿ ಬಿದ್ದು ಬಾಯಿಂದ ರಕ್ತ ಸುರಿಸುತ್ತ ಏಳಲಾಗದೇ ಒದ್ದಾಡುವ ಮಿಲ್ಖಾರನ್ನು ಕಂಡು ಕೋಚ್ ಹೇಳುತ್ತಾರೆ, "ವಿಶ್ವದಾಖಲೆ ಆಗಿಹೋಯಿತಲ್ಲ ನಿಂದು, ನಾನು ಬರೆದ ಆ ಕಾಗದದ ಚೂರನ್ನು ವಾಪಸ್ ಕೊಡು." ಆ ಕಾಗದ ವಾಪಸ್ ಕೊಡುವುದೆಂದರೆ ಗುರಿಯನ್ನೇ ಕಳೆದುಕೊಂಡಂತೆ! ತರಬೇತುದಾರರ ಸ್ಫೂರ್ತಿಯ ನುಡಿಗಳು ಮಿಲ್ಖಾನಲ್ಲಿ ಛಲ ಹುಟ್ಟಿಸುತ್ತವೆ. ಎದ್ದು ಓಡಲಾರಂಭಿಸುತ್ತಾರೆ. "ತೂ ಹೈ ಆಗ್ ಮಿಲ್ಖಾ, ಬಸ್ ತೂ ಭಾಗ್ ಮಿಲ್ಖಾ, ಅಬ್ ತೂ ಜಾಗ್ ಮಿಲ್ಖಾ, ಬಸ್ ತೂ ಭಾಗ್ ಮಿಲ್ಖಾ" ಎಂಬ ಸ್ಫೂರ್ತಿಯುಕ್ಕಿಸುವ ಈ ಹಾಡನ್ನು ಯೂ ಟ್ಯೂಬ್‌ನಲ್ಲಿ ನೋಡಬಹುದು.

ಮಿಲ್ಖಾರ ಕಥೆ ಚಂದ್ರಕಾಂತನಂತೆ ಆಗಲಿಲ್ಲ ಕಾರಣ ಆತ ಕೋಚ್ ಕಾಗದ ವಾಪಸ್ ಕೊಡು ಎಂದಾಗ ತನ್ನಂಥ ಪ್ರಸಿದ್ಧ ಓಟಗಾರನಿಗೆ ಇವರು ಹೀಗೆ ಹೇಳುತ್ತಾರಲ್ಲ ಎಂದು ಕೋಪ ಮಾಡಿಕೊಂಡು ವಿಚಾರ ಮಾಡತೊಡಗಿ ಗೊಂದಲ ಮಾಡಿಕೊಳ್ಳಲಿಲ್ಲ. ತಣ್ಣಗೆ ತನ್ನ ತಪ್ಪನ್ನು ಕುರಿತು ಯೋಚಿಸಿದರು, ತಾನು ಹಿಂದೆ ಸೋಲಲು ಕಾರಣವಾದ ಅಂಶಗಳ ಕುರಿತು ಯೋಚಿಸಿದರು. 45.9 ಸೆಕೆಂಡುಗಳಲ್ಲಿ ಗುರಿ ಮುಟ್ಟುವುದಕ್ಕೆ ಕೋಚ್ ಹೇಳಿದಂತೆ ಕಠಿಣ ಪರಿಶ್ರಮಗೈಯುವುದೇ ಏಕೈಕ ಮಾರ್ಗ ಎಂದು ಅರ್ಥ ಮಾಡಿಕೊಂಡು ಬಿದ್ದರೂ ಎದ್ದರು, ಮುನ್ನಡೆದರು, ವಿಶ್ವದಾಖಲೆ ನಿರ್ಮಿಸಿದರು.

ಈಗ ಹೇಳಿ, ನಾವು ಚಂದ್ರಕಾಂತನಂತೆ ಗೊಂದಲ ಮಾಡಿಕೊಂಡು ಸೋಲೊಪ್ಪಿಕೊಳ್ಳಬೇಕೋ ಅಥವಾ ಮಿಲ್ಖಾ ಸಿಂಗ್‌ರಂತೆ ಗೊಂದಲಗಳನ್ನು

ಬಗೆಹರಿಸಿಕೊಂಡು ಗೆಲುವಿನತ್ತ ಮುನ್ನಡೆಯಬೇಕೋ? ನಮ್ಮ ದಿನನಿತ್ಯದ ಹತ್ತಾರು ಒತ್ತಡಗಳು ಒಂದರೊಳಗೊಂದು ಹೊಸೆದುಕೊಂಡು ಗೊಂದಲವನ್ನುಂಟು ಮಾಡದಿರಲು ತಣ್ಣನೆಯ ಮೆದುಳು ನಮ್ಮದಾಗಬೇಕು. ನಮಗೆಲ್ಲ ಇರುವ ಸಮಸ್ಯೆ ಎಂದರೆ ಯಾವಾಗ ಏನು ಮಾಡಬೇಕೆಂದು ಗೊತ್ತಿಲ್ಲದೇ ಇರುವುದು. ಬೆಳಗ್ಗೆ ಎದ್ದ ಕೂಡಲೇ ಎಷ್ಟೋ ಜನರು ಬ್ಲಾಂಕ್ ಆಗುತ್ತಾರೆ. ಅವರಿಗೆ ಏನು ಮಾಡಬೇಕೆಂದೇ ಗೊತ್ತಾಗುವುದಿಲ್ಲ! ಯಾವುದೋ ಒಂದು ಪುಸ್ತಕ ಕೈಗೆತ್ತಿಕೊಳ್ಳುತಾರೆ. ಹತ್ತು ನಿಮಿಷವಾಗುವಷ್ಟರಲ್ಲಿ ಬಿಸಿನೀರಿಗೆ ಲಿಂಬೆಹಣ್ಣು ಜೇನು ಹಾಕಿ ಕುಡಿದರೆ ಒಳ್ಳೆಯದೆಂದು ಎಲ್ಲೋ ಓದಿದ್ದು ನೆನಪಾಗುತ್ತದೆ. ಸರಿ, ಪುಸ್ತಕ ಅಲ್ಲೇ ಇಟ್ಟಾಯಿತು, ನೀರು ಬಿಸಿ ಮಾಡಿ ಲಿಂಬೆಹಣ್ಣು ಕತ್ತರಿಸಿಯೂ ಆಯಿತು. ಜೇನುತುಪ್ಪದ ಬಾಟಲಿ ಹುಡುಕಲು ಹತ್ತು ನಿಮಿಷ ವ್ಯಯಿಸಿ ನೀರು ಕುಡಿದು ಪುಸ್ತಕ ಹಿಡಿಯುವಷ್ಟರಲ್ಲಿ ಏನು ಓದುತ್ತಿದ್ದೇವೆಂಬುದೇ ಮರೆತು ಹೋಗಿರುತ್ತದೆ. ಆಮೇಲೆ ಯೋಗ ಒಳ್ಳೆಯದು ಎಂದು ಶುರು ಮಾಡುಷ್ಟರಲ್ಲಿ ಮೊಬೈಲ್‌ನಲ್ಲಿ ನೋಟಿಫಿಕೇಷನ್. ನಿಮ್ಮ ನಾಲ್ಕು ಫೇಸ್ ಬುಕ್ ಸ್ನೇಹಿತರ ಹುಟ್ಟಿದ ಹಬ್ಬ ವಿಶ್ ಮಾಡಿ ಎಂದು. ಸರಿ, ನಮಗೆ ನೆನಪಿಲ್ಲದಿದ್ದರೂ ಫೇಸ್‌ಬುಕ್ ನೆನಪಿಸಿದರೂ ವಿಶ್ ಮಾಡಲಿಲ್ಲ ಎಂದುಕೊಳ್ಳುತ್ತಾರೆ ಎಂದು ವಿಶ್ ಮಾಡಿ, ಅರೇ ಅವಳು ಯಾಕೆ ಇವನಿಗೆ ವಿಶ್ ಮಾಡಿದ್ದಾಳೆ ಎಂದು ಅವಳ ಪ್ರೊಫೈಲ್‌ಗೆ ಹೋಗಿ ಅಲ್ಲಿಂದ ಮತ್ತೊಬ್ಬರ ವಾಲ್‌ಗೆ ಹೋಗಿ ಅಲ್ಲಿನ ಚಿತ್ರಗಳನ್ನು ನೋಡಿ ನನ್ನ ಬದುಕೇ ದಂಡ ಎಂದ ನಿಟ್ಟುಸಿರು ಬಿಡುವ ಹೊತ್ತಿಗೆ ಒಂದೂವರೆ ಗಂಟೆ ಆಗಿಹೋಗಿರುತ್ತದೆ!! ನಮ್ಮ ಬೆಳಗಿನ ಅವಧಿಯೇ ಇಷ್ಟು ಗೋಜಲಾದರೆ ಇಡೀ ದಿನ ನಾವು ಏನು ಮಾಡಬಹುದೆಂಬುದನ್ನು ಊಹೆ ಮಾಡಬಹುದು. ವರ್ಷದ ನಂತರವೋ ಐದು ವರ್ಷದ ನಂತರವೋ ತಿರುಗಿ ನೋಡಿದಾಗ ಸಮಯ ಬೆರಳ ಸಂದಿಯ ಮರಳಿನಂತೆ ತನ್ನ ಪಾಡಿಗೆ ತಾನು ಸರಿದು ಹೋಗಿರುತ್ತದೆ! ನಾವು ಇದ್ದಲ್ಲಿಯೇ ಇರುತ್ತೇವೆ!

ಹೀಗಾಗದಿರಲು ದಿನನಿತ್ಯ ಬೆಳಗ್ಗೆ, ಸಂಜೆ, ರಾತ್ರಿ ಏನು ಮಾಡಬೇಕೆಂದು ಒಂದು ಪಟ್ಟಿ ತಯಾರಿಸಿಕೊಳ್ಳಬೇಕು. ದಿನ ಬೆಳಿಗ್ಗೆ ಒಂದು ಅರ್ಧತಾಸು ಸಣ್ಣಪುಟ್ಟ ವ್ಯಾಯಾಮ, ಒಂದೈದು ನಿಮಿಷ ದೀರ್ಘ ಉಸಿರಾಟ ಮಾಡಬೇಕು. ಓದುವ ಅಥವಾ ಪ್ರಮುಖ ಕಾರ್ಯ ಮಾಡುವ ಸಮಯದಲ್ಲಿ ಮೊಬೈಲ್ ಆಫ್ ಮಾಡಬೇಕು, ಇಲ್ಲ ನೋಟಿಫಿಕೇಶನ್ ಆದರೂ ಆಫ್ ಮಾಡಬೇಕು. ದಿನಕ್ಕೆ ಹತ್ತು ಕೆಲಸ ಹಾಕಿಕೊಂಡು ಒತ್ತಡದಲ್ಲಿ ಯಾವುದನ್ನೂ ಮಾಡದೆ ಒದ್ದಾಡುವ ಬದಲು ಎರಡೇ ಕೆಲಸ ಮುಗಿಸಬೇಕು. ಒಂದು ಹೊತ್ತಿಗೆ ಒಂದೇ ಯೋಜನೆ ಹಾಕಿಕೊಂಡರೆ ಅದನ್ನು ಪೂರ್ತಿಗೊಳಿಸಬಹುದು. ಸೋಷಿಯಲ್

ಮೀಡಿಯಾದಲ್ಲಿ ಅರ್ಧಗಂಟೆಗಿಂತ ಜಾಸ್ತಿ ಕಳೆಯಬಾರದು. ಈ ಚಿಕ್ಕ ಕ್ರಮಗಳನ್ನು ತೆಗೆದುಕೊಂಡರೆ ನಿರಾತಂಕವಾಗಿ ನಮ್ಮೆಲ್ಲ ಓದು, ಕೆಲಸ ಮುಗಿದುಹೋಗುತ್ತದೆ. ದಿನವೂ ನಾವು ಅನುಸರಿಸುವ ಈ ಶಿಸ್ತುಬದ್ಧ ದಿನಚರಿ ನಮ್ಮ ಮನಸ್ಸನ್ನು ಗೊಂದಲಗಳಿಂದ ಮುಕ್ತವಾಗಿಸುತ್ತದೆ. ಗೊಂದಲರಹಿತ ಮನಸ್ಸಿನಿಂದ ಯಾವ ಸಾಧನೆಯನ್ನು ಬೇಕಾದರೂ ಮಾಡಬಹುದು. ನೆನಪಿರಲಿ, ಯಾವ ಗುರಿಯೂ ಮನುಷ್ಯ ಪ್ರಯತ್ನಕ್ಕಿಂತ ಮಿಗಿಲಲ್ಲ. ಮತ್ತು ಯಾವ ಪ್ರಯತ್ನವೂ ಸತತ ಅಭ್ಯಾಸವಿಲ್ಲದೆ ಯಶಸ್ವಿಯಾಗಲಾರದು.

12

ಸೋಮಾರಿ ಹುಡುಗ ಸಿಕ್ಸರ್ ಸಿಧು ಆದ ಕಥೆ

ನವಜೋತ್ ಸಿಂಗ್ ಸಿಧು. ಭಾರತದ ಕ್ರಿಕೆಟ್ ಇತಿಹಾಸದಲ್ಲಿ ಮರೆಯಲಾಗದ ಹೆಸರು. ಇತ್ತೀಚೆಗೆ ಅವರದೊಂದು ವೀಡಿಯೋ ವೈರಲ್ ಆಗಿತ್ತು. ಸಾಧಾರಣ ಕ್ರಿಕೆಟ್ ಆಟಗಾರನಾಗಿದ್ದ ಸಿಧು ಎಂಬ ಹುಡುಗ ಸಿಕ್ಸರ್ ಸಿಧು ಆಗಿ, ಭಾರತ ಕ್ರಿಕೆಟ್ ತಂಡದ ಅವಿಭಾಜ್ಯ ಭಾಗವಾದ ಅದ್ಭುತ ಕಥೆಯನ್ನು ಅವರು ಅದರಲ್ಲಿ ಹೇಳಿಕೊಂಡಿದ್ದರು. ಎಂಥವರಲ್ಲೂ ಸ್ಫೂರ್ತಿ ಉಕ್ಕಿಸುವ ಆ ಕಥೆ ಹೀಗಿದೆ.

1981ರ ಸಾಲಿನಲ್ಲಿ ಮೊದಲ ದರ್ಜೆಗೆ ಪಾದಾರ್ಪಣೆ ಮಾಡಿದ್ದರು ಸಿಧು. ಎರಡು ಪಂದ್ಯವಾಡಿದ್ದ ಸಿಧು ಅವರನ್ನು ತಂಡದಿಂದ ಕಿತ್ತೊಗೆಯಲಾಗಿತ್ತು. ಸಂಭಾವ್ಯ ಆಟಗಾರರಲ್ಲೂ ಸಿಧು ಆಯ್ಕೆಯಾಗಿರುವ ಸಾಧ್ಯತೆಗಳು ಇರಲಿಲ್ಲ. ಆ ದಿನ ಸಿಧು ಸ್ನಾನ ಮುಗಿಸಿ ಸ್ನಾನದ ಮನೆಯಿಂದ ಬರುತ್ತಿದ್ದರಷ್ಟೇ. ಪೇಪರ್ ಓದುತ್ತಿದ್ದ ತಂದೆಯ ಕಣ್ಣುತುಂಬ ನೀರು. ತಂದೆ ಅಳುತ್ತಿದ್ದುದನ್ನು ಮೊದಲ ಬಾರಿ ನೋಡಿದ್ದರು ಸಿಧು. ತಂದೆಯೇನು ಸಾಮಾನ್ಯ ವ್ಯಕ್ತಿಯೇ? ರಾಜ್ಯದ ಹಾಲಿ ಅಡ್ವೋಕೇಟ್ ಜನರಲ್ ಅವರು! ಎರಡು ಸಲ ಸಂಸತ್ ಸದಸ್ಯರಾಗಿದ್ದವರು, ನಾಲ್ಕು ಸಲ ಶಾಸಕರಾಗಿದ್ದವರು ಚಿಕ್ಕ ಹುಡುಗನಂತೆ ಅಳುತ್ತ ಯಾರಿಗೂ ಗೊತ್ತಾಗಬಾರದೆಂದು ದಿನಪತ್ರಿಕೆಯ ಹಿಂದೆ ಮುಖ ಮರೆಸಿಕೊಂಡಿದ್ದರು! ಸಿಧುಗೆ ಆಘಾತ! ಸುಮ್ಮನೆ ಬೇರೆ ಕೋಣೆಗೆ ಹೋಗಿ ಕುಳಿತ ಸಿಧು ಸಂಕಟ, ಪಶ್ಚಾತ್ತಾಪದಿಂದ ಬೇಯತೊಡಗಿದರು. ಅದುವರೆಗೆ ಕ್ರಿಕೆಟ್ ಪ್ರಾಕ್ಟೀಸ್ ಮಾಡಲು ತಂದೆ ಬೆಳಗ್ಗೆ ಐದು ಗಂಟೆಗೆ ಎಬ್ಬಿಸಿದರೆ ಸಿಧು ಮತ್ತೊಂದು ಕೋಣೆಗೆ ಹೋಗಿ ಮಲಗಿ ಬಿಡುತ್ತಿದ್ದರು. ಅಪ್ಪನಿಗೆ ಹೇಳಬಾರದೆಂದು ಮನೆಯ ಆಳುಗಳಿಗೆ

ವಾರಕ್ಕೆ ಇಪ್ಪತ್ತು ರೂಪಾಯಿ ಲಂಚ. ಆಮೇಲೆ ಎದ್ದು ಟಿ ಶರ್ಟಿಗೆ ನೀರು ಚಿಮುಕಿಸಿಕೊಂಡು ಅಪ್ಪನ ಮುಂದೆ ಬರುವುದು. ಪ್ರತೀದಿನ ಇದೇ ಸುಳ್ಳು! ಆದರೆ ಸಿಧು ಪ್ರತಿದಿನವೂ ಮೋಸಗೊಳಿಸಿಕೊಂಡಿದ್ದು ತಂದೆಯನ್ನಲ್ಲ! ತನ್ನನ್ನೇ ಆಗಿತ್ತು! ಪರಿಶ್ರಮವಿಲ್ಲದೆ, ಅಭ್ಯಾಸವಿಲ್ಲದೆ ಭಾರತ ತಂಡದಲ್ಲಿ ಜಾಗ ಸಿಗಲು ಅದೇನು ಸಿಧು ಅವರ ಮನೆಯ ಕುರ್ಚಿಯಾಗಿರಲಿಲ್ಲವಲ್ಲ! ಅಡ್ವೋಕೇಟ್ ಜನರಲ್ ಆಗಿದ್ದ ತಂದೆ ಕೋರ್ಟಿಗೆ ಹೋದ ಮೇಲೆ ತಂದೆಯ ಕೋಣೆಗೆ ಬಂದರು ಸಿಧು. ದಿಂಬಿನಡಿಯಲ್ಲಿ ತಂದೆಯ ಕಣ್ಣೀರಿಗೆ ಕಾರಣವಾದ ಪತ್ರಿಕೆಯಿತ್ತು. ಅದನ್ನು ಅಪ್ಪ ದಿಂಬಿನಡಿ ಮುಚ್ಚಿಟ್ಟಿದ್ದರು. ಪತ್ರಿಕೆ ಇಂಡಿಯನ್ ಎಕ್ಸ್‌ಪ್ರೆಸ್! ಮುಖಪುಟದಲ್ಲೇ ರಾಜನ್ ಬಾಲಾ ಅವರ ಒಂದು ಪುಟ್ಟ ಲೇಖನವಿತ್ತು. ಭಾರತದಲ್ಲಿ ಈ ಮಾಧ್ಯಮ ಎಷ್ಟು ಪ್ರಭಾವಶಾಲಿ ಎಂದರೆ ಸತ್ತ ವ್ಯಕ್ತಿಯನ್ನೂ ಬದುಕಿಸಬಲ್ಲುದು, ಜತೆಗೆ ಜೀವಂತ ವ್ಯಕ್ತಿಯನ್ನೂ ಸಮಾಧಿ ಮಾಡಿಬಿಡಬಹುದು ಎನ್ನುತ್ತಾರೆ ಸಿಧು. ಲೇಖನದ ತಲೆಬರಹ ಹೀಗಿತ್ತು, 'ನವಜೋತ್ ಸಿಧು; ದಿ ಸ್ಟ್ರೋಕ್‌ಲೆಸ್ ವಂಡರ್'. ಅಂದರೆ ಬೌಂಡರಿ ಸಿಕ್ಸ್‌ನಂತಹ ಸ್ಟ್ರೋಕ್ ಹೊಡೆಯದೇ ಆಡುವವ ಎಂಬ ಬೇಡದ ಬಿರುದು!

ಒಂದೊಂದೇ ರನ್ ಗಳಿಸಿ ಆಡುವ ಆಟಗಾರರ ಸಾಲಿಗೆ ತನ್ನನ್ನೂ ಸೇರಿಸಿದ್ದು ಸಿಧುಗೆ ಸಂಕಟವನ್ನುಂಟು ಮಾಡಿತು. ಆದರೆ ನಲವತ್ತು ಸಾಲುಗಳ ಆ ಲೇಖನ ಸಿಧು ಅವರ ಬದುಕನ್ನೇ ಬದಲಾಯಿಸಿತು! ಥೇಟ್ ಆಲ್ಫ್ರೆಡ್ ನೋಬೆಲ್ 'ಸಾವಿನ ವ್ಯಾಪಾರಿ' ಎಂದು ತನ್ನ ಮರಣವಾರ್ತೆಯನ್ನು ನೋಡಿ ಸಂಕಟಗೊಂಡು ಬದಲಾಗಿ ನೋಬೆಲ್ ಬಹುಮಾನ ಸ್ಥಾಪಿಸಿದ ಹಾಗೆ!

ಅವಮಾನದಿಂದ ನೊಂದು ಹೋಗಿದ್ದರು ಸಿಧು. ಕುದಿಯುತ್ತಿದ್ದರು ಕೂಡ. ಹೆಮ್ಮೆ ಅಹಂಕಾರ ಅಳಿದು ಕಣ್ಣೀರು ಹರಿದು ಹೋಗುತ್ತಲೇ ಇತ್ತು. ಆ ಲೇಖನ, ಅದನ್ನು ಓದಿದ್ದ ತಂದೆಯ ಕಣ್ಣೀರು ಸಿಧುಗೆ ಬದುಕನ್ನು ಛಾಲೆಂಜ್ ಆಗಿ ಸ್ವೀಕರಿಸಲು ಸಹಾಯ ಮಾಡಿತು. ಮಗ ಇಂಡಿಯನ್ ಟೀಮ್ ಸದಸ್ಯನಾಗಬೇಕೆಂಬುದದು ಸಿಧು ತಂದೆಯ ಕನಸು. ಆ ಕನಸು ಈಗ ಸಿಧು. ಅವರದ್ದಾಯಿತು. ಹದಿನೇಳರ ಹುಡುಗ ನವಜೋತ್ ತನ್ನ ಬೊಗಸೆಯಲ್ಲಿ ನೀರು ತುಂಬಿಕೊಂಡು ಈ ಪ್ರತಿಜ್ಞೆ ಮಾಡಿದ. "ಸರದಾರ್ ಭಗವಾನ್ ಸಿಂಗ್ ಸಿಧು ಅವರ ಮಗ ನಾನಾಗಿದ್ದಲ್ಲಿ ಭಾರತಕ್ಕಾಗಿ ಆಡಿಯೇ ಆಡುತ್ತೇನೆ."

ಆದರೆ ಪ್ರತಿಜ್ಞೆ ಮಾಡಿದ ಕೂಡಲೇ, ಗುರಿಗಳನ್ನು ಬರೆದಿಟ್ಟ ಕೂಡಲೇ ಸಾಧನೆ ಆಗಿಬಿಡುವುದಿಲ್ಲ. ಆದರೆ ಗುರಿಯನ್ನಿಟ್ಟುಕೊಳ್ಳುವುದು ಮೊದಲ ಹೆಜ್ಜೆ. ಅದಕ್ಕಾಗಿ ಹಗಲು ರಾತ್ರಿ ಪ್ರಯತ್ನಿಸುವುದು ಮುಂದಿನ ಹೆಜ್ಜೆ. ನಮ್ಮಲ್ಲಿ ಬಹುತೇಕರು ಗುರಿಗಳನ್ನೇನೋ ಆವೇಶದಿಂದ ಬರೆದಿಡುತ್ತೇವೆ, ಆದರೆ ಅವನ್ನು

ಕಾರ್ಯರೂಪಕ್ಕೆ ತರಲು ಅಲ್ಪಸ್ವಲ್ಪ ಪ್ರಯತ್ನ ಮಾಡಿ ಬಿಟ್ಟು ಬಿಡುತ್ತೇವೆ. ವರ್ಷಗಳ ನಂತರ ನಾವು ಬರೆದಿಟ್ಟ ಡೈರಿಯ ಪುಟಗಳು ನಮ್ಮನ್ನು ನೋಡಿ ವಿಷಾದದ ನಗುಬೀರುತ್ತಿರುತ್ತವೆ.

ಆದರೆ ಸಿಧು ತನ್ನ ಬದುಕಿನಲ್ಲಿ ಏನಾಗಬೇಕು, ಅದು ಸಾಧ್ಯವಾಗಬೇಕಾದರೆ ಏನು ಮಾಡಬೇಕು ಎಂದು ನಿರ್ಧರಿಸಿಯಾಗಿತ್ತು. ಲೇಖನವನ್ನು ನೀಟಾಗಿ ಕತ್ತರಿಸಿ ತನ್ನ ಕಪಾಟಿಗೆ ಅಂಟಿಸಿಕೊಂಡ. ತನ್ನ ಚೆಂದದ, ಒಳ್ಳೆಯ, ಬೆಲೆಬಾಳುವ ಬಣ್ಣದ ಬಟ್ಟೆಗಳು, ಜೀನ್ಸ್ ಎಲ್ಲವನ್ನೂ ಒಂದೇ ಒಂದನ್ನೂ ಇಟ್ಟುಕೊಳ್ಳದೆ ಮನೆಯ ಕೆಲಸಗಾರರಿಗೆ ಹಂಚಿಬಿಟ್ಟ! ಬಿಳಿಯ ಬಟ್ಟೆಗಳು ಮತ್ತು ಟ್ರಾಕ್ ಸೂಟ್ ಮಾತ್ರ ಇಟ್ಟುಕೊಂಡ. ಹದಿನೇಳರ ವಯಸ್ಸಿನಲ್ಲಿ ಸಾಮಾನ್ಯವಾದ ಸ್ನೇಹಿತರ ಜತೆಗಿನ ತಿರುಗಾಟ, ಬೈಕ್ ಸವಾರಿ ಎಲ್ಲದಕ್ಕೂ ಈ ಮೂಲಕ ಪೂರ್ಣವಿರಾಮ ಇಟ್ಟ.

ಅಲಾರಾಮ್ ಇಲ್ಲದೆ ಬೆಳಗ್ಗೆ ಮೂರೂವರೆಗೆ ಎದ್ದುಬಿಡುತ್ತಿದ್ದರು ಸಿಧು! ಅಪ್ಪ ಎಬ್ಬಿಸಿದರೂ ನೌಕರರಿಗೆ ಲಂಚ ಕೊಟ್ಟು ಮತ್ತೆ ಬೇರೆ ಕೋಣೆಗೆ ಹೋಗಿ ಮಲಗುತ್ತಿದ್ದ ಹುಡುಗನೆಲ್ಲಿ? ಬದಲಾದ ಹೊಸ ಹುಡುಗನೆಲ್ಲಿ? ತನ್ನ ಬದುಕಿನಲ್ಲಿ ತಾನು ಸಾಧಿಸಿದ್ದೆಲ್ಲವೂ ಪ್ರತಿಕೂಲ ಪರಿಸ್ಥಿತಿಯಿಂದಲೇ ಎನ್ನುತ್ತಾರೆ ಸಿಧು. ಇಚ್ಛಾಶಕ್ತಿಯ ಸಾಮರ್ಥ್ಯದ ಅರಿವಾದ ಮೇಲೆ ಸಿಧು ಮುನ್ನಡೆಯುತ್ತಲೇ ಹೋದರು. ತನ್ನನ್ನು ಪರಿಶ್ರಮ ಪಡುವುದರಿಂದ ತಡೆಯಲು ಸಾಧ್ಯವಿರುವ ವ್ಯಕ್ತಿ ತಾನು ಮಾತ್ರ ಎಂಬ ಸಾರ್ವಕಾಲಿಕ ಸತ್ಯವನ್ನು ಸಿಧು ಅರ್ಥ ಮಾಡಿಕೊಂಡರು. ಇಡೀ ಪಿಚ್‌ಗೆ ನೌಕರರೊಂದಿಗೆ ಸೇರಿ ನೀರುಣಿಸುತ್ತಿದ್ದರು. ಪಿಚ್ ಮೇಲೆ ರೋಲರ್ ಉರುಳಿಸುತ್ತಿದ್ದರು. ಓಡುವುದು, ಪ್ರಾಕ್ಟೀಸ್ ಮಾಡುವುದು ನಿರಂತರವಾಗಿ ಸಾಗಿತು. ಮಧ್ಯಾಹ್ನ ಊಟವಾದ ಮೇಲೆ ಒಂದು ಗಂಟೆ ನಿದ್ರೆ, ಅಷ್ಟೇ. ಉಳಿದೆಲ್ಲ ಸಮಯ ಅಂದರೆ ಬೆಳಗ್ಗೆ ನಾಲ್ಕರಿಂದ ರಾತ್ರಿ ಹನ್ನೆರಡರವರೆಗೆ ಮೈದಾನದಲ್ಲೇ ಬೆವರು ಹರಿಸಲು ಪ್ರಾರಂಭಿಸಿದರು ಸಿಧು.

'ದಿ ಸ್ಟ್ರೋಕ್‌ಲೆಸ್ ವಂಡರ್' ಎಂಬ ಆ ತಲೆಬರಹ ಪದೇಪದೇ ಕಾಡುತ್ತಿತ್ತು. ಆ ಶಬ್ದಗಳು ಮತ್ತು ತಂದೆಯ ಕಣ್ಣೀರು ಇವೆರಡೂ ಸಿಧುಗೆ ಮುನ್ನಡೆಯಲು ಪ್ರೇರಕ ಶಕ್ತಿಯಾದವು. ಹಾಗಾಗಿ ದಿನವೂ ಸಿಕ್ಸರ್ ಹೊಡೆಯುವ ಅಭ್ಯಾಸ ಪ್ರಾರಂಭಿಸಿದರು ಸಿಧು! ಹತ್ತೋ ಇಪ್ಪತ್ತೋ ಅಲ್ಲ, ಬರೋಬ್ಬರಿ 126 ಸಿಕ್ಸ್‌ಗಳು! ಒಂದು ದಿನವೂ ಬಿಡದೇ! ಸಿಕ್ಸ್ ಬಾರಿಸುವ ರಭಸಕ್ಕೆ ಸಿಧು ಹಸ್ತಗಳಿಂದ ರಕ್ತ ಸೋರುತ್ತಿತ್ತು! ರಕ್ತವನ್ನು ಹೀರಿಕೊಳ್ಳುವ ವಸ್ತುವಿರುವ ಕೈಗವಸುಗಳನ್ನು ಹಾಕಿಕೊಂಡು ತರಬೇತಿ ಮುಂದುವರಿಸಿದರು. ಮೂರು ತಿಂಗಳಲ್ಲಿ ತನ್ನ ಕೈಗಳು ಕಬ್ಬಿಣವಾಗಿದ್ದವು ಎಂದು ಸಿಧು ಹೇಳುತ್ತಾರೆ. ಸತತ ನಾಲ್ಕು ವರ್ಷ ಸಿಧು ಇದೇ

ರೀತಿ ತರಬೇತಿ ಮುಂದುವರಿಸಿದರು. ಭಾನುವಾರವನ್ನು ಬಿಟ್ಟು ಬೇರೆ ಯಾವ ದಿನವೂ ವಿಶ್ರಾಂತಿ ಪಡೆಯದೇ ಬೆಳಿಗ್ಗೆ ನಾಲ್ಕರಿಂದ ರಾತ್ರಿ ಹನ್ನೆರಡವರೆಗೆ ನಿರಂತರವಾಗಿ ಪ್ರಾಕ್ಟೀಸ್ ನಡೆಯಿತು. ಅಂದರೆ ಸುಮಾರು ಹದಿನೆಂಟರಿಂದ ಹತ್ತೊಂಬತ್ತು ಗಂಟೆಗಳ ಕಾಲ ಕ್ರಿಕೆಟ್ ಅನ್ನೇ ಉಸಿರಾಡುತ್ತಿದ್ದರು ಸಿಧು! ಅಬ್ಬಾ! ಎಂಥ ಕಮಿಟ್‌ಮೆಂಟ್! ಸುತ್ತಮುತ್ತಲಿನ ಹದಿನೈದು ಹದಿನಾರು ವಯಸ್ಸಿನ ಮಕ್ಕಳಿಗೆ ತನ್ನ ಪಾಕೆಟ್ ಮನಿ ಕೊಟ್ಟು ಹದಿನಾಲ್ಕು ಯಾರ್ಡ್ ದೂರದಿಂದ ವೇಗವಾಗಿ ಬಾಲ್ ಹಾಕಲು ಹೇಳುತ್ತಿದ್ದರು. ಆ ಹುಡುಗರೋ ಮಾಲ್ಕಂ ಮಾರ್ಷಲ್‌ಗಿಂತ ವೇಗವಾಗಿ ಚೆಂಡೆಸೆಯುತ್ತಿದ್ದರೆಂದು ನೆನಪಿಸಿಕೊಂಡು ಮುಗುಳ್ನಗುತ್ತಾರೆ ಸಿಧು. ಒಂದೇ ಒಂದು ದಿನವೂ ಬಣ್ಣದ ಬಟ್ಟೆ ಧರಿಸಲಿಲ್ಲ, ಹೊರಗಡೆ ಹೋಗಲಿಲ್ಲ. ಅಸಲಿಗೆ ಜಗತ್ತಿನಲ್ಲಿ ಏನಾಗುತ್ತಿದೆ ಎಂಬುದೇ ಸಿಧುಗೆ ಗೊತ್ತಿರಲಿಲ್ಲ. ಎಲ್ಲವನ್ನೂ ಪರಿತ್ಯಜಿಸಿ ಕಾಡಿಗೆ ತಪಸ್ಸಿಗೆ ಹೋದ ಸನ್ಯಾಸಿಯಂತಾಗಿದ್ದ ನವಜೋತ್ ಎಂಬ ತರುಣ. ಅಂಗಳದಲ್ಲಿ ಹ್ಯಾಲೋಜೆನ್ ದೀಪಗಳನ್ನು ಹಾಕಿಸಿಕೊಂಡು ರಾತ್ರಿಯೂ ಪ್ರಾಕ್ಟೀಸ್! ರಾತ್ರಿಯ ಊಟ ಮೇಜಿನ ಮೇಲಿರುತ್ತಿತ್ತು. ಅಲ್ಲಿಯೇ ಎಷ್ಟೋ ಸಲ ನಿದ್ದೆ ಬಂದುಬಿಡುತ್ತಿತ್ತು. ಮೂರುವರೆಗೆ ಎಚ್ಚರಾಗಿ ಹೊರಗೆ ಹೊರಟಾಗುತ್ತಿತ್ತು!

ಹೀಗೆ ಸಿಧು ಬೆವರು ಹರಿಸುತ್ತಿರುವಾಗಲೇ ಒಂದು ದಿನ ಬೆಳಗ್ಗೆ ತಂದೆ ನಿಧನರಾದರು. ಮಗ ಭಾರತದ ರಾಷ್ಟ್ರೀಯ ತಂಡದಲ್ಲಿ ಆಡಬೇಕು ಎಂದು ಬೆಟ್ಟದಷ್ಟು ಆಸೆಯನ್ನಿಟ್ಟುಕೊಂಡಿದ್ದ ಜೀವ ಅದು. ಅದಾದ ಎರಡು ವಾರಗಳ ನಂತರ ಆಪ್ತರೆಲ್ಲ ಹೇಳಿದರು, “ಏಳು, ಅಪ್ಪನ ಕನಸು ನನಸಾಗಬೇಕೆಂದರೆ ನೀನು ಈ ದೇಶಕ್ಕಾಗಿ ಆಡಲೇಬೇಕು!” ಪ್ರಾಕ್ಟೀಸ್ ಮುಂದುವರಿಯಿತು.

ಆಗ ಬಂದಿದ್ದೇ ಶೀಷ್ ಮಹಲ್ ಪಂದ್ಯಾವಳಿ! ಆ ಪಂದ್ಯಾವಳಿಯಲ್ಲಿ ಸಿಧು ಏಳು ಶತಕಗಳನ್ನು ಬಾರಿಸಿದರು! ವಿಶ್ವಕಪ್‌ನ ತಂಡಕ್ಕೆ ಆಯ್ಕೆಯಾದರು. ನಂತರದ ರಿಲಯನ್ಸ್ ವಿಶ್ವಕಪ್‌ನಲ್ಲಿ ನಡೆದದ್ದು ಇತಿಹಾಸ! ಸತತ ನಾಲ್ಕು ಪಂದ್ಯಗಳಲ್ಲಿ ಸಿಧು ಅರ್ಧಶತಕಗಳನ್ನು ಬಾರಿಸಿದರು. ಅಷ್ಟೇ ಅಲ್ಲ ಮೂವತ್ತಾರು ಸಿಕ್ಸರ್‌ಗಳೂ ಕೂಡ! ಹೀರೋ ಎನಿಸಿಕೊಳ್ಳಲು ಇನ್ನೇನು ತಾನೇ ಬೇಕು? ಶಾರ್ಜಾಗೆ ಹೋಗುತ್ತಿರುವಾಗ ವಿಮಾನಯಾನದ ನಡುವೆ ರವಿಶಾಸ್ತ್ರಿ ಸಿಧು ಹತ್ತಿರ ಬಂದು “ನೀನು ಓದಲೇಬೇಕಾದ ಲೇಖನ ಒಂದಿದೆ” ಎಂದು ಪತ್ರಿಕೆಯೊಂದನ್ನು ಕೊಟ್ಟು ಹೋದರು. ಅದು ಖಲೀಜ್ ಟೈಮ್ಸ್, ಶಾರ್ಜಾದ ಮುಖ್ಯ ಪತ್ರಿಕೆ. ಅದರ ಮುಖಪುಟದಲ್ಲಿ ದೊಡ್ಡ ಲೇಖನವೊಂದಿತ್ತು, ಬರೆದವರು ರಾಜನ್ ಬಾಲಾ! ಮತ್ತು ಲೇಖನದ ತಲೆಬರಹ ಹೀಗಿತ್ತು; “ನವಜೋತ್ ಸಿಂಗ್ ಸಿಧು, ಫ್ರಂ ಎ ಸ್ಟ್ರೋಕ್‌ಲೆಸ್ ವಂಡರ್ ಟು ಪಾಮ್ ಗ್ರೂವ್ ಹಿಟ್ಟರ್, ಎ ವರ್ಲ್ಡ್

ರೆಕಾರ್ಡ್ ಹೋಲ್ಡರ್"!! ಸಂತಸದಿಂದಲೂ, ತಂದೆಯ ನೆನಪಿನಿಂದಲೂ ಸಿಧು ಕಂಗಳು ಕೊಳಗಳಾಗಿದ್ದವು.

ನಂತರ ಸಿಧು ಹಿಂದಿರುಗಿ ನೋಡಲಿಲ್ಲ. ಸಿಕ್ಸರ್ ಸಿಧು ಆಗಿ ಖ್ಯಾತಿ ಗಳಿಸಿದರು. ಮೂರು ಸಲ ಸಂಸದರಾದರು, ಎರಡು ದಶಕಗಳ ಕಾಲ ಕಾಮೆಂಟರೇಟರ್ ಆಗಿ ಖ್ಯಾತಿ ಗಳಿಸಿದರು. ಇವೆಲ್ಲಕ್ಕೂ ಕಾರಣ ಅವರ ಛಲ ಮತ್ತು ಪ್ರಯತ್ನ. ದಿನಕ್ಕೆ ಒಂದು ಗಂಟೆಯೂ ಶ್ರಮ ಪಡದೇ ಬರಿದೇ ದೂರು ಹೇಳುವವರ ಕಿವಿ ಹಿಂಡಿ ಪಾಠ ಹೇಳುವಂತಿದೆ ಸಿಧು ಅವರ ಯಶೋಗಾಥೆಯ ಹಿಂದಿನ ಬೆವರಿನ ಕಥೆ. ವೆಲ್ ಡನ್ ಸಿಧು ಪಾಜಿ!

13

ಸಮಸ್ಯೆಯಲ್ಲ, ಮಾರುವೇಷದ ಅವಕಾಶ!

ನಮ್ಮೆಲ್ಲರಿಗೂ ಇಂದು ಬೇಕಾಗಿರುವುದು ಸಮಸ್ಯೆಗಳಿಲ್ಲದ ಜೀವನ. ಅದು ಅಸಾಧ್ಯ ಎಂದು ಗೊತ್ತಿದ್ದರೂ ನಾವು ಸಮಸ್ಯೆಗಳನ್ನು ಇಷ್ಟಪಡುವುದಿಲ್ಲ. ಆದರೆ ಸಮಸ್ಯೆಗಳು ಮಾರುವೇಷದಲ್ಲಿ ಬರುವ ಅವಕಾಶಗಳು. ಕಡಿದು ಕೆತ್ತಲ್ಪಟ್ಟ ಕಲ್ಲೇ ವಿಗ್ರಹವಾಗುವುದೆಂಬ ಅರಿವಿದ್ದರೂ ನೋವೇ ಆಗದೇ ಮೂರ್ತಿಯಾಗಬೇಕೆಂದು ಬಯಸುವವರೇ ಜಾಸ್ತಿ. ಏಕೆಂದರೆ ಈ ಜಗತ್ತಿನಲ್ಲಿ ಸಮಸ್ಯೆಗಳೇ ಸಾಧನೆಗೆ ಮೂಲವೆಂಬುದರ ಅರಿವಿದ್ದರೂ ಹಳಹಳಿಸುವವರೇ ಹೆಚ್ಚು. ಸಮಸ್ಯೆ ದೊಡ್ಡದಾದಷ್ಟೂ ಪರಿಹಾರ ದೊಡ್ಡದಿರುತ್ತದೆ. ಪರಿಹಾರ ದೊಡ್ಡದಾದಷ್ಟೂ ನಾವು ಹರಿಸುವ ಬೆವರು, ಪಡುವ ಕಷ್ಟ ಹೆಚ್ಚಾಗಿರುತ್ತದೆ. ಹಿರಿದನ್ನು ಸಾಧಿಸುವ ಬಯಕೆಯಿದ್ದವರು ಏರಿಳಿತಗಳ ದುರ್ಗಮ ಹಾದಿಯಲ್ಲಿ ಸಾಗಲೇಬೇಕು. ಅಂದಾಗ ಮಾತ್ರ ಯಶಸ್ಸು ಕೂಡ ದೊಡ್ಡ ಪ್ರಮಾಣದಲ್ಲಿ ಸಿಗುತ್ತದೆ. ಆದರೆ ನಾವಿದನ್ನು ಅರ್ಥ ಮಾಡಿಕೊಳ್ಳುವುದೇ ಇಲ್ಲ.

ಆದರೆ ನೆನಪಿರಲಿ, ತೊಂದರೆಗಳನ್ನು ಕಷ್ಟಗಳನ್ನು ಅವಕಾಶ ಎಂದು ನೋಡಿದವರೇ ಇಂದು ಜಗತ್ತಿನಲ್ಲಿ ಯಶಸ್ವಿಯಾಗಿದ್ದಾರೆ. ಬಿಸಿಲಿನ ಧಗೆಗೆ ಅಬ್ಬಾ ದರಿದ್ರ ಬಿಸಿಲು ಎನ್ನದವರುಂಟೇ? ಆದರೆ ಕೂಲರ್, ಎಸಿ ಸಂಶೋಧಿಸಿ ಆ ಸಮಸ್ಯೆಗೆ ಯಾರೋ ಪರಿಹಾರ ಕಂಡುಹಿಡಿದರು. ಚಳಿಗಾಲವನ್ನು ಶಪಿಸುವವರು ಶಪಿಸುತ್ತಲೇ ಇದ್ದರು. ಆದರೆ ಯಾರೋ ಒಬ್ಬ ಹೀಟರ್ ಕಂಡುಹಿಡಿದ. ಸೊಳ್ಳೆಗಳು ಯಾರಿಗೆ ಸಮಸ್ಯೆಯಲ್ಲ? ಎಲ್ಲರೂ ಗೊಣಗುತ್ತಲೇ ಇದ್ದರು. ಆದರೆ ಒಬ್ಬನಿಗೆ ಸೊಳ್ಳೆಬತ್ತಿಗಳನ್ನು ಮಾಡುವ ಐಡಿಯಾ ಹೊಳೆಯಿತು. ಈಗ ಆ ಎಲ್ಲ ಕಂಪನಿಗಳು ಅಪಾರ ಹಣ ಸಂಪಾದಿಸುತ್ತಿವೆ.

ಹಾಗಾಗಿ ಯಾವುದಾದರೂ ಸಮಸ್ಯೆ, ನೋವು, ದುಃಖ ನಮ್ಮನ್ನು ಕಾಡುತ್ತಿದ್ದರೆ ಆಕಾಶ ಕಳಚಿ ತಲೆಯ ಮೇಲೆ ಬಿದ್ದವರಂತೆ ಮಾಡುವ ಅಗತ್ಯವಿಲ್ಲ. ಕಾರಣ ಅದೊಂದು ವೇಷ ಮರೆಸಿಕೊಂಡು ಬಂದ ಸುವರ್ಣಾವಕಾಶ. ಅದು ಸಮಸ್ಯೆ ಎಂದು ನಮಗೆ ಆರಂಭದಲ್ಲಿ ಅನ್ನಿಸುತ್ತದೆ ಅಷ್ಟೇ. ಇದೊಂದು ಸ್ಥಿತಿ. ಅನಿವಾರ್ಯ ಸ್ಥಿತಿ. ಬದುಕಿನಲ್ಲಿ ಸಮಸ್ಯೆಗಳೇ ಇಲ್ಲ ಎಂದಾದರೆ ಅದು ಬದುಕೇ ಅಲ್ಲ. ಜಗತ್ತಿನ ಎಲ್ಲ ಸಂಶೋಧನೆಗಳೂ ಆಗಿದ್ದರ ಹಿಂದೆ ಒಂದಲ್ಲ ಒಂದು ಸಮಸ್ಯೆಗೆ ಪರಿಹಾರ ಹುಡುಕುವ ಉದ್ದೇಶವೇ ಇತ್ತು. ಏಕೆಂದರೆ ಸಮಸ್ಯೆಯಿಲ್ಲದೇ ಯಾರೂ ಪರಿಹಾರ ಹುಡುಕುವ ಗೋಜಿಗೆ ಹೋಗುವುದಿಲ್ಲ. ಅವಶ್ಯಕತೆಯೇ ಆವಿಷ್ಕಾರದ ತಾಯಿ ಎಂಬುದನ್ನು ನಾವೆಲ್ಲ ಒಪ್ಪುತ್ತೇವೆ. ಆದರೆ ಹೊಸ ಸಾಧ್ಯತೆಗಳಿಗೆ ನಮ್ಮನ್ನು ನಾವು ತೆರೆದುಕೊಳ್ಳಲು ಅಳುಕುತ್ತೇವೆ. ಕಾರಣ ಆತ್ಮವಿಶ್ವಾಸದ ಕೊರತೆ.

ನಮ್ಮೆಲ್ಲರಲ್ಲೂ ಅಪಾರ ಸಾಮರ್ಥ್ಯ ಅಡಗಿದೆ ಎಂಬ ಮಾತನ್ನು ಬಹಳ ಹಿಂದಿನಿಂದಲೂ ಕೇಳುತ್ತ ಬಂದಿದ್ದೇವೆ. ಈ ಸಾಮರ್ಥ್ಯದ ಬಲದಿಂದ ನಮಗೇನು ಬೇಕೋ ಅದನ್ನು ಪಡೆದುಕೊಳ್ಳುವುದು ಸಾಧ್ಯ. ಆದರೆ ಬಹಳ ಜನರಿಗೆ ತಮ್ಮೊಳಗಿನ ಶಕ್ತಿಯ ಅರಿವೇ ಇರುವುದಿಲ್ಲ. ಆಲಿಬಾಬಾನಿಗೆ ಸಿಕ್ಕ ಸಂಪದ್ಭರಿತ ಗುಹೆ ಅದು. ಆದರೆ ಅದಕ್ಕೊಂದು ಮಂತ್ರವಿದೆ. ಮಂತ್ರವಿಲ್ಲದೆ ಹೋದರೆ ಗುಹೆಯ ಬಾಯಿ ತೆರೆಯದು. ನಮ್ಮ ಮನಸ್ಸಿನ ಅಪಾರ ಶಕ್ತಿಯ ಕೀಲಿ ಯಾವುದೆಂದರೆ ವಿಲ್‌ಪವರ್ ಅಥವಾ ನಂಬಿಕೆ. ತಮ್ಮ 'ಪವರ್ ಆಫ್ ಸಬ್‌ಕಾನ್ಷಿಯಸ್ ಮೈಂಡ್' ಎಂಬ ಪ್ರಸಿದ್ಧ ಪುಸ್ತಕದಲ್ಲಿ ಲೇಖಕ ಜೋಸೆಫ್ ಮರ್ಫಿ ಹೇಳುತ್ತಾರೆ, ಒಂದು ಉಕ್ಕಿನ ತುಂಡನ್ನು ಅಯಸ್ಕಾಂತವಾಗಿ ಮಾರ್ಪಡಿಸಿದರೆ ಅದು ತನ್ನ ಭಾರಕ್ಕಿಂತ ಹನ್ನೆರಡು ಪಟ್ಟು ಹೆಚ್ಚು ಭಾರವನ್ನು ಎತ್ತಬಲ್ಲುದು. ಆದರೆ ಅದೇ ಉಕ್ಕಿನಲ್ಲಿರುವ ಅಯಸ್ಕಾಂತೀಯ ಶಕ್ತಿ ಹೋದರೆ ಒಂದು ಪುಟ್ಟ ಹಕ್ಕಿಗರಿಯಷ್ಟು ಭಾರವನ್ನೂ ಅದು ಎತ್ತಲಾರದು. ಅದೇ ರೀತಿ ಸಮಾಜದಲ್ಲೂ ಎರಡು ರೀತಿಯ ಜನರಿರುತ್ತಾರೆ. ಅಯಸ್ಕಾಂತದಂಥವರು ಮತ್ತು ಉಕ್ಕಿನ ತುಂಡಿನಂತವರು. ತುಂಬು ವಿಶ್ವಾಸ ಮತ್ತು ನಂಬಿಕೆ ಇರುವ ಜನರು ಅಯಸ್ಕಾಂತದಂತೆ. ಇವರು ಎಂಥ ಪರಿಸ್ಥಿತಿಯಲ್ಲೂ ಆತ್ಮವಿಶ್ವಾಸ ಕಳೆದುಕೊಳ್ಳುವುದಿಲ್ಲ. ರಾತ್ರಿಯಾಗುವುದೇ ಬೆಳಗಾಗಲು ಎಂಬುದು ಇವರ ನಂಬಿಕೆ. ಮತ್ತದು ವಾಸ್ತವ ಕೂಡ. ಇನ್ನು ಯಾವಾಗಲೂ ಭಯ ಮತ್ತು ಸಂದೇಹಗಳಿರುವ ಮನುಷ್ಯರು ಮಾಮೂಲಿ ಉಕ್ಕಿನ ತುಂಡಿನಂತೆ. ಅವಕಾಶಗಳು ಬಂದಾಗ ನಾನು ವಿಫಲನಾಗುತ್ತೇನೆ, ಹಣ ಕಳೆದುಕೊಳ್ಳುತ್ತೇನೆ, ಜನರು ನನ್ನನ್ನು ನೋಡಿ ನಗುತ್ತಾರೆ ಎಂದೆಲ್ಲ ಯೋಚಿಸಿ ಅವರು ಸುಮ್ಮನಾಗಿಬಿಡುತ್ತಾರೆ.

ಇಂತಹ ವ್ಯಕ್ತಿಗಳು ಬದುಕಿನಲ್ಲಿ ಬಹಳ ಮುಂದೆ ಹೋಗಲಾರರು, ಅವರು ಎಲ್ಲಿರುತ್ತಾರೋ ಅಲ್ಲಿಯೇ ಇರುತ್ತಾರೆ.

ದೃಢನಿರ್ಧಾರ ಕೈಗೊಳ್ಳಲು ಮನಸ್ಸಿಗೆ ನಂಬಿಕೆ ಬೇಕು. ನಾವು ಯಾವಾಗಲೂ ಅವರಿವರು ಹೇಳಿದ ಮಾತುಗಳು, ಅಭಿಪ್ರಾಯಗಳು, ಸಂಪ್ರದಾಯಗಳು ಮತ್ತು ಸುತ್ತಲಿನ ವಾತಾವರಣದಿಂದ ರೂಪಿತಗೊಂಡ ನಮ್ಮದೇ ಯೋಚನೆಗಳಿಂದ ನಮ್ಮ ಸಾಮರ್ಥ್ಯವನ್ನು ಅಂದಾಜು ಮಾಡುತ್ತಿರುತ್ತೇವೆ. ಹಾಗಾಗಿ ನಮ್ಮನ್ನು ನಾವೇ ನಂಬಲು ಎಷ್ಟೋ ಸಂದರ್ಭದಲ್ಲಿ ಸಾಧ್ಯವಾಗುವುದಿಲ್ಲ. ಇಂತಹ ನೆಗೆಟಿವ್ ಯೋಚನೆಗಳನ್ನು ಬದಿಗಿಡುವುದು ಬಹಳ ಮುಖ್ಯ. ಎಡಿಸನ್, ಐನ್‌ಸ್ಟೀನ್‌ರಂತಹ ಮೇಧಾವಿಗಳು ಬೇರೆಯವರ ಅಭಿಪ್ರಾಯದ ಪ್ರಕಾರ ದಡ್ಡರೇ ಆಗಿದ್ದರು. ಆದರೆ ಅವರಿಗಿದ್ದ ಆತ್ಮವಿಶ್ವಾಸ, ತಮ್ಮ ಮೇಲೆ ತಮಗಿದ್ದ ನಂಬಿಕೆ ಅವರನ್ನು ವಿಶ್ವಮಾನ್ಯರನ್ನಾಗಿ ಮಾಡಿತು. 'ನಿನ್ನನ್ನು ನೀನು ನಂಬದೆ ಹೋದರೆ ಮುಕ್ಕೋಟಿ ದೇವತೆಗಳನ್ನು ನಂಬಿದರೂ ಪ್ರಯೋಜನವಿಲ್ಲ' ಎನ್ನುತ್ತಿದ್ದರು ಸ್ವಾಮಿ ವಿವೇಕಾನಂದರು.

ನಮ್ಮ ಮೇಲೆ ನಮಗೆ ನಂಬಿಕೆ ಇಲ್ಲದಿರುವುದರಿಂದಲೇ ನಾವು ಕನಸು ಕಾಣಲೂ ಹೆದರುತ್ತೇವೆ. ಆದರೆ ಸ್ವನಂಬಿಕೆ ಮತ್ತು ಕಠಿಣ ಪರಿಶ್ರಮ ಒಂದು ಅತ್ಯುತ್ತಮ ಕಾಂಬಿನೇಶನ್. ಇವೆರಡರಲ್ಲಿ ಯಾವುದು ಇಲ್ಲದಿದ್ದರೂ ಸಾಧನೆ ಸಾಧ್ಯವಿಲ್ಲ. ಸಂಗೀತದ ರಾಜ ಎಂದು ಕರೆಯಿಸಿಕೊಂಡಿದ್ದ ಹಾಡುಗಾರ ಎಲ್ವಿಸ್ ಪ್ರಿಸ್ಲೆ ಅವರ ಉದಾಹರಣೆಯನ್ನೇ ತೆಗೆದುಕೊಳ್ಳೋಣ. ಆತ ಶಾಲೆಯಲ್ಲಿ ಸಾಧಾರಣ ವಿದ್ಯಾರ್ಥಿ ಎನಿಸಿಕೊಂಡವನು. ಜನರೆದುರು ಹಾಡಲು ಮುಜುಗರ ಪಡುತ್ತಿದ್ದವನು. ಅವನ ಶಾಲೆಯ ಸಂಗೀತ ಶಿಕ್ಷಕರೇ ಅವನಿಗೆ ಸಂಗೀತದ ಗಂಧಗಾಳಿಯಿಲ್ಲ ಎಂದು ಹೇಳಿದ್ದರು. ಆದರೆ ಎಲ್ವಿಸ್ ತನ್ನ ಸ್ವಪ್ರಯತ್ನದಿಂದ, ತನ್ನ ಮೇಲಿನ ನಂಬಿಕೆಯಿಂದ ಸಂಗೀತಲೋಕದ ರಾಜನೆನಿನಿಸಿಕೊಂಡಿದ್ದು ಈಗ ಇತಿಹಾಸ. ನಿನ್ನ ಕಂಠ ಚೆನ್ನಾಗಿಲ್ಲ ಎಂದು ಆಕಾಶವಾಣಿಯಿಂದ ತಿರಸ್ಕರಿಸಲ್ಪಟ್ಟ ಅಮಿತಾಭ್ ಬಚ್ಚನ್ ಎಂಬ ಉದ್ದನೆಯ ಬಿದಿರುಗಳದಂತಹ ತರುಣ ತನ್ನ ಆತ್ಮವಿಶ್ವಾಸ ಮತ್ತು ಸತತ ಪ್ರಯತ್ನದಿಂದ ರಾಜೇಶ್ ಖನ್ನಾ ಎಂಬ ಚಾಕಲೇಟ್ ಹೀರೋನನ್ನೂ ಹಿಂದಿಕ್ಕಿ ಬಾಲಿವುಡ್ ಸೂಪರ್ ಸ್ಟಾರ್ ಆಗಿಬಿಟ್ಟ! ರೇಡಿಯೋದವರು ತಿರಸ್ಕರಿಸಿದ ಅದೇ ದನಿ ಇಂದು ಕೇಳುಗರನ್ನು ಮೋಡಿ ಮಾಡುತ್ತಿದೆ! ಆ ಅಪರೂಪದ ದನಿಗೆ ಇಂದು ಕೋಟಿಕೋಟಿ ಕಿಮ್ಮತ್ತು. ಸಯಿಚಿರೋ ಹೊಂಡಾ ಎಂಬ ಯುವಕ ಟೊಯೊಟಾ ಕಂಪನಿಯಲ್ಲಿ ಎಂಜಿನಿಯರ್ ಹುದ್ದೆಯ ಸಂದರ್ಶನಕ್ಕೆ ಹೋದಾಗ ತಿರಸ್ಕರಿಸಲ್ಪಟ್ಟ. ಕೆಲಕಾಲ ನಿರುದ್ಯೋಗಿಯಾಗಿದ್ದ ಆತ ಬೇರೆ ಬೇರೆ ವ್ಯವಹಾರಗಳಗೆ ಕೈಹಾಕಿ ಕೊನೆಗೆ

ತನ್ನದೇ ಆದ ಕಾರು ಕಂಪನಿಯೊಂದನ್ನು ಸ್ಥಾಪಿಸಿದ. ವಿಶ್ವ ಪ್ರಸಿದ್ಧ ಹೊಂಡಾ ಕಂಪನಿಯ ಮಾಲಿಕನ ಕಥೆ ಇದು. ಎರಡು ಬಾರಿ ಇಂಗ್ಲೆಂಡಿನ ಪ್ರಧಾನಿಯಾಗಿದ್ದ ವಿನ್‌ಸ್ಟನ್ ಚರ್ಚಿಲ್ ಸಾಹಿತ್ಯಕ್ಕಾಗಿ ನೊಬಲ್ ಪ್ರಶಸ್ತಿ ಪಡೆದವರೂ ಹೌದು. ಚರ್ಚಿಲ್ ಶಾಲೆಯಲ್ಲಿದ್ದಾಗ ಅತೀ ಸಾಧಾರಣ ವಿದ್ಯಾರ್ಥಿ. ಆರನೇ ಗ್ರೇಡ್‌ನಲ್ಲಿ ಅನುತ್ತೀರ್ಣರಾಗಿದ್ದರು. ಅವರ ರಾಜಕೀಯ ಜೀವನವೂ ಹತ್ತು ಹಲವು ಏಳುಬೀಳುಗಳಿಂದ ಕೂಡಿತ್ತು. ಆದರೆ ಅರವತ್ತು ದಾಟಿದ ನಂತರ ಅವರು ತಮ್ಮೆಲ್ಲ ಪ್ರಮುಖ ಸಾಧನೆಗಳನ್ನು ಮಾಡಿದರು. ನಿಜ ಅರ್ಥದಲ್ಲಿ ಚರ್ಚಿಲ್‌ಗೆ ಅರವತ್ತು ಮರಳಿ ಅರಳುವ ವಯಸ್ಸು!!

ಆರಂಭದ ಹಿಂಜರಿಕೆ, ಅವಮಾನ, ತಿರಸ್ಕಾರಗಳನ್ನು ಮೀರಿ ಯಶಸ್ಸಿನ ತುತ್ತ ತುದಿಗೆ ಏರಿದ ಇಂತಹ ಸಾಧಕರ ಪಟ್ಟಿ ಮುಂದುವರಿಯುತ್ತಲೇ ಹೋಗುತ್ತದೆ. ಸೊನ್ನೆಯಿಂದ ಪ್ರಾರಂಭಿಸಿ ಜಗತ್ಪ್ರಸಿದ್ಧರಾದ ಅಪರೂಪದ ಈ ವ್ಯಕ್ತಿಗಳಿಂದ ನಾವು ಕಲಿಯಬೇಕಾದ ಪಾಠ ಇಷ್ಟೇ. ಯಾವ ಸೋಲೂ ಬದುಕಿನ ಕೊನೆಯಲ್ಲ, ಅದು ಹೊಸ ಗೆಲುವಿನ, ಹೊಸ ಬದುಕಿನ ಆರಂಭವಾಗಿರಬಹುದು. ತನ್ನನ್ನು ತಾನು ಒಪ್ಪಿಕೊಂಡವರಿಗೆ ಜಗತ್ತಿನ ಒಪ್ಪಿಗೆ, ತಿರಸ್ಕಾರ ಮುಖ್ಯವಾಗುವುದಿಲ್ಲ. ಅವರು ಜಗತ್ತನ್ನು ಒಪ್ಪಿಸುವ ಗೋಜಿಗೂ ಹೋಗುವುದಿಲ್ಲ. ನಿಧಾನವಾಗಿಯಾದರೂ ಸಮಾಜ ತಾನೇ ಅವರನ್ನು ಒಪ್ಪಿಕೊಳ್ಳುತ್ತದೆ. ಮತ್ತು ನಾವು ಎದುರಿಸಬೇಕಿರುವುದು ನಮ್ಮ ಭಯವನ್ನು, ನಮ್ಮ ಹಿಂಜರಿಕೆಯನ್ನು. ಅದಕ್ಕೆ ಬೇಕಿರುವ ಆಯುಧವೇ ನಂಬಿಕೆ. ಆರ್ಥರ್ ಆಶ್ಲೇ ಹೇಳುವಂತೆ ಯಶಸ್ಸಿನ ಕೀಲಿಕೈ ಸ್ವನಂಬಿಕೆ ಮತ್ತು ಆ ಆತ್ಮವಿಶ್ವಾಸ ಬರುವುದು ಸರಿಯಾದ ತಯಾರಿಯಿಂದ. ಆತ್ಮವಿಶ್ವಾಸದಿಂದ ನಮ್ಮಷ್ಟಕ್ಕೆ ನಾವು ಪ್ರಯತ್ನಪಡುತ್ತಾ ಸಾಗಿದರೆ ಗುರಿ ತಲುಪುತ್ತೇವೆ. ಆ ಗುರಿ ಸಣ್ಣ ಸರ್ಕಾರಿ ನೌಕರಿ ಹಿಡಿಯುವುದಾಗಿರಬಹುದು, ಐಎಎಸ್ ಅಧಿಕಾರಿಯಾಗುವುದಿರಬಹುದು, ಪುಟ್ಟ ಅಂಗಡಿ ಇಡುವುದು, ಹೊಸ ವ್ಯವಹಾರ ಮಾಡುವುದು, ಇಲ್ಲವೇ ಇದ್ದುದರಲ್ಲಿಯೇ ತೃಪ್ತಿಯಿಂದ ಬದುಕುವುದು, ನಾಲ್ಕು ಮಂದಿಗೆ ಉಪಕಾರಿಯಾಗುವುದು, ಸಾಹಿತ್ಯವೇ ಮುಂತಾದ ಸಾಂಸ್ಕೃತಿಕ ಕ್ಷೇತ್ರಗಳಲ್ಲಿ ಸಾಧಿಸುವುದು ಏನಾದರೂ ಆಗಿರಬಹುದು. ಪ್ರತಿಯೊಂದು ಗುರಿಯೂ ಮುಖ್ಯವೇ. ಅದನ್ನು ಬೇರೆಯವರೊಂದಿಗೆ ಹೋಲಿಸಿ ನಿರಾಶರಾಗುವ ಅಗತ್ಯವಿಲ್ಲ. ಏಕೆಂದರೆ ನಮ್ಮ ಬದುಕಿನ ಪ್ರಧಾನ ಪಾತ್ರ ನಾವೇ. ಬನ್ನಿ, ಆತ್ಮವಿಶ್ವಾಸದಿಂದ ಮುನ್ನಡೆಯುವ.

14

ಯಶಸ್ಸಿನ ಆಗಸ ಏರಲು ಇರುವ ಏಣಿಯೇ ಪ್ರಾಕ್ಟೀಸ್

ಅಕ್ಟೋಬರ್ ತಿಂಗಳ ಐದನೇ ತಾರೀಖು, 2007ನೇ ಇಸವಿ. ಹೈದರಾಬಾದ್‌ನ ರಾಜೀವ್ ಗಾಂಧಿ ಸ್ಟೇಡಿಯಂನಲ್ಲಿ ಭಾರತ ಮತ್ತು ಆಸ್ಟ್ರೇಲಿಯಾ ನಡುವಿನ ಮೂರನೇ ಒಂಡೇ ಮ್ಯಾಚ್. ಆಸ್ಟ್ರೇಲಿಯಾದ ಬ್ರೆಡ್ ಹಾಗ್, ಸಚಿನ್ ತೆಂಡೂಲ್ಕರ್ ಅವರನ್ನು 44 ರನ್‌ಗಳಿಗೆ ಔಟ್ ಮಾಡಿದ. ಯಾವುದೇ ಬೌಲರ್‌ಗೆ ಸಚಿನ್ ವಿಕೆಟ್ ಪಡೆಯುವುದು ಎಂದರೆ ಅದೊಂದು ಅವಿಸ್ಮರಣೀಯ ಕ್ಷಣ. ಹಾಗ್ ಹೊಸಬ. ಅದೂ ಸಚಿನ್ ಕ್ಲೀನ್ ಬೌಲ್ಡ್ ಬೇರೆ. ಆಟ ಮುಗಿದ ನಂತರ ಸಚಿನ್ ಬೌಲ್ಡ್ ಆದ ಚಿತ್ರದ ಮೇಲೆ ಸಚಿನ್ ಅವರ ಹಸ್ತಾಕ್ಷರ ಬೇಕೆಂದು ಕೇಳಲು ಹೋದ ಹಾಗ್. ಅದನ್ನು ಸ್ಮರಣಿಕೆಯಾಗಿರಿಸಿಕೊಳ್ಳುವುದು ಹಾಗ್‌ನ ಉದ್ದೇಶ. 'ಇದು ಇನ್ನ್ಯಾವತ್ತೂ ಆಗದು ಹಾಗ್ಗಿ' ಎಂದು ಬರೆದು ಸಹಿ ಮಾಡಿದರು ಸಚಿನ್. ನೀವು ನಂಬಿ ಬಿಡಿ ಅದಾದ ಮೇಲೆ ಏಕದಿನ ಟೆಸ್ಟ್ ಸೇರಿದಂತೆ ಸುಮಾರು ಮೂವತ್ತು ಪಂದ್ಯಗಳಲ್ಲಿ ಇಬ್ಬರೂ ಎದುರುಬದುರಾಗಿದ್ದರೂ ಹಾಗ್‌ಗೆ ತೆಂಡೂಲ್ಕರ್ ವಿಕೆಟ್ ಪಡೆಯಲಾಗಲೇ ಇಲ್ಲ!

ಬಹುಶಃ ಸಚಿನ್ ತೆಂಡೂಲ್ಕರ್ ಅವರ ಪ್ರಾಕ್ಟೀಸ್ ಯಾವ ಮಟ್ಟದಲ್ಲಿರುತ್ತಿತ್ತು ಎಂಬುದಕ್ಕೆ ಇದೊಂದು ಉದಾಹರಣೆ ಅಷ್ಟೇ. ನಮ್ಮಲ್ಲೂ ಬಹಳ ಮಂದಿ ನಮ್ಮ ಗುರಿಗಳನ್ನು ಹಾಕಿಕೊಳ್ಳುತ್ತೇವೆ, ಅವನ್ನು ಬರೆದಿಡುತ್ತೇವೆ. ಎರಡು ದಿನ ಪ್ರಯತ್ನ ಪಟ್ಟು ಮೂರನೇ ದಿನ ಮರೆತೂ ಬಿಡುತ್ತೇವೆ. ಆದರೆ ಸಚಿನ್? ಕ್ರಿಕೆಟ್ಟಿನ ಡೆಮಿಗಾಡ್ ಆದ ಮೇಲೂ, ಜಗತ್ತಿನ ಕ್ರಿಕೆಟ್ ಪ್ರಿಯರ ಕಣ್ಮಣಿಯಾದ ಮೇಲೂ, ಬಯಸಿದ್ದೆಲ್ಲ ಲಭಿಸಿದ ಮೇಲೂ ಹೊಸ ಗುರಿಗಳನ್ನು ಇಟ್ಟುಕೊಂಡರು. ಆ ಗುರಿ ಸಾಧನೆಗಾಗಿ ಅನವರತ ಶ್ರಮಿಸಿದರು. ಇನ್ನು ಇದಾಗದು ಎಂದು ಬರೆದ

ನಂತರ ಸಚಿನ್ ಮೇಲೆ ಇರುವ ಒತ್ತಡದ ಬಗೆಯಾದರೂ ಎಂಥದ್ದು! ಮತ್ತೆ ಹಾಗ್ ಬಾಲ್‌ಗೆ ಔಟಾದರೆ ಅವಮಾನ! ಸತತ ಪ್ರಾಕ್ಟೀಸ್‌ನಿಂದ ಮತ್ತೆ ಆ ಘಟನೆ ಮರುಕಳಿಸದಂತೆ ಮಾಡಿದರು! ಇದು ಚಾಂಪಿಯನ್ನರ ಲಕ್ಷಣ. ಸುಮ್ಮನೇ ನಾಲ್ಕು ದಿನ ಬೆವರು ಹರಿಸಿ ಯಾರೂ ಸಚಿನ್ ಆಗುವುದಿಲ್ಲ. ಅದಕ್ಕೆ ಅಷ್ಟೇ ಪ್ರಾಕ್ಟೀಸ್ ಬೇಕು. ಹರ್ಯಾಣಾದ ಹರಿಕೇನ್ ಎಂದು ಕರೆಯಿಸಿಕೊಳ್ಳುತ್ತಿದ್ದ ಕಪಿಲ್ ದೇವ್‌ಗೆ ಆ ಬಿರುದು ಹಾಗೆಯೇ ಬಂದಿದ್ದಲ್ಲ! ಅವರು ಪ್ರಾಕ್ಟೀಸ್‌ಗೆ ಬೆಳಗಿನ ನಾಲ್ಕು ಗಂಟೆಗೇ ಮೈದಾನಕ್ಕೆ ಬಂದಿರುತ್ತಿದ್ದರಂತೆ!

ಪ್ರಾಕ್ಟೀಸ್‌ನ ಮಹತ್ವವನ್ನು ಯಾರು ತಿಳಿದಿರುತ್ತಾರೋ ಯಶಸ್ಸು ಅವರ ದಾಸ. ಬ್ರೂಸ್ ಲೀ ಹೇಳುತ್ತಿದ್ದನಂತೆ, "ಹತ್ತು ಸಾವಿರ ಬಗೆಯ ಕಿಕ್ ಅಭ್ಯಾಸ ಮಾಡಿರುವ ಆಟಗಾರರನ್ನು ಕಂಡರೆ ನನಗೆ ಭಯವಿಲ್ಲ, ಆದರೆ ಒಂದೇ ಕಿಕ್ ಅನ್ನು ಹತ್ತು ಸಾವಿರ ಸಲ ಅಭ್ಯಾಸ ಮಾಡಿರುವ ಆಟಗಾರನನ್ನು ಕಂಡರೆ ಭಯ. ಆತನ ಒದೆ ಬಿದ್ದರೆ ನಾನು ಬಿದ್ದುಬಿಡಬಹುದು!" ಒಂದೇ ಕೆಲಸವನ್ನು ಪದೇ ಪದೇ ಮಾಡುವುದೇ ತರಬೇತಿ. ಹಾಗಾದರೆ ಎಷ್ಟು ಪ್ರಾಕ್ಟೀಸ್ ಬೇಕು? ಎಲ್ಲಿಯವರೆಗೆ ಪರಿಣಿತಿ ಗಳಿಸುತ್ತೇವೆಯೋ ಅಲ್ಲಿಯವರೆಗೆ ಮತ್ತು ಅದರ ನಂತರವೂ! ಅಂದರೆ ಯಾವಾಗಲೂ!

ನೀವು ಯಾವುದೇ ಸಾಧಕರನ್ನು ನೋಡಿ. ಸಂಗೀತಗಾರರಿರಲಿ, ಆಟಗಾರರಿರಲಿ, ನೃತ್ಯಪಟುಗಳಿರಲಿ, ಮಾತುಗಾರರಿರಲಿ ಎಲ್ಲರೂ ಅವರ ಸಾಧನೆಯ ಪ್ರಮುಖ ಕಾರಣ ಪ್ರಾಕ್ಟೀಸ್. ಖ್ಯಾತ ಹಾಡುಗಾರ ಅರಿಜಿತ್ ಸಿಂಗ್ ಸಂಗೀತ ಸ್ಪರ್ಧೆಯೊಂದರ ಆರಂಭದ ಸುತ್ತುಗಳಲ್ಲೇ ಹೊರಬಿದ್ದಿದ್ದರು. ಆದರೆ ಸೋಲಿನ ಆಘಾತ ತನ್ನ ಭವಿಷ್ಯವನ್ನು ದುರಂತಮಯವಾಗಿಸಲು ಆತ ಬಿಡಲಿಲ್ಲ. ಸತತ ಪ್ರಯತ್ನದಿಂದ ಇಂದು ಅರಿಜಿತ್ ಭಾರತದ ನಂಬರ್ ಒನ್ ಸಿಂಗರ್ ಆಗಿದ್ದಾರೆ. ಕೋಟಿ ಕೋಟಿ ಹೃದಯಗಳನ್ನು ಗೆದ್ದಿದ್ದಾರೆ. ಆ ಸಂಗೀತ ಸ್ಪರ್ಧೆಯಲ್ಲಿ ಗೆದ್ದವರಾರೋ ಈಗ ಯಾರಿಗೂ ನೆನಪಿಲ್ಲ, ಆದರೆ ಅರಿಜಿತ್ ತಮ್ಮ ಹೆಸರು ಚಿರಸ್ಥಾಯಿಯಾಗಿ ಉಳಿಯುವಂತಹ ಸಾಧನೆ ಮಾಡುತ್ತಿದ್ದಾರೆ! ಸಾಧಾರಣದಲ್ಲಿ ಸಾಧಾರಣ ಮನುಷ್ಯರೂ ಅಸಾಮಾನ್ಯ ಮನುಷ್ಯರಾಗುವ ಏಕೈಕ ದಾರಿ ಪ್ರಾಕ್ಟೀಸ್. ಯಶಸ್ಸಿನ ಆಗಸ ಏರಲು ಏಣಿ ಈ ಪ್ರಾಕ್ಟೀಸ್. ಪ್ರಾಕ್ಟೀಸ್‌ಗೆ ಯಾವುದೇ ಪರ್ಯಾಯವಿಲ್ಲ. ಕೆಲವರು ಯಶಸ್ಸು ಸಿಕ್ಕಕೂಡಲೇ ತಾವು ಪರಿಪೂರ್ಣರು ಎಂದುಕೊಂಡುಬಿಡುತ್ತಾರೆ. ಆದರೆ ಬುದ್ಧಿವಂತರು ಮಾತ್ರ ಪ್ರಾಕ್ಟೀಸ್ ಅನ್ನು ನಿಲ್ಲಿಸುವುದಿಲ್ಲ. ರಾಫೆಲ್ ನಡಾಲ್ ಆಗಲೀ, ರೋಜರ್ ಫೆಡರರ್ ಆಗಲೀ, ಮೇರಿ ಕೋಮ್ ಆಗಲೀ ಎಂದಿಗೂ ಪ್ರಾಕ್ಟೀಸ್ ನಿಲ್ಲಿಸಿದವರಲ್ಲ. ಸಂಗೀತಗಾರರು, ನೃತ್ಯಪಟುಗಳು, ಕ್ರೀಡಾಪಟುಗಳು,

ಭಾಷಣಕಾರರು, ಕಲಾವಿದರು, ಬರಹಗಾರರು ಯಶಸ್ಸು ಪಡೆಯಲು ಮತ್ತು ಪಡೆದ ಯಶಸ್ಸನ್ನು ಕಾಪಾಡಿಕೊಳ್ಳಲು ತಮ್ಮ ತಮ್ಮ ಪ್ರತಿಭೆಯನ್ನು ಸದಾ ಪ್ರಾಕ್ಟೀಸ್ ಎಂಬ ನೀರನ್ನೆರೆಯುತ್ತಾರೆ! ಅದೇ ಅವರ ಸತತ ಗೆಲುವಿನ ಗುಟ್ಟು ಕೂಡ.

ಮತ್ತು ಹಾಗೆ ನೋಡಿದರೆ ಇದು ಗುಟ್ಟೇನೂ ಅಲ್ಲ. ಪ್ರಾಕ್ಟೀಸ್ ಮಾಡಿದರೆ ಯಶಸ್ಸು ಸಿಗುತ್ತದೆ ಎನ್ನುವುದೊಂದು ಓಪನ್ ಸೀಕ್ರೆಟ್! ಆಕಾಶ ನೋಡಲು ನೂಕುನುಗ್ಗಲೇಕೆ ಎನ್ನುವಂತೆ ಕಠಿಣ ಪರಿಶ್ರಮದಿಂದ ಯಶಸ್ಸು ಸಾಧಿಸಲು ಎಲ್ಲರಿಗೂ ಅವಕಾಶಗಳಿವೆ. ಆದರೆ ಪ್ರಾಕ್ಟೀಸ್ ಮಾಡಲು ಸಾಧ್ಯವಾಗುವುದು ಕೆಲವೇ ಕೆಲವರಿಗೆ ಮಾತ್ರ! ಕಾರಣ, ಸಾಧನೆಯ ಹಾದಿ ಅಷ್ಟು ಸುಲಭವಲ್ಲ! ಸತತ ಪ್ರಯತ್ನದಿಂದ ಸಾಧಾರಣ ಬುದ್ಧಿಮತ್ತೆಯವರೂ ಬುದ್ಧಿವಂತರೆನಿಸಿಕೊಂಡವರಿಗಿಂತ ಹೆಚ್ಚಿನ ಸಾಧನೆ ಮಾಡಬಹುದು! ಆದರೆ ಅದರ ಹಿಂದೆ ಸತತ ಪ್ರಯತ್ನ ಬೇಕು.

ಚಾರ್ಲಿ ಚಾಪ್ಲಿನ್ ಥರ ಕಾಣುವ ಸ್ಪರ್ಧೆಯೊಂದರಲ್ಲಿ ಸಾವಿರಾರು ಮಂದಿ ಭಾಗವಹಿಸಿದ್ದರು. ಅದರಲ್ಲಿ ಯಾರಿಗೂ ಗೊತ್ತಾಗದಂತೆ ಅಸಲಿ ಚಾಪ್ಲಿನ್ ಕೂಡ ಭಾಗವಹಿಸಿದ್ದರು. ಫಲಿತಾಂಶ ಬಂದಾಗ ನಿಜವಾದ ಚಾಪ್ಲಿನ್ ಮೂರನೇ ಸ್ಥಾನ ಪಡೆದಿದ್ದರು! ಅಂದರೆ ಮೊದಲ ಎರಡು ಸ್ಥಾನ ಗಳಿಸಿದ ವ್ಯಕ್ತಿಗಳು ಎಷ್ಟು ಪ್ರಾಕ್ಟೀಸ್ ಮಾಡಿದ್ದಿರಬಹುದು!! ನಿಜವಾದ ಚಾರ್ಲಿ ಚಾಪ್ಲಿನ್‌ರನ್ನೇ ಮೀರಿಸುವ ಹಾಗೆ!

ಪದೇ ಪದೇ ಅಂಡಲೆಯುವ ಮನಸ್ಸನ್ನು ಪದೇ ಪದೇ ವಾಪಸು ಕರೆತರಬೇಕು. ಆ ಪ್ರಯತ್ನ ಸತತವಾಗಿ ನಡೆಯುತ್ತಲೇ ಇರಬೇಕು. ಸಮಯ ಸಿಕ್ಕ ಕೂಡಲೆ ಆಲಸಿ ಮನಸು ಕರ್ತವ್ಯ ವಿಮುಖವಾಗಿಬಿಡುತ್ತದೆ. ಥೇಟ್ ಊಟ ಮಾಡಲು ಹಠ ಮಾಡುವ ಮಗುವಿನಂತೆ. ಚಂದ್ರನನ್ನು ತೋರಿಸಿ, ಆಟಿಕೆ ಕೊಟ್ಟು ಮಗುವನ್ನು ಪುಸಲಾಯಿಸಿ ಊಟ ಮಾಡಿಸುವಂತೆ ನಾವೂ ಮನಸ್ಸನ್ನು ವಾಪಸು ಬರುವಂತೆ ಮಾಡಬೇಕು. ಕ್ಲೇರ್ ಟ್ಯುಲರ್ ಪಿಯಾನೋ ವಾದಕಿ. ತನ್ನ ಐದನೇ ವಯಸ್ಸಿನಿಂದಲೇ ಪಿಯಾನೋ ನುಡಿಸುತ್ತ ಈಗ ಹತ್ತು ಹಲವು ಪ್ರಶಸ್ತಿಗಳಿಗೆ ಭಾಜನಳಾಗಿದ್ದಾಳೆ. ಅವಳ ಟೆಡ್ ಟಾಕ್ ಅನ್ನು ಮೊನ್ನೆ ಯೂಟ್ಯೂಬ್‌ನಲ್ಲಿ ನೋಡುತ್ತಿದ್ದೆ. "ನನ್ನ ಬದುಕಿನ ಅತೀ ಸಾಮಾನ್ಯ ಸಂಗತಿಯ ಬಗ್ಗೆಯೇ ಮಾತನಾಡುತ್ತೇನೆ, ಅದು ಬೇರೇನೂ ಅಲ್ಲ, ಪ್ರಾಕ್ಟೀಸ್" ಎಂದು ಹೇಳಿದಳು! ಪಿಯಾನೋ ನುಡಿಸುವುದರಲ್ಲಿ ತಾನು ಆರುಸಾವಿರಕ್ಕೂ ಹೆಚ್ಚು ಗಂಟೆಗಳನ್ನು ಕಳೆದಿರುವುದಾಗಿಯೂ ಹೇಳಿದಳು.

ಬಾವಿಕಟ್ಟೆ ಕಲ್ಲಿನದು. ಹಗ್ಗ ಹುಲ್ಲಿನದು. ಆದರೆ ಹುಲ್ಲಿನ ಸತತ ಚಲನೆಯಿಂದ ಕಾಲಕ್ರಮೇಣ ಬಾವಿಕಟ್ಟೆಯೂ ಸವೆಯುತ್ತದೆ ಎಂದರೆ ಪುನರಾವರ್ತನೆಯ

ಮಹತ್ವ ನಮಗೆ ಅರ್ಥವಾಗುತ್ತದೆ. ಸತತ ಪ್ರಯತ್ನದ ಎದುರು ಎಂಥ ಅಡೆತಡೆಯೂ ಕರಗಿ ಹೋಗುತ್ತದೆ. ಜೀನಿಯಸ್ ಎಂದರೆ ಆಕಾಶದಿಂದ ಜಾರಿಬಿದ್ದ ತಾರೆಯಲ್ಲ. ಜೀನಿಯಸ್ ಎಂದರೆ ಅತೀ ಹೆಚ್ಚು ಪ್ರಾಕ್ಟೀಸ್ ಮಾಡಿದ ವ್ಯಕ್ತಿ ಅಷ್ಟೇ ಇನ್ನೇನಿಲ್ಲ. ಇದನ್ನು ಅರ್ಥ ಮಾಡಿಕೊಳ್ಳುವುದರಲ್ಲಿ ಬುದ್ಧಿವಂತಿಕೆ ಇದೆ.

ಗೆಲುವಿನ ಹಾದಿ ಇಷ್ಟು ಸುಲಭವಾದರೂ ಏಕೆ ಕೆಲವೇ ಕೆಲವು ಜನ ಯಶಸ್ವಿಯಾಗುತ್ತಾರೆ? ಏಕೆಂದರೆ ಕಷ್ಟಕರವಾದ, ನಮಗೆ ಇಷ್ಟವಾಗದ ಸಂಗತಿಗಳನ್ನು ಮಾಡಲು ನಮ್ಮ ಮಿದುಳು ಇಷ್ಟಪಡುವುದಿಲ್ಲ. ಅದಕ್ಕೇ ಕಠಿಣ ಪರಿಶ್ರಮವನ್ನು ಆರಂಭಿಸಿ ಬೇಗನೆ ಬಿಟ್ಟುಬಿಡುತ್ತೇವೆ. ಮನಸ್ಸು ಒಳ್ಳೆಯ ಸೇವಕ ಆದರೆ ಕೆಟ್ಟ ಯಜಮಾನ ಎನ್ನುತ್ತಾರೆ. ಒಮ್ಮೆ ಮನಸ್ಸನ್ನು ನಾವು ಹೇಳಿದಂತೆ ಕೇಳಲು ತರಬೇತಿಗೊಳಿಸಿದೆವೆಂದರೆ ಯಾವ ಶಕ್ತಿಯೂ ನಮ್ಮನ್ನು ತಡೆಯಲಾರದು. ಅದನ್ನೇ ಶಿಸ್ತು ಎನ್ನುತ್ತೇವೆ.

ದಿನಕ್ಕೆ ಹತ್ತು ಗಂಟೆಗಳಂತೆ ಮುಂದಿನ ಮೂರು ವರ್ಷಗಳ ಕಾಲ ಚೆಸ್ ಪ್ರಾಕ್ಟೀಸ್ ಮಾಡಿದರೆ ನಾವು ವಿಶ್ವನಾಥನ್ ಆನಂದ್ ಆಗಿಬಿಡುತ್ತೇವೆಯೇ? ಆಗಲೂಬಹುದು, ಆಗದಿರಲೂಬಹುದು. ಆದರೆ ಇವತ್ತಿಗಿಂತ ಉತ್ತಮ ಚೆಸ್ ಆಟಗಾರರಂತೂ ಆಗಿರುತ್ತೇವೆ. ಅದೇ ರೀತಿ ಐಎಎಸ್‌ಗೆ ತಯಾರಿ ನಡೆಸಿದರೆ ಐಎಎಸ್ ಅಧಿಕಾರಿ ಆಗಬಹುದು ಆಗದೇ ಇರಬಹುದು. ಆದರೆ ನಮ್ಮ ಜ್ಞಾನವೃದ್ಧಿಯಂತೂ ಆಗಿರುತ್ತದೆ. ರಾಜ್ಯ ಮಟ್ಟದ ಸ್ಪರ್ಧಾತ್ಮಕ ಪರೀಕ್ಷೆಯನ್ನಾದರೂ ಪಾಸು ಮಾಡಬಹುದು! ನಾವು ಸತತವಾಗಿ ಬಹುಕಾಲ ಪ್ರಾಕ್ಟೀಸ್ ಮಾಡಿದರೆ ಆಯಾ ವಿಷಯದಲ್ಲಿ ಉತ್ತಮಗೊಳ್ಳುತ್ತೇವೆ. ಆದರೆ ನಾವು ಯಾವುದನ್ನು ಪ್ರಾಕ್ಟೀಸ್ ಮಾಡುತ್ತಿದ್ದೇವೆ? ಕೋಪ, ಅಸಹನೆ, ಮುಂದೂಡುವಿಕೆ, ತಳಮಳ ಇತ್ಯಾದಿ. ವರ್ಷವರ್ಷಗಳ ಕಾಲ ಇವನ್ನೇ ಪ್ರಾಕ್ಟೀಸ್ ಮಾಡಿದರೆ ನಮ್ಮ ವ್ಯಕ್ತಿತ್ವ ಏನಾಗಬಹುದು?

ಸತತ ಪ್ರಯತ್ನದಿಂದ ಅಸಾಧ್ಯವಾದುದನ್ನು ಸಾಧಿಸಬಹುದು. ಈ ಮಾತಿಗೆ ಇತಿಹಾಸ ಸಾವಿರಾರು ಸಾಕ್ಷಿಗಳನ್ನು ಒದಗಿಸಿದೆ. ದಶರಥ ಮಾಂಜಿ ಎನ್ನುವ ವ್ಯಕ್ತಿ ಗುಡ್ಡ ಕಡಿದು ರಸ್ತೆ ಮಾಡಲು ಹೊರಟಾಗ ಊರವರಿಂದ ಹುಚ್ಚ ಎನಿಸಿಕೊಂಡಿದ್ದ. ಸತತ ಇಪ್ಪತ್ತೆರಡು ವರ್ಷಗಳ ಪ್ರಯತ್ನದಿಂದ ಯಶಸ್ವಿಯಾದ. ಜಗತ್ತೇ ಕೊಂಡಾಡಿತು. 2016 ರಲ್ಲಿ ಭಾರತ ಸರ್ಕಾರ ಆತನ ಭಾವಚಿತ್ರವಿರುವ ಅಂಚೆಚೀಟಿ ಬಿಡುಗಡೆ ಮಾಡಿ ಗೌರವಿಸಿತು. ನಮ್ಮ ಗುರಿ ದೊಡ್ಡದೋ ಚಿಕ್ಕದೋ, ಸಾಧಿಸುವ ಏಕೈಕ ಮಾರ್ಗ ಅಭ್ಯಾಸ. ಅಷ್ಟೇ. ಮತ್ತೇನೂ ಇಲ್ಲ.

15

ಅರ್ನಾಲ್ಡ್ ಶ್ವಾರ್ಜಿನೆಗರ್: ಸ್ವನಿರ್ಮಿತ ಸಾಧಕನ ಗೆಲುವಿನ ಗುಟ್ಟುಗಳು

"ಜನರು ನನ್ನ ಹತ್ತಿರ ಯಶಸ್ಸಿನ ಸೂತ್ರ ಏನು ಎಂದು ಕೇಳುತ್ತಿರುತ್ತಾರೆ. ಮೊಟ್ಟ ಮೊದಲು ನಿಮ್ಮನ್ನು ನೀವು ನಂಬಿ. ನಿಮ್ಮ ಮನಸ್ಸಿನಾಳದಲ್ಲಿ ನೀವು ಯಾರಾಗಬೇಕೆಂದಿದ್ದೀರಿ ಎನ್ನುವುದನ್ನು ಚೆನ್ನಾಗಿ ಯೋಚಿಸಿ. ಏನಾಗಬೇಕೆಂದಲ್ಲ, ಯಾರಾಗಬೇಕೆಂದು ಯೋಚಿಸಿ. ಬೇರೆಯವರಿಗೆ ಅದು ಎಂಥ ಹುಚ್ಚುತನ ಎನ್ನಿಸಿದರೂ ಪರವಾಗಿಲ್ಲ.

ಗೆಲುವು ಸಾಧಿಸಲು ನಿಮಗೊಂದು ವಿಷನ್ ಇರಲಿ. ನಿಮಗೊಂದು ಗುರಿ ಇಲ್ಲದಿದ್ದರೆ ವಿಷನ್ ಇರುವುದಿಲ್ಲ. ನಾನು ಆಸ್ಟ್ರಿಯಾದಲ್ಲಿ ವಿಶ್ವಯುದ್ಧದ ನಂತರ ಬೆಳೆದವನು. ಆಸ್ಟ್ರಿಯಾ ನಾಝಿ ಜರ್ಮನಿಯ ಆಕ್ರಮಣಕ್ಕೊಳಗಾಗಿತ್ತು. ಆರ್ಥಿಕ ಹಿಂಜರಿತ ತೀವ್ರವಾಗಿತ್ತು. ನಾನು ಈ ಪರಿಸ್ಥಿತಿಯಿಂದ ತಪ್ಪಿಸಿಕೊಂಡಲು ಹೋಗಲು ಬಯಸುತ್ತಿದ್ದೆ. ಒಂದು ದಿನ ನಾನು ಶಾಲೆಯಲ್ಲಿ ಅಮೆರಿಕಾ ಕುರಿತ ಡಾಕ್ಯುಮೆಂಟರಿ ನೋಡಿದೆ. ನನ್ನ ಗುರಿ ಅಮೆರಿಕಾ ಎಂದು ನನಗೆ ಸ್ಪಷ್ಟವಾಯಿತು. ಆದರೆ ಅಲ್ಲಿಗೆ ಹೋಗುವುದು ಹೇಗೆ? ಆದರೆ ಅದೃಷ್ಟವಶಾತ್ ಒಂದು ದಿನ ನಾನು ಬಾಡಿಬಿಲ್ಡಿಂಗ್ ಮ್ಯಾಗಜಿನ್ ಒಂದನ್ನು ನೋಡಿದೆ. ಮುಖಪುಟದಲ್ಲಿ ಒಬ್ಬ ಬಾಡಿಬಿಲ್ಡರ್ ಚಿತ್ರ. 'ಹರ್ಕ್ಯುಲಸ್ ಸ್ಟಾರ್ ಆದ ಮಿಸ್ಟರ್ ಯೂನಿವರ್ಸ್' ಎಂದು ತಲೆಬರಹವಿತ್ತು. ಆತನ ಹೆಸರು ರೆಜ್ ಪಾರ್ಕ್. ಆ ಲೇಖನವನ್ನು ನಾನು ಸಾಧ್ಯವಾದಷ್ಟು ವೇಗವಾಗಿ ಓದಿದೆ. ಆತ ಹೇಗೆ ಆತ ಇಂಗ್ಲೆಂಡಿನಲ್ಲಿ ಬಡತನದಲ್ಲಿ ಬೆಳೆದ, ಹೇಗೆ ದಿನಕ್ಕೆ ಐದು ಗಂಟೆ ತರಬೇತಿ ಪಡೆದು ಮಿಸ್ಟರ್ ಇಂಗ್ಲೆಂಡ್ ಆದ, ನಂತರ ಮತ್ತೂ ಪ್ರಯತ್ನಪಟ್ಟು ಹೇಗೆ ಮಿಸ್ಟರ್ ಯೂನಿವರ್ಸ್

ಆದ, ಎರಡನೇ ಬಾರಿ, ಮೂರನೇ ಬಾರಿ ಹೇಗೆ ಆ ಚಾಂಪಿಯನ್‌ಶಿಪ್ ಉಳಿಸಿಕೊಂಡ, ಕೊನೆಯಲ್ಲಿ ಹೇಗೆ ಹರ್ಕ್ಯುಲಸ್ ಸಿನಿಮಾಗೆ ಹೀರೋ ಆದ ಇತ್ಯಾದಿ ಮಾಹಿತಿ ಅದರಲ್ಲಿತ್ತು.

ನನ್ನ ಗುರಿ ನನಗೆ ಸ್ಪಷ್ಟವಾಯಿತು. ಆತನಂತೆ ಅದೇ ವೇದಿಕೆಯಲ್ಲಿ ಮಿಸ್ಟರ್ ಯೂನಿವರ್ಸ್ ಆಗಬೇಕು. ನಂತರ ಅಮೆರಿಕಾಗೆ ಹೋಗಬೇಕು. ಆಮೇಲೆ ಸಿನಿಮಾಗಳಲ್ಲಿ ನಟಿಸಬೇಕು. ಅದನ್ನೆಲ್ಲ ಸಾಧಿಸಲು ಎಷ್ಟು ಕಷ್ಟ ಬೇಕಾದರೂ ಪಡಬೇಕಾಗಿ ಬರಲಿ ಅವೆಲ್ಲ ದೊಡ್ಡವೇನಲ್ಲ. ನನ್ನ ಗುರಿ ನನಗೆ ಸ್ಪಷ್ಟವಿತ್ತು. ಹದಿನೈದಕ್ಕೇ ನಾನು ಬಾಡಿಬಿಲ್ಡರ್ ಆದೆ. ಜನ ಹೇಳಿದರು, 'ಹುಚ್ಚು ಹಿಡಿದಿದೆಯಾ ನಿಂಗೆ, ಬಾಡಿಬಿಲ್ಡಿಂಗ್ ಅಮೆರಿಕದ ಆಟ. ನಿಂಗೆಲ್ಲಿ ಆಗುತ್ತೆ?' ನಾನು ತಲೆಕೆಡಿಸಿಕೊಳ್ಳಲಿಲ್ಲ. ಇಪ್ಪತ್ತೆರಡಕ್ಕೇ ಮಿಸ್ಟರ್ ಯೂನಿವರ್ಸ್ ಆದೆ. ಮತ್ತೆ ಚಾಂಪಿಯನ್ ಆದ ಮೇಲೆ ನನ್ನ ಗುರಿ ಇತ್ತಲ್ಲ, ಸಿನಿಮಾ ಸ್ಟಾರ್ ಆಗುವುದು! ರೆಜ್ ಪಾರ್ಕ್ ತರ ಹರ್ಕ್ಯುಲಸ್ ಸಿನಿಮಾ ಮಾಡಬೇಕು ಎಂದೆ. ಏಜೆಂಟ್‌ಗಳು, ನಿರ್ದೇಶಕರ ಬಳಿ ಹೋದಾಗ ಎಲ್ಲರೂ 'ನಿನ್ನ ದೇಹ ಸರಿಯಿಲ್ಲ, ರಾಕ್ಷಸನ ಥರಾ ಇದೀಯ, ಹೀರೋ ಆಗ್ಬೇಕಾ ನಿಂಗೆ ನಿನ್ನ ಉಚ್ಚಾರಣೆ ನೋಡು, ಯಾರಾದರೂ ಅಂತಾರಾಷ್ಟ್ರೀಯ ನಟ ಜರ್ಮನ್ ಉಚ್ಚಾರಣೆ ಹೊಂದಿದ್ದು ನೋಡಿದ್ದೀಯಾ, ಸಾಧ್ಯವೇ ಇಲ್ಲ ನೀನು ಹೀರೋ ಆಗೋದು' ಎಂದು ನಕ್ಕರು. 'ನಿನ್ನ ಹೆಸರೋ ಶ್ವಾರ್ಜಿನೆಗರ್, ಹಹಹ, ಯಾರಿಗಾದರೂ ಹೇಳಲು ಬರುತ್ತಾ?' ಎಂದರು. ಆದರೆ ನಾನು ಅವರ ಮಾತು ಕೇಳಲಿಲ್ಲ. ನಾನು ಕಷ್ಟಪಡಲು ತಯಾರಿದ್ದೆ. ನಟನೆ, ಇಂಗ್ಲಿಷ್ ತರಗತಿಗಳು, ಜರ್ಮನ್ ಉಚ್ಚಾರಣೆಯನ್ನು ತೆಗೆಯುವ ತರಗತಿಗಳು ಎಲ್ಲದಕ್ಕೂ ಹಾಜರಾದೆ. ಆದರೆ ಟರ್ಮಿನೇಟರ್ ಸಿನಿಮಾದಲ್ಲಿ ನನ್ನ ವಿಶಿಷ್ಟ ಉಚ್ಚಾರಣೆಯೇ ಪಾತ್ರದ ಯಶಸ್ಸಿಗೆ ಕಾರಣವಾಯ್ತು!

ಚಿಕ್ಕಂದಿನಿಂದಲೇ ನಾನು ಸಮಯದ ಸದುಪಯೋಗದಲ್ಲಿ ನಂಬಿಕೆ ಇಟ್ಟವನು. ಕಾಲೇಜಿಗೆ ಹೋಗುತ್ತಿದ್ದೆ, ದಿನಕ್ಕೆ ಐದು ಗಂಟೆ ಜಿಮ್‌ನಲ್ಲಿ ಬೆವರಿಳಿಸುತ್ತಿದ್ದೆ. ಜಿಮ್‌ನ ಖರ್ಚು ವೆಚ್ಚವನ್ನು ಪೂರೈಸಲು ಕಟ್ಟಡ ನಿರ್ಮಾಣ ಕೆಲಸವನ್ನೂ ಮಾಡುತ್ತಿದ್ದೆ. ಅಷ್ಟೇ ಅಲ್ಲ, ವಾರದಲ್ಲಿ ನಾಲ್ಕು ದಿನ ರಾತ್ರಿ ಎಂಟರಿಂದ ಹನ್ನೆರಡು ಗಂಟೆಯವರೆಗೆ ನಟನಾ ತರಬೇತಿಯ ತರಗತಿಗಳಲ್ಲಿ ಪಾಲ್ಗೊಳ್ಳುತ್ತಿದ್ದೆ. ದಿನದ ಇಪ್ಪತ್ನಾಲ್ಕು ಗಂಟೆಗಳಲ್ಲಿ ಒಂದು ನಿಮಿಷವನ್ನೂ ನಾನು ವ್ಯರ್ಥ ಮಾಡುತ್ತಿರಲಿಲ್ಲ. ಅದಕ್ಕೇ ಇವತ್ತು ಇಲ್ಲಿ ನಿಂತಿದೀನಿ. ನಿಮಗೆ ನಿಮ್ಮ ಗುರಿ ಸ್ಪಷ್ಟವಿರದಿದ್ದರೆ, ಎಲ್ಲಿಗೆ ಹೋಗಬೇಕು ಎಂಬ ಅರಿವಿರದಿದ್ದರೆ ನೀವು ಎಲ್ಲಿಗೂ ತಲುಪುವುದಿಲ್ಲ. ದಿನವೂ ಜಿಮ್‌ನಲ್ಲಿ

ಐದಾರು ಗಂಟೆ ವರ್ಕೌಟ್ ಮಾಡಿಯೂ ನಿಮ್ಮ ಮುಖದ ಮೇಲೆ ನಗು ಹೇಗೆ ಇರುತ್ತದೆ ಎಂದು ಜನರು ನನ್ನನ್ನು ಕೇಳುತ್ತಿದ್ದರು. ಏಕೆಂದರೆ ಜಿಮ್‌ನಲ್ಲಿ ನನಗಿಂತ ಬಹಳ ಕಡಿಮೆ ಅವಧಿ ಕಳೆದರೂ ಮುಖ ಸಪ್ಪೆ ಮಾಡಿಕೊಳ್ಳುವವರೇ ಜಾಸ್ತಿ ಇದ್ದರು. ನನ್ನೆದುರು ನನ್ನ ಗುರಿಯಿತ್ತು. ಮಿಸ್ಟರ್ ಯೂನಿವರ್ಸ್ ಕಿರೀಟವಿತ್ತು. ನಾನು ಜಿಮ್‌ನಲ್ಲಿ ಕಳೆಯುವ ಪ್ರತೀಕ್ಷಣವೂ ಅದರ ಹತ್ತಿರ ಹತ್ತಿರಕ್ಕೆ ನನ್ನನ್ನು ಕೊಂಡೊಯ್ಯುತ್ತದೆ ಎಂಬ ಅರಿವಿತ್ತು. ನನ್ನ ಗುರಿಯನ್ನು, ಕನಸನ್ನು ವಾಸ್ತವವಾಗಿ ಪರಿವರ್ತಿಸಿಕೊಳ್ಳಲು ಕಷ್ಟಪಡುವುದು ಕೆಲಸ ಮಾಡುವುದು ಅನಿವಾರ್ಯ ಎಂದು ನನಗೆ ಗೊತ್ತಿತ್ತು. ನಿಮಗೆ ಜೀವನದಲ್ಲಿ ಒಂದು ಗುರಿ ಇದ್ದರೆ ಕೆಲಸ ಎನ್ನುವುದು ಮೋಜಾಗುತ್ತದೆ. ಮೊಹಮದಾಲಿ ಗೊತ್ತು ನಿಮಗೆ. ಹಗಲೂ ರಾತ್ರಿ ಶ್ರಮಪಟ್ಟು ಕೆಲಸ ಮಾಡುತ್ತಿದ್ದರು. ಒಮ್ಮೆ ಯಾರೋ ಅವರನ್ನು ಯಾರೋ ಕೇಳಿದರಂತೆ, "ದಿನಕ್ಕೆ ಎಷ್ಟು ಸಿಟ್ ಅಪ್ಸ್ ಮಾಡುತ್ತೀರಿ" ಆಗ ಮಹಮದಾಲಿ ಹೇಳಿದರಂತೆ, 'ಸಿಟ್ ಅಪ್ಸ್ ಮಾಡಿ ಮಾಡಿ ನೋವು ಶುರುವಾದ ಮೇಲೆ ನಾನು ಲೆಕ್ಕ ಪ್ರಾರಂಭಿಸುತ್ತೇನೆ!' ವರ್ಕಿಂಗ್ ಹಾರ್ಡ್ ಎಂದರೆ ಅದು!

ಯಶಸ್ಸಿಗೆ ಯಾವುದೇ ಮ್ಯಾಜಿಕ್ ಗುಳಿಗೆ ಇಲ್ಲ. ಪರಿಶ್ರಮ ಪರಿಶ್ರಮ ಮತ್ತು ಪರಿಶ್ರಮ ಮಾತ್ರ ಯಶಸ್ಸಿಗೆ ಕಾರಣ. ನಲವತ್ತೈದು ನಿಮಿಷ ವರ್ಕೌಟ್ ಮಾಡಲು ಜನರು ಜಿಮ್‌ಗೆ ಹೋಗಲು, ಮುಕ್ಕಾಲು ಗಂಟೆಯಿಂದ ಒಂದು ಗಂಟೆ ತಮ್ಮ ಮಾನಸಿಕ, ದೈಹಿಕ ಆರೋಗ್ಯ ಹೆಚ್ಚಿಸಿಕೊಳ್ಳಲು ಏನನ್ನಾದರೂ ಮಾಡಲು ತಮಗೆ ಸಮಯವೇ ಇಲ್ಲ ಎಂದಾಗ ಅಚ್ಚರಿಯಾಗುತ್ತದೆ! ದಿನಕ್ಕೆ ಒಂದು ಗಂಟೆ ಇತಿಹಾಸ ಓದುತ್ತೀರಿ ಎಂದುಕೊಳ್ಳಿ. 365 ಗಂಟೆಗಳ ಓದಿನ ನಂತರ ಎಷ್ಟು ಜ್ಞಾನ ಸಂಪಾದಿಸುತ್ತೀರಿ ಎಂದು ಯೋಚಿಸಿ. ಯಾವುದಾದರೂ ಬ್ಯುಸಿನೆಸ್ ಮಾಡಬೇಕೆಂದಿದ್ದರೆ ದಿನಕ್ಕೆ ಒಂದು ಗಂಟೆ ಕೊಡಿ. ನೀವು ಎಷ್ಟು ಮುಂದುವರಿಯಬಹುದೆಂದು ಯೋಚಿಸಿ. ನಮಗೆಲ್ಲ ದಿನಕ್ಕೆ ಇಪ್ಪತ್ನಾಲ್ಕು ಗಂಟೆಗಳಿವೆ. ಆರು ಗಂಟೆ ನಿದ್ರೆಗೆ ಹೋದರೆ ಹದಿನೆಂಟು ಗಂಟೆಗಳ ಸಮಯ ಸಿಗುತ್ತದೆ. ಒಬ್ಬ ಸಾಮಾನ್ಯ ಮನುಷ್ಯ ಎಂಟರಿಂದ ಹತ್ತು ಗಂಟೆ ಕೆಲಸ ಮಾಡುತ್ತಾನೆ. ಹತ್ತು ಗಂಟೆ ಎಂದೇ ಇಟ್ಟುಕೊಳ್ಳೋಣ. ಅಲ್ಲಿಗೆ ಎಂಟು ಗಂಟೆಗಳು ಉಳಿದವು. ಪ್ರಯಾಣಕ್ಕೆ ಒಂದೆರಡು ಗಂಟೆಗಳು ಎಂದರೆ ಇನ್ನೂ ಆರು ಗಂಟೆಗಳು. ಏನು ಮಾಡುತ್ತೀರಿ ಆರು ಗಂಟೆಗಳನ್ನು? ದಿನದ ಇಪ್ಪತ್ನಾಲ್ಕು ಗಂಟೆಗಳನ್ನು ಸರಿಯಾಗಿ ಯೋಜಿಸಿದರೆ, ಕಷ್ಟಪಟ್ಟರೆ ನಮ್ಮ ಗುರಿ ಸಾಧಿಸಬಹುದು. ಅದಾಗದಿದ್ದರೆ ಇದು ಎಂದು ಕೆಲವರು ಮತ್ತೊಂದು ಯೋಜನೆ ಯೋಚನೆ ಮಾಡಿರುತ್ತಾರೆ! ಆದರೆ

ನಾನು ಈ ಪ್ಲ್ಯಾನ್ ಬಿ ಎಂದರೆ ದೂರವಿರುತ್ತೇನೆ. ಏಕೆಂದರೆ ನಮ್ಮ ಸುತ್ತ ಮುತ್ತ ಅನುಮಾನ ಪಡುವವರೇ ಇದ್ದಾರೆ. ನಿನ್ನ ಹತ್ತಿರ ಇದು ಸಾಧ್ಯವಿಲ್ಲ ಎಂದು ಹೇಳುತ್ತಾರೆ. ಆಗ ನಮಗೆ ನಮ್ಮ ಮೇಲೆಯೇ ಅನುಮಾನ ಬರುತ್ತದೆ. ಇದು ಅತ್ಯಂತ ಅಪಾಯಕಾರಿ. ಆಗ ನಾವು ಮಾಡುತ್ತಿರುವ ಕೆಲಸದ ಬಗ್ಗೆ ನಮ್ಮ ಪೂರ್ತಿ ಗಮನ ಹಾಕದೇ ಇದು ಯಶಸ್ವಿಯಾಗದಿದ್ದರೆ ಪ್ಲ್ಯಾನ್ ಬಿ ಮಾಡಬಹುದು ಎಂದು ಯೋಚಿಸುತ್ತ ನಾವೇ ನಮ್ಮ ಗುರಿಗೆ ಅಡ್ಡಗಾಲಾಗುತ್ತೇವೆ. ಒಂದು ವಿಷಯ ನೆನಪಿಟ್ಟುಕೊಳ್ಳಿ ಯಾವುದೇ ಸುರಕ್ಷಿತ ವಲಯ ಇಲ್ಲದಿದ್ದಾಗ ನಾವು ಯಶಸ್ಸು ಗಳಿಸುವ ಸಾಧ್ಯತೆ ಹೆಚ್ಚಿರುತ್ತದೆ. ಇದಲ್ಲದಿದ್ದರೆ ಇನ್ನೊಂದನ್ನು ಮಾಡಬಹುದು ಎಂಬ ಸಾಧ್ಯತೆಯ ಅರಿವು ನಮಗಿರುವುದೇ ನಮ್ಮ ಸೋಲಿಗೆ ಕಾರಣವಾಗುತ್ತದೆ.

ನಾನು ಎಂದಿಗೂ ಪ್ಲ್ಯಾನ್ ಬಿ ಇಟ್ಟುಕೊಳ್ಳಲಿಲ್ಲ. ಒಂದು ಸಲಕ್ಕೆ ಒಂದೇ ಗುರಿ ಇಟ್ಟುಕೊಂಡೆ. ಬಾಡಿ ಬಿಲ್ಡಿಂಗ್‌ನಲ್ಲಿ ವಿಶ್ವ ಚಾಂಪಿಯನ್ ಆಗಬೇಕು, ಸಿನಿಮಾಗಳಲ್ಲಿ ನಟಿಸಬೇಕು, ರಾಜಕೀಯ ಹೀಗೆ ಆಯಾಯ ಗುರಿ ಇಟ್ಟುಕೊಂಡಾಗ ಅದಕ್ಕೆ ಸರಿಯಾಗಿ ಕೆಲಸ ಮಾಡಿದೆ. ಫಲಿತಾಂಶ ಸಿಗುವವರೆಗೂ ಕೆಲಸ ಮಾಡಿದೆ. ಜನರು ಸೋಲುವುದರ ಬಗ್ಗೆ ಯೋಚನೆ ಮಾಡುತ್ತಾರೆ. ಸೋಲುವುದರ ಬಗ್ಗೆ ತಲೆಕೆಡಿಸಿಕೊಳ್ಳಬೇಡಿ. ಸೋಲುವುದರಲ್ಲಿ ತಪ್ಪೇನೂ ಇಲ್ಲ. ಗೆಲುವಿನ ಏಣಿ ಹತ್ತಲು ನೀವು ಸೋಲಲೇಬೇಕು. ಸೋಲದೇ ಗೆದ್ದವರು ಯಾರೂ ಇಲ್ಲ. ಖ್ಯಾತ ಬಾಸ್ಕೆಟ್‌ಬಾಲ್ ಆಟಗಾರ ಮೈಕಲ್ ಜೋರ್ಡಾನ್ ಅವರನ್ನು ಯಾರೋ ಕೇಳಿದರಂತೆ, 'ಎಂಥ ಅದ್ಭುತ ಗುರಿ ನಿಮ್ಮದು, ಹೇಗೆ ಸಾಧ್ಯವಾಯಿತು ಇದು?' ಆಗ ಜೋರ್ಡಾನ್ ಹೇಳಿದರಂತೆ, 'ನೀವು ಯಶಸ್ಸಿನ ಬಗ್ಗೆ ಮಾತ್ರ ಮಾತಾಡುತ್ತಿದ್ದೀರಿ. ಇದಕ್ಕೂ ಮುಂಚೆ ಆಡುವಾಗ ನಾನು ಒಂಬತ್ತು ಸಾವಿರಕ್ಕೂ ಹೆಚ್ಚು ಬಾರಿ ಗುರಿ ತಪ್ಪಿದ್ದೆ!'

ನಾವೆಲ್ಲ ಸೋಲುತ್ತೇವೆ. ತೊಂದರೆಯೇನಿಲ್ಲ. ಆದರೆ ಸೋತಾಗ ಮೇಲೇಳದೇ ಕೂತುಬಿಟ್ಟರೆ ಸೋಲು ಶಾಶ್ವತವಾಗುತ್ತದೆ. ಸೋತರೂ ಎದ್ದು ಮುನ್ನಡೆಯುವವರು ಗೆಲ್ಲುತ್ತಾರೆ, ಅವರೇ ವಿನ್ನರ್ ಆಗುತ್ತಾರೆ. ನಾನು ಬಾಡಿಬಿಲ್ಡಿಂಗ್ ಸ್ಪರ್ಧೆಯಲ್ಲಿ ಸೋತಿದ್ದೇನೆ, ಪವರ್ ಲಿಫ್ಟಿಂಗ್, ವೇಟ್ ಲಿಫ್ಟಿಂಗ್‌ಗಳಲ್ಲೂ ಸೋತಿದ್ದೇನೆ. ನನ್ನ ಚಲನಚಿತ್ರಗಳಿಗೆ ಅತ್ಯಂತ ಕೆಟ್ಟ ವಿಮರ್ಶೆಗಳು ಬಂದಿವೆ. ರಾಜಕೀಯದಲ್ಲೂ ಏಳು ಬೀಳು ಕಂಡಿದ್ದೇನೆ. ಹೇಯ್! ಪರವಾಗಿಲ್ಲ, ಯಾಕಂದ್ರೆ ನಾವೆಲ್ಲ ಸೋಲುತ್ತೇವೆ. ಆದರೆ ಸೋಲಿನ ಬಗ್ಗೆ ಚಿಂತಿಸಬಾರದು. ಚಿಂತಿಸಿದರೆ ನಾವು ಮರಗಟ್ಟುತ್ತೇವೆ, ಬಿಗಿದುಕೊಳ್ಳುತ್ತೇವೆ. ರಿಲಾಕ್ಸ್ ಆಗಿ ಇರಲಾಗುವುದಿಲ್ಲ. ಬಾಕ್ಸಿಂಗ್ ಇರಲಿ, ಹೊಸ ಕೆಲಸವಿರಲಿ ಅಥವಾ

ಯೋಚಿಸುವುದಿರಲಿ ಎಲ್ಲವೂ ಸಾಧ್ಯವಾಗುವುದು ನೀವು ಆರಾಮಾಗಿದ್ದಾಗ. ಹಾಗಾಗಿ ಸೋಲೆಂದರೆ ಹೆದರಬೇಡಿ.

ಕಷ್ಟಪಟ್ಟು ಕೆಲಸ ಮಾಡಿ. ಸಮಯವನ್ನು ಪೂರ್ತಿಯಾಗಿ ಉಪಯೋಗಿಸಿಕೊಳ್ಳಿ. ಸಮಾಜದಿಂದ ಪಡೆದುಕೊಂಡು ಒಂದಿಷ್ಟು ವಾಪಸ್ ಕೊಡಿ. ಒಂದೇ ಪ್ರಶ್ನೆ ಕೇಳಿಕೊಳ್ಳಿ: ನಾವಲ್ಲದಿದ್ದರೆ ಮತ್ಯಾರು, ಈಗಲ್ಲದಿದ್ದರೆ ಇನ್ಯಾವಾಗ?"

(ಅರ್ನಾಲ್ಡ್ ಅವರ ಈ ಸ್ಫೂರ್ತಿದಾಯಕ ಮಾತುಗಳನ್ನು
ಯುಟ್ಯೂಬ್‌ನಲ್ಲಿ ಕೇಳಿಸಿಕೊಳ್ಳಬಹುದು.)

16

ಯಶಸ್ವೀ ವ್ಯಕ್ತಿಗಳು ಬೇರೆ ಜಗತ್ತಿಗೆ ಸೇರಿದವರೇ?

ಯಶಸ್ವೀ ವ್ಯಕ್ತಿಗಳನ್ನು ಕಂಡರೆ ಎಲ್ಲರಿಗೂ ಕುತೂಹಲ, ಆಕರ್ಷಣೆ. ಬಹುತೇಕರು ಅವರ ಯಶಸ್ಸಿನ ಗುಟ್ಟುಗಳನ್ನು ತಿಳಿದುಕೊಳ್ಳಲು ಇಷ್ಟಪಡುತ್ತಾರೆ. ಅದರಿಂದ ಸ್ಫೂರ್ತಿ ಪಡೆದು ಕೆಲವರು ತಾವೂ ಸಾಧಕರಾಗುತ್ತಾರೆ. ಇನ್ನು ಬಹಳಷ್ಟು ಜನರು ಅವರಿಗಿದ್ದ ಅದೃಷ್ಟ ತಮಗಿಲ್ಲವೆಂಬ ನೆಪ ಹೇಳುತ್ತಾ ಬದುಕು ಸವೆಸುತ್ತಾರೆ. ಇದ್ಯಾವುದರ ಬಗ್ಗೆಯೂ ತಲೆಕೆಡಿಸಿಕೊಳ್ಳದೇ ಸಾಧಕರು ತಮ್ಮ ಯಶಸ್ಸಿನ ಹಾದಿಯಲ್ಲಿ ಸಾಗುತ್ತಲೇ ಇರುತ್ತಾರೆ. ಅವರು ಯಾವ ಹಿನ್ನೆಲೆಯವರೇ ಆಗಲಿ ಕೆಲವು ಅಂಶಗಳು ಎಲ್ಲರಲ್ಲೂ ಸಮಾನವಾಗಿರುತ್ತವೆ. ಈ ಲೇಖನದಲ್ಲಿ ಅಂತಹ ಸಾಧಕರ ಸಾಮಾನ್ಯ ಗುಣಗಳಲ್ಲಿ ಕೆಲವನ್ನು ನೋಡೋಣ.

ಸಾಧಕರು ತಮ್ಮ ಗುರಿಯನ್ನು ಬೇರೆಯವರ ಮಾತು ಕೇಳಿ ನಿರ್ಧರಿಸುವುದಿಲ್ಲ. ಮೊದಮೊದಲು ತಮ್ಮ ಗುರಿ ತಲುಪಲಾಗದೇ ಸೋತರೂ ತಮ್ಮ ಸ್ತರವನ್ನೇ ಎತ್ತರಿಸಿಕೊಳ್ಳುತ್ತಾರೆಯೇ ಹೊರತು ತಮ್ಮ ಗುರಿಯನ್ನು ಕೆಳಗಿಳಿಸುವುದಿಲ್ಲ. ಯುಪಿಎಸ್ಸಿ ಪರೀಕ್ಷೆಗಳನ್ನೇ ತೆಗೆದುಕೊಂಡರೆ ಬಹಳ ಮಂದಿ ಒಂದು ಸಲ, ಹೆಚ್ಚೆಂದರೆ ಎರಡು ಸಲ ಸ್ಪರ್ಧಾತ್ಮಕ ಪರೀಕ್ಷೆ ಬರೆದು ಕೈಬಿಟ್ಟು ಬಿಡುತ್ತಾರೆ. ಪ್ರಯತ್ನ ಮುಂದುವರಿಸುವುದಿಲ್ಲ. ಆದರೆ ಟಾಪರ್ಸ್ ಏನೇ ಆದರೂ ತಮ್ಮ ಮೇಲಿನ ನಂಬಿಕೆಯನ್ನು ಕಳೆದುಕೊಳ್ಳುವುದಿಲ್ಲ. ಸೋಲು ತಮ್ಮ ಪ್ರಯತ್ನ ಕಡಿಮೆಯಾದುದಕ್ಕೆ ಬಂದಿದ್ದೇ ಹೊರತು ಅದು ತಮ್ಮದೇ ಸೋಲಲ್ಲ ಎಂದವರು ಅರಿತಿರುತ್ತಾರೆ. ಸೋತ ಹಾಗೆಲ್ಲ ಮತ್ತಷ್ಟು ದೃಢನಿರ್ಧಾರದೊಂದಿಗೆ ಮತ್ತೆ ಪರೀಕ್ಷೆ ಎದುರಿಸುತ್ತಾರೆ. ಮತ್ತೆ ಮತ್ತೆ ಎದುರಿಸುತ್ತಾರೆ. ಹಾಗಾಗಿ ಐದು

ಸಲ ಫೇಲಾಗಿ ಆರನೇ ಸಲ ಯುಪಿಎಸ್ಸಿ ಪರೀಕ್ಷೆಯಲ್ಲಿ ಉನ್ನತ ರ್‍ಯಾಂಕ್ ಪಡೆದು ಪಾಸಾದವರೂ ಇದ್ದಾರೆ.

ತಮ್ಮ ಗುರಿಯ ಸ್ಪಷ್ಟತೆ ಸಾಧಕರಿಗಿರುತ್ತದೆ. ಯಾರೋ ನಿನ್ನಿಂದಾಗುವುದಿಲ್ಲ ಎಂದು ಹೇಳಿದರೆಂದು ತಮ್ಮನ್ನು ತಾವು ಕೈಲಾಗದವರೆಂದು ಅವರು ತಿಳಿದುಕೊಳ್ಳುವುದಿಲ್ಲ. ಜೋನಾಥನ್ ಲಿವಿಂಗ್‌ಸ್ಟನ್ ಸೀಗಲ್ ಎಂಬ ಪುಸ್ತಕದಲ್ಲಿ ಜೋನಾಥನ್ ಎಂಬ ಮರಿ ಸೀಗಲ್‌ಗೆ ಹಾರುವುದೆಂದರೆ ತುಂಬಾ ಇಷ್ಟ. ಬೇರೆ ಸೀಗಲ್‌ಗಳು ಹಾರುವುದು ಆಹಾರಕ್ಕಾಗಿ, ಆದರೆ ಜೋನಾಥನ್ ಹಾರುವುದು ಹಾರುವ ಖುಶಿಗಾಗಿ. ಹಗಲೂರಾತ್ರಿ ಹಾರಲು ಪ್ರಾಕ್ಟೀಸ್ ಮಾಡುವ ಜೋನಾಥನ್‌ನನ್ನು ನೋಡಿ ಅವನ ತಂದೆ ತಾಯಿಗೂ ಸಿಟ್ಟು. ಆಗ ಅವನ ತಾಯಿ ಕೇಳುತ್ತಾಳೆ, "ಯಾಕೆ ಜೋನಾಥನ್, ಬೇರೆ ಸೀಗಲ್‌ಗಳ ಥರ ಇರುವುದು ಅಷ್ಟು ಕಷ್ಟವೇ ನಿನಗೆ?" ಅಪ್ಪ ಹೇಳುತ್ತಾನೆ "ಇನ್ನೇನು ಚಳಿಗಾಲ ಶುರುವಾಗುತ್ತೆ. ಮೀನುಗಳು ನೀರಿನ ಕೆಳಭಾಗದಲ್ಲಿ ಈಜುತ್ತವೆ. ನೀನು ಹಾರುವುದು ಆಹಾರಕ್ಕಾಗಿ ಅಂತ ಗೊತ್ತಿಲ್ವಾ ನಿಂಗೆ?" ಆಗ ಜೋನಾಥನ್ ಹೇಳ್ತಾನೆ, "ಅದು ಸರಿಯಮ್ಮಾ ಗಾಳಿಯಲ್ಲಿ ನಾನು ಏನು ಮಾಡಬಹುದು ಏನು ಮಾಡೋಕೆ ಆಗಲ್ಲ ಅಂತ ತಿಳ್ಕೋಳೋಕೆ ಪ್ರಯತ್ನಿಸ್ತಿದ್ದೆ ಅಷ್ಟೇ." ಅಪ್ಪ ಅಮ್ಮನ ಮಾತು ಕೇಳಿ ಜೋನಾಥನ್ ಇತರ ಸೀಗಲ್‌ಗಳಂತೆ ಇರಲು ಪ್ರಯತ್ನಿಸುತ್ತಾನೆ. ಕೆಲವೇ ದಿನ ಮಾತ್ರ! ಅವನಿಗೆ ಮಾಮೂಲಿ ಸೀಗಲ್‌ಗಳ ಥರ ಇರಲು ಸಾಧ್ಯವೇ ಆಗುವುದಿಲ್ಲ. ಹಾರುವುದು ಬರೀ ಆಹಾರ ಹುಡುಕಲು ಎಂಬುದು ಆತನಿಗೆ ಒಪ್ಪಿಗೆ ಇಲ್ಲ. ಛೇ, ಇಷ್ಟು ದಿನದಲ್ಲಿ ಎಷ್ಟೆಲ್ಲ ಬಗೆಯಲ್ಲಿ ಹಾರುವುದನ್ನು ಕಲಿಯಬಹುದಿತ್ತು ಎಂದಾತ ಬೇಸರ ಪಡುತ್ತಾನೆ! ಹಾರಿ ಹಾರಿ ಗುರಿ ಸಾಧಿಸುತ್ತಾನೆ!

ಪ್ರತಿಯೊಬ್ಬ ಸಾಧಕರೂ ಶಿಸ್ತನ್ನು ಅಳವಡಿಸಿಕೊಂಡಿರುತ್ತಾರೆ. ಹಾಗಂತ ಇದು ಬರೀ ಪರೀಕ್ಷೆಗೆ ಸಂಬಂಧಿಸಿದ ವಿಚಾರವಲ್ಲ. ಶಿಸ್ತು ಇಲ್ಲದೇ ಇದ್ದರೆ ಯಾರೂ ಯಾವ ಸಾಧನೆಯನ್ನೂ ಮಾಡಲಾರರು. ಯಾವುದೇ ಕ್ಷೇತ್ರದಲ್ಲಿ ಗಮನಾರ್ಹ ಸಾಧನೆ ಮಾಡಿದ ಮಹನೀಯರ ದಿನಚರಿ ಗಮನಿಸಿ. ಆಯಾ ದಿನ ಏನನ್ನು ಮಾಡಬೇಕೆಂದಿರುತ್ತಾರೋ ಅದನ್ನು ಮಾಡಿಯೇ ಮಾಡುತ್ತಾರೆ. ಹಾಗಾಗಿ ಅವರು ಸೋಮಾರಿತನ ಮಾಡಲಾರರು. ದಿನನಿತ್ಯದ ತಮ್ಮ ಕೆಲಸಗಳನ್ನು ಮುಂದೂಡದೇ ಮಾಡುತ್ತಾರೆ. ಪರೀಕ್ಷೆ ಎದೆಯ ಮೇಲೆ ಬಂದ ಕೂತಾಗ ಓದಲು ಪ್ರಾರಂಭಿಸುವವರು ಪಿಯುಸಿ ಡಿಗ್ರಿ ಅಥವಾ ಮಾಸ್ಟರ್ ಡಿಗ್ರಿಗಳಲ್ಲಿ ಹಾಗೂ ಹೀಗೂ ಪಾಸಾಗಬಹುದು ಅಥವಾ ತೀರಾ ಬುದ್ಧಿವಂತರಾದರೆ ಅರವತ್ತು ಎಪ್ಪತ್ತು ಪರ್ಸೆಂಟ್ ಕೂಡ ಮಾಡಬಹುದು. ಆದರೆ ನೀವು ಎಷ್ಟೇ

ಬುದ್ಧಿವಂತರಾಗಿದ್ದರೂ ಶಿಸ್ತಿನಿಂದ ಓದದೇ ಇದ್ದರೆ ಸ್ಪರ್ಧಾತ್ಮಕ ಪರೀಕ್ಷೆಗಳಲ್ಲಿ ಉತ್ತಮ ಪ್ರದರ್ಶನ ನೀಡಲಾರಿರಿ. ಮಾಮೂಲಿ ಕಾಲೇಜು ಪರೀಕ್ಷೆಗಳಲ್ಲಿ ಒಂದು ಲಕ್ಷ ಮಂದಿ ಪರೀಕ್ಷೆ ಬರೆದು ಎಲ್ಲರೂ ಪಾಸಾಗುವ ಸಾಧ್ಯತೆಗಳಿರುತ್ತವೆ. ಆದರೆ ಲಕ್ಷಾಂತರ ಮಂದಿ ಸ್ಪರ್ಧಿಸುವ ಸ್ಪರ್ಧಾತ್ಮಕ ಪರೀಕ್ಷೆಗಳಲ್ಲಿ ಆಯ್ಕೆಯಾಗುವುದು ಒಂದೋ ಎರಡೋ ಶೇಕಡಾ ಮಾತ್ರ! ಅಂದರೆ ಕೆಲವೇ ಕೆಲವು ಸಾವಿರ ಅಥವಾ ಕೆಲವೇ ಕೆಲವು ನೂರು ಮಂದಿ! ಹಾಗಾಗಿ ಅತ್ಯುತ್ತಮವಾದುದನ್ನು ನೀಡದೇ ಹೋದರೆ ಆಯ್ಕೆ ಅಸಾಧ್ಯ!

ಮತ್ತು ಇಂಥವರ ಬಹಳ ಮುಖ್ಯ ಲಕ್ಷಣ ತಮ್ಮ ಬದುಕಿನಲ್ಲಿ ಯಾವುದು ಮುಖ್ಯ ಎಂದು ನಿರ್ಧರಿಸುವ ಹಕ್ಕನ್ನು ಅವರೇ ಇರಿಸಿಕೊಂಡಿರುತ್ತಾರೆ ಮತ್ತು ಅದನ್ನು ಹಾಗೆಯೇ ನಡೆಸಿಕೊಂಡು ಹೋಗುತ್ತಾರೆ. ಆ ಸ್ನೇಹಿತನಿಗೆ ಬೇಜಾರಾಗುತ್ತದೆ ಎಂದು ಸಿನಿಮಾಗೆ ಹೋಗುವುದು, ದೊಡ್ಡಮ್ಮನಿಗೆ ಬೇಜಾರಾಗುತ್ತದೆ ಎಂದು ವಾರಗಟ್ಟಲೆ ಅವರ ಮಗಳ ಮದುವೆ ಕಾರ್ಯಕ್ರಮದಲ್ಲಿ ಪಾಲ್ಗೊಳ್ಳುವುದು ಇಂಥವನೆಲ್ಲ ಅವರು ಮಾಡುವುದೇ ಇಲ್ಲ. ಇದರರ್ಥ ಸಂಬಂಧಗಳಿಗೆ ಬೆಲೆ ಕೊಡಬಾರದು, ಕಾರ್ಯಕ್ರಮಗಳಲ್ಲಿ ಭಾಗವಹಿಸಬಾರದು ಎಂದಲ್ಲ. ಯಾವಾಗ ಯಾವುದು ಮುಖ್ಯ ಎಂಬುದನ್ನು ನಿರ್ಧರಿಸುವ ಸಾಮರ್ಥ್ಯ ನಮಗಿರಬೇಕು. ನಮಗೆ ಅವಶ್ಯಕವಾದುದನ್ನು ಮಾಡಬೇಕು. ಮುಲಾಜಿಗೆ ಬಿದ್ದರೆ ಜೀವನಪೂರ್ತಿ ಕೊರಗುತ್ತಿರಬೇಕಾಗುತ್ತದೆ.

ಯಶಸ್ಸಿನ ಹತ್ತು ಸೂತ್ರಗಳು ಎಲ್ಲರಿಗೂ ಗೊತ್ತು. ಆದರೆ ಅದನ್ನು ಪಾಲಿಸುವುದರಲ್ಲಿ ಯಶಸ್ಸಿರುವುದು! ಕಷ್ಟವಾಗುವುದು ಇಲ್ಲಿ! ಯಶಸ್ವೀ ವ್ಯಕ್ತಿಗಳು ತಮ್ಮ ದಿನಚರಿಯನ್ನು ತಪ್ಪದೇ ಪಾಲಿಸುತ್ತಾರೆ. ದಿನಕ್ಕೆ ಆರೋ ಏಳೋ ಗಂಟೆ ಓದಬೇಕೆಂದರೆ ಓದಿಯೇ ಓದುತ್ತಾರೆ! ಅವರು ಆರಾಮಾಗಿ ನಿದ್ರೆಯನ್ನೂ ಮಾಡುತ್ತಾರೆ, ಸಿನಿಮಾ ಕೂಡ ನೋಡುತ್ತಾರೆ, ಐಸ್‌ಕ್ರೀಂ ತಿನ್ನಲೂ ಹೋಗುತ್ತಾರೆ! ಅವರ ಮನೆಯಲ್ಲೂ ಮದುವೆ ಪೂಜೆಯಂತಹ ಕಾರ್ಯಕ್ರಮಗಳಿರುತ್ತವೆ, ಅವರ ಮನೆಗೂ ನೆಂಟರು ಬರುತ್ತಾರೆ, ಅವರ ಮನೆಯಲ್ಲೂ ಜಗಳವಾಗುತ್ತದೆ! ಅವರೂ ಮನುಷ್ಯರೇ ಆಗಿರುವುದರಿಂದ ಅವರ ಮೂಡ್ ಕೂಡ ಆಫ್ ಆಗುತ್ತದೆ! ಆದರೆ ಇವೆಲ್ಲವುಗಳನ್ನು ಹೊರತು ಪಡಿಸಿಯೂ ಅವರು ತಮ್ಮ ಆರುಗಂಟೆಗಳ ಓದನ್ನು ಹೇಗಾದರೂ ಮಾಡಿ ಮುಗಿಸುತ್ತಾರೆ. ಏನೇ ಅಡ್ಡಿಆತಂಕಗಳಿದ್ದರೂ ತಮ್ಮ ಕೆಲಸಕ್ಕೆ ಪ್ರಮುಖ ಆದ್ಯತೆ. ಏನೇ ಆದರೂ ತಮ್ಮ ಟೈಂ ಟೇಬಲ್ ಅನ್ನು ಸರಿಯಾಗಿ ನಡೆಸುತ್ತಾರೆ. ಏನೇ ಆಗಲಿ ನಾನು ಆರು ಗಂಟೆ ಓದಿಯೇ ಓದುತ್ತೇನೆ ಎಂಬ ದೃಢ ನಿರ್ಧಾರದ ವ್ಯಕ್ತಿಗಳವರು.

ಏಕೆಂದರೆ ಓದುವುದು ಒಂದು ನೈಸರ್ಗಿಕ ಕ್ರಿಯೆಯಲ್ಲ. ಅದೊಂದು ಅಭ್ಯಾಸ. ಕಷ್ಟಪಟ್ಟು ಬೆಳೆಸಿಕೊಳ್ಳಬೇಕಾದ್ದು. ಪುಟ್ಟ ಮಗು ಅಂಬೆಗಾಲು ಹಾಕುವುದು, ನಡೆಯುವುದು, ಓಡುವುದು ಸ್ವಾಭಾವಿಕವಾಗಿ ಮಾಡುತ್ತದೆ. ಆದರೆ ಅದೇ ರೀತಿ ಓದುವುದು ಬರುವುದಿಲ್ಲ. ನಾಲ್ಕನೇ ವರ್ಷದಿಂದ ಅ, ಆ ಎಂದು ಶುರು ಮಾಡಿ ಹತ್ತಾರು ವರ್ಷ ಶಾಲೆಗೆ ಹೋಗಬೇಕಾಗುತ್ತೆ. ಪರೀಕ್ಷೆಯಲ್ಲಿ ಒಳ್ಳೆಯ ಸ್ಕೋರು ಮಾಡುವವರಿಗೆ ಓದುವುದೆಂದರೆ ಬಹಳ ಇಷ್ಟ ಎಂದು ಕೆಲವರಿಗೆ ಅನ್ನಿಸುತ್ತಿರುತ್ತದೆ. ಅದು ಹಾಗಲ್ಲ, ಅವರಿಗೂ ಮೊಬೈಲ್ ನೋಡುವುದು ಇಷ್ಟವೇ, ಆದರೆ ಓದುವುದಕ್ಕೆ ಮಹತ್ವ ಕೊಟ್ಟಿರುತ್ತಾರೆ ಅಷ್ಟೇ.

ಯಶಸ್ವೀ ವ್ಯಕ್ತಿಗಳೇನು ಸರ್ವಸಂಗಪರಿತ್ಯಾಗಿಗಳಾಗಿ ಗುಹೆಯಲ್ಲಿ ತಪಸ್ಸು ಮಾಡುತ್ತಿರುವುದಿಲ್ಲ. ಅವರು ಕೂಡ ಸಮಾಜದಲ್ಲೇ ಇರುತ್ತಾರೆ. ಆದರೆ ಮುಖ್ಯ ಕೆಲಸಕ್ಕೆ ಮೊದಲ ಪ್ರಾಶಸ್ತ್ಯ ಕೊಡುತ್ತಾರೆ. ಮೊಬೈಲ್‌ನಲ್ಲಿ ಇದೊಂದು ವಿಡಿಯೋ ನೋಡಿ ಓದೋಣ ಎಂದು ಸಾಧಾರಣ ಜನ ಅಂದುಕೊಂಡರೆ ಓದಿ ಮುಗಿಸಿ ವಿಡಿಯೋ ನೋಡೋಣ ಎಂದು ಇವರು ಅಂದುಕೊಳ್ಳುತ್ತಾರೆ ಮತ್ತು ಹಾಗೆಯೇ ಮಾಡುತ್ತಾರೆ. ಹಗಲುಗನಸಿನಲ್ಲಿ ಎಲ್ಲರೂ ಟಾಪರ್ ಆಗುತ್ತಾರೆ, ಕೋಟ್ಯಧಿಪತಿಯಾಗುತ್ತಾರೆ. ಆದರೆ ಹಾಗೆಯೇ ದಿನ ಕಳೆದು ಬಿಡುತ್ತಾರೆ. ನಿಧಾನವಾಗಿ ಆಯಸ್ಸನ್ನೂ!! ಹಾಗಂತ ಟಾಪರ್‌ಗಳು ಕನಸು ಕಾಣುವುದಿಲ್ಲವೇ? ಅವರೂ ಯಶಸ್ಸಿನ ಏಣಿ ಏರಿ ನಿಂತಂತಹ ಅಪೂರ್ವ ಕನಸು ಕಾಣುತ್ತಾರೆ. ಆದರೆ ಐದೇ ನಿಮಿಷ! ತಮ್ಮ ಅಂದಿನ ಓದಿಗೆ ಸ್ಫೂರ್ತಿಯಾಗುವಂತಹ ಕನಸದು. ಆದರೆ ಕಠಿಣ ಪರಿಶ್ರಮವಿಲ್ಲದೇ ಏನೂ ಆಗದು ಎಂಬ ಸರಳ ಸತ್ಯವನ್ನು ಅವರೆಂದೂ ಮರೆಯುವುದಿಲ್ಲ!

ಆದರೆ ವಿಡಿಯೋ ನೋಡಿ ಓದುವ ಐಡಿಯಾದವರು ಒಂದರನಂತರ ಒಂದರಂತೆ ಬರುವ ವಿಡಿಯೋಗಳ ಸರಪಣಿಯಲ್ಲಿ ಸಿಕ್ಕಿಕೊಂಡು ಬಿಡಿಸಿಕೊಳ್ಳಲಾರದೇ ರಾತ್ರಿ ಹನ್ನೆರಡು ಗಂಟೆಗೆ ಓಹ್ ಓದುವುದಿತ್ತು ಎಂಬುದು ನೆನಪಾಗಿ ನಾಳೆ ಗ್ಯಾರಂಟಿ ಓದುತ್ತೇನೆ ಎಂದು ತಾವೆಂದೂ ಪೂರ್ಣಗೊಳಿಸದ ಭರವಸೆಯನ್ನು ತಮಗೇ ಕೊಟ್ಟುಕೊಂಡು ಮುಸುಕೆಳೆದು ಮಲಗುತ್ತಾರೆ! ಹೇಳಿ ಇದನ್ನು ಓದುವಾಗ ಎಷ್ಟು ಮಂದಿಗೆ ತನ್ನ ಬಗ್ಗೆಯೇ ಬರೆದಿದ್ದಾರೆ ಎನಿಸಿತು? ಬಹುತೇಕರಿಗೆ! ಏಕೆಂದರೆ ನಾನು ಯಾರ ಬಗ್ಗೆ ಬರೆಯುತ್ತಿದ್ದೇನೋ ಅಂಥವರು ಇರುವುದು ನೂರಕ್ಕೆ ಒಂದೆರಡು ಮಂದಿ ಅಷ್ಟೇ! ಉಳಿದವರೆಲ್ಲ ನಮ್ಮನಿಮ್ಮಂಥವರೇ! ಮನಸ್ಸೆಂಬ ಮಾಯಾಕುದುರೆಯನ್ನು ಕಡಿವಾಣ ಹಾಕಿ ಕಟ್ಟಿಹಾಕಲು ಪ್ರಯತ್ನಿಸುತ್ತಿರುವ ಪಾಮರರೇ! ಆದರೆ ಈ ಸೂತ್ರಗಳನ್ನು ಪಾಲಿಸಿದರೆ ನಾವೂ ನೀವೂ ಆ ವಿರಳರ ಸಾಲಿಗೆ ಸೇರಬಹುದು. ಖಂಡಿತವಾಗಿಯೂ.

17

ಹುಶಾರು, ಮಾತು ಸೋಲುಗೆಲುವಿನ ಬೀಜ ಬಿತ್ತಬಹುದು!

ಒಮ್ಮೆ ಅರಸನೊಬ್ಬನ ಭೇಟಿಗೆ ಬಂದ ಸಾಧುವೊಬ್ಬ ರಾಜಕುಮಾರನಿಗೆ ಮೂರು ಗೊಂಬೆಗಳನ್ನು ಕೊಟ್ಟ. ರಾಜಕುಮಾರ ನಕ್ಕು ಕೇಳಿದ, 'ಅಲ್ಲ ಗುರುಗಳೇ ನಾನೇನು ಚಿಕ್ಕ ಮಗುವೇ, ನನಗೆ ಗೊಂಬೆಗಳನ್ನು ಉಡುಗೊರೆಯಾಗಿ ಕೊಟ್ಟಿದ್ದೀರಲ್ಲಾ' ಎಂದು. ಆಗ ಸಾಧು, 'ಇದು ಮುಂದಿನ ರಾಜನಿಗೆ ನಾನು ಕೊಡುತ್ತಿರುವ ಉಡುಗೊರೆ. ನೀನಿದನ್ನು ಗಮನವಿಟ್ಟು ನೋಡಿದರೆ ಈ ಎಲ್ಲ ಗೊಂಬೆಗಳ ಎಡಕಿವಿಯಲ್ಲಿ ಒಂದು ತೂತು ಇರುವುದನ್ನು ನೋಡಬಹುದು. ಈ ದಾರವನ್ನು ತೆಗೆದುಕೋ, ಎಲ್ಲ ಗೊಂಬೆಗಳ ಕಿವಿಯಲ್ಲಿಯೂ ಈ ದಾರವನ್ನು ಹಾಕಿ ಹೊರತೆಗೆ' ಎಂದ. ರಾಜಕುಮಾರ ಆಯಿತು ಎಂದು ಮೊದಲ ಗೊಂಬೆಯ ಕಿವಿಯಲ್ಲಿ ದಾರ ಹಾಕಿದ. ಅದು ಇನ್ನೊಂದು ಕಿವಿಯಿಂದ ಹೊರಬಂತು. ಆಗ ಸಾಧು ಹೇಳಿದ, 'ಇದೊಂದು ರೀತಿಯ ವ್ಯಕ್ತಿ, ನೀನು ಏನೇ ಹೇಳು, ಒಂದು ಕಿವಿಯಿಂದ ಕೇಳಿ ಇನ್ನೊಂದು ಕಿವಿಯಿಂದ ಬಿಟ್ಟುಬಿಡುತ್ತಾನೆ, ಇವನು ಜವಾಬ್ದಾರಿ ಇಲ್ಲದವನು. ಇಂತಹವರಿಂದ ಯಾವ ಕೆಲಸವೂ ಆಗದು, ಬದುಕನ್ನು ಬಹಳ ಹಗುರವಾಗಿ ತೆಗೆದುಕೊಳ್ಳುವ ವ್ಯಕ್ತಿಗಳು ಇಂತಹವರು'.

ರಾಜಕುಮಾರ ಎರಡನೇ ಗೊಂಬೆಯ ಕಿವಿಯಲ್ಲಿ ದಾರ ಹಾಕಿದ, ಅದು ಗೊಂಬೆಯ ಬಾಯಿಂದ ಹೊರಬಂತು. ಸಾಧು ನಗುತ್ತ ಹೇಳಿದ, 'ಇದು ಇನ್ನೊಂದು ರೀತಿಯ ಮನುಷ್ಯ. ನೀನೇನೇ ಹೇಳು ಅದನ್ನು ಆತ ಬೇರೆಯವರಿಗೆ ಹೇಳುತ್ತಾನೆ, ಇವನನ್ನು ನಂಬುವುದೇ ಕಷ್ಟ. ಕಿವಿಯಲ್ಲಿ ಕೇಳಿದ ಮಾತು ಬಾಯಿಂದ ಹೊರಬರದಿದ್ದರೆ ಇಂತಹ ವ್ಯಕ್ತಿಗಳಿಗೆ ಉಂಡ ಅನ್ನ

ಅರಗದು!' ಮೂರನೆಯ ಗೊಂಬೆಯ ಕಿವಿಯಲ್ಲಿ ರಾಜಕುಮಾರ ಹಾಕಿದ ದಾರ ಹೊರಬರಲೇ ಇಲ್ಲ, ಆಗ ಸಾಧು ಎಂದ, 'ಈ ಥರದ ವ್ಯಕ್ತಿಗೆ ನೀನು ಏನೇ ಹೇಳಿದರೂ ಅದು ಅವನಲ್ಲೇ ಭದ್ರವಾಗಿರುತ್ತದೆ. ಎಂದೂ ಹೊರಬರುವುದಿಲ್ಲ. ಇವನನ್ನು ನೀನು ನಂಬಬಹುದು.'

'ಹಾಗಾದರೆ ಇವರಲ್ಲಿ ಅತ್ಯುತ್ತಮವಾದ ವ್ಯಕ್ತಿ ಯಾರು, ಮೂರನೇ ಗೊಂಬೆಯಂತೆ ಗುಟ್ಟನ್ನು ತನ್ನಲ್ಲೇ ಇಟ್ಟುಕೊಳ್ಳುವವನೇ?' ಕೇಳಿದ ರಾಜಕುಮಾರ. ಆಗ ಸಾಧು ಮುಗುಳ್ನಕ್ಕು ಮತ್ತೊಂದು ಗೊಂಬೆಯನ್ನು ತೆಗೆದು ರಾಜಕುಮಾರನಿಗೆ ಕೊಟ್ಟ. ರಾಜಕುಮಾರ ಆ ನಾಲ್ಕನೇ ಗೊಂಬೆಯ ಕಿವಿಯಲ್ಲಿ ದಾರ ಹಾಕಿದಾಗ ಅದು ಇನ್ನೊಂದು ಕಿವಿಯಿಂದ ಹೊರಬಂತು. 'ಮತ್ತೊಮ್ಮೆ ದಾರ ಹಾಕು' ಎಂದ ಸಾಧು. ಆಗ ಅದು ಬಾಯಿಂದ ಹೊರಬಂತು. ಮತ್ತೊಮ್ಮೆ ಅದೇ ಕೆಲಸ ಮಾಡಿದಾಗ ಅದು ಹೊರಬರಲೇ ಇಲ್ಲ. ಆಗ ಸಾಧು ಹೇಳಿದ, 'ನೋಡು, ಈ ಥರದ ವ್ಯಕ್ತಿ ಅತ್ಯುತ್ತಮ ವ್ಯಕ್ತಿ. ಒಬ್ಬ ವ್ಯಕ್ತಿ ನಂಬಿಕೆಗೆ ಅರ್ಹನಾಗಬೇಕೆಂದರೆ ಆತನಿಗೆ ಯಾವಾಗ ಕೇಳಿಸಿಕೊಂಡಿರುವುದನ್ನು ಮರೆತುಬಿಡಬೇಕು, ಯಾವಾಗ ಸುಮ್ಮನಿರಬೇಕು ಯಾವಾಗ ಮಾತನಾಡಬೇಕು, ಗುಟ್ಟಿನ ವಿಚಾರಗಳನ್ನು ಹೇಗೆ ಕಾಪಾಡಿಕೊಳ್ಳಬೇಕು ಎಲ್ಲವೂ ಗೊತ್ತಿರುತ್ತದೆ. ಇಂತಹ ವ್ಯಕ್ತಿಗಳು ರಾಜ್ಯವೊಂದರ ಆಸ್ತಿ. ನೀನು ಈ ನಾಲ್ಕನೇ ಗೊಂಬೆಯ ಗುಣಗಳನ್ನು ಬೆಳೆಸಿಕೋ. ಮತ್ತು ಮುಂದೆ ರಾಜನಾದಾಗ ಇಂತಹುದೇ ವ್ಯಕ್ತಿಗಳನ್ನು ಮಂತ್ರಿಮಂಡಲಕ್ಕೆ ಆಯ್ಕೆ ಮಾಡಿಕೋ. ಸಮಯ ಸಂದರ್ಭ ಅರಿತು ಮಾತನಾಡುವ, ಬೇಡವಾದುದನ್ನು ಮರೆಯುವ, ಅವಶ್ಯವಾದುದನ್ನು ನೆನಪಿನಲ್ಲಿಟ್ಟುಕೊಳ್ಳುವ ಗುಣ ಎಂದಿಗೂ ಅತ್ಯುತ್ತಮವಾದದ್ದು. ಇದು ರಾಜ್ಯವನ್ನು ನಡೆಸಲು ಮಾತ್ರವಲ್ಲ, ಸುಖಕರ ಜೀವನ ನಡೆಸಲೂ ಅತ್ಯವಶ್ಯಕವಾದುದು.'

ಬಹುಶಃ ನಮ್ಮೆಲ್ಲರಿಗೂ ಬಹು ಮುಖ್ಯವಾದ ಪಾಠವಿದು. ಬುದ್ಧಿವಂತರು ಏನಾದರೂ ಹೇಳುವುದಿದ್ದಾಗ ಮಾತ್ರ ಮಾತನಾಡುತ್ತಾರೆ, ಮೂರ್ಖರು ಏನನ್ನಾದರೂ ಹೇಳಬೇಕೆಂದು ಮಾತನಾಡುತ್ತಾರೆ ಎಂಬ ಪ್ಲೇಟೋನ ಮಾತು ಬಹಳ ಸಂದರ್ಭದಲ್ಲಿ ನಮ್ಮ ಅನುಭವಕ್ಕೂ ಬರುತ್ತಿರುತ್ತದೆ. ಭಯಾನಕ ರೋಗಗಳಿಂದ ಆಗುವ ಸಾವುಗಳಿಗಿಂತ ಬೇಡದ ಮಾತುಗಳಿಂದ ಆದ ಸಾವುಗಳು ಹೆಚ್ಚೇನೋ! ಮಾತಿಗೆ ಮಾತು ಬೆಳೆದು ಆಗುವ ಕೊಲೆ ಆತ್ಮಹತ್ಯೆಗಳ ಸಂಖ್ಯೆ ದಿನದಿನವೂ ಏರುಮುಖವನ್ನೇ ಕಾಣುತ್ತಿದೆ. ಅಷ್ಟೇ ಅಲ್ಲ, ಅದರ ನೂರು ಪಟ್ಟು ಮನಸ್ಸುಗಳು ಮಾತಿನಿಂದಲೇ ಒಡೆದುಹೋಗಿವೆ! ಪರಸ್ಪರರ ಮುಖ ನೋಡದಿದ್ದರೆ ದಿನ ಕಳೆಯಲಾಗದಂತಿದ್ದ ಅದೆಷ್ಟೋ ಆಪ್ತರು ಶತ್ರುಗಳಾಗಿಹೋಗಿದ್ದಾರೆ! ಇವೆಲ್ಲಕ್ಕೂ ಕಾರಣ ನಮಗೆ ಮಾತನಾಡಲು

ಬರುತ್ತದೆಯೇ ವಿನಃ ಯಾವಾಗ ಹೇಗೆ ಎಷ್ಟು ಮಾತನಾಡಬೇಕು, ಯಾವಾಗ ಮೌನವಹಿಸಬೇಕು ಎಂಬುದು ಗೊತ್ತಿಲ್ಲದೇ ಇರುವುದು!

ತಮಗಾಗಿ ಮಾತನಾಡುವುದು ಸಲೀಸು. ಆದರೆ ಬೇರೆಯವರಿಗಾಗಿ ಮಾತನಾಡುವುದು ಕಷ್ಟ. ಮೌನವಾಗಿರುವುದು ಗೋಜಲಿಗೆ ಸಿಕ್ಕಿ ಹಾಕಿಕೊಳ್ಳದಿರುವ ಉಪಾಯ ಕೆಲವರಿಗೆ. ಬಹಳಷ್ಟು ಸಂದರ್ಭಗಳಲ್ಲಿ ಮಾತನಾಡಲೇಬೇಕಾದವರು ಮೌನವಾಗಿರುವುದನ್ನು ನೋಡುತ್ತೇವೆ. ಉತ್ತರಕುಮಾರನಿಗಿಂತಲೂ ಹೇಡಿಗಳಿವರು. ತಮ್ಮ ಅನುಕೂಲ ನೋಡಿಕೊಂಡು ಅಳೆದು ಸುರಿದು ಮಾತನಾಡುವ ಇಂಥವರು ಯಾರ ಆಪ್ತರೂ ಆಗಲಾರರು. ಅವಶ್ಯಕತೆಯಿದ್ದಾಗ ನ್ಯಾಯದ ಪರ ಮಾತನಾಡುವ ಅಭ್ಯಾಸ ಮಾಡಿಕೊಂಡರೆ ನಾವು ನಂಬಿಕೆಗೆ ಅರ್ಹ ವ್ಯಕ್ತಿಗಳಾಗುತ್ತೇವೆ. ಹಾಂ, ತಮಗಾಗಿ ಮಾತನಾಡುವ ಧೈರ್ಯವೇ ಇಲ್ಲದ ಕೋಟ್ಯಂತರ ದುರ್ಬಲರು ಇನ್ನೂ ಇದ್ದಾರೆ. ಅವರಿಗೋಸ್ಕರ ದನಿಯೆತ್ತಿದ ಮಹನೀಯರು ಇಂದು ಪ್ರಾತಃಸ್ಮರಣೀಯರಾಗಿದ್ದಾರೆ. ಜಗತ್ತಿನ ಇತಿಹಾಸದ ಪುಟಗಳಲ್ಲಿ ದನಿಯಿಲ್ಲದವರಿಗಾಗಿ ಮಾತನಾಡಿದವರು ಮಹಾತ್ಮರೆನಿಸಿಕೊಂಡಿದ್ದಾರೆ, ವಿಶ್ವ ನಾಯಕರಾಗಿದ್ದಾರೆ! ತಮ್ಮ ಮತ್ತು ತಮ್ಮಂತಹುದೇ ತುಳಿತಕ್ಕೊಳಗಾದವರ ಪರವಾಗಿ ದನಿಯೆತ್ತಿದವರು ಅದ್ಭುತಗಳನ್ನು ಸಾಧಿಸಿದ್ದಾರೆ! ಇಂತಹವರು ಮಾಡಿದ ಮಹಾತ್ಕಾರ್ಯಗಳು ಮನುಕುಲಕ್ಕೆ ತಮ್ಮ ಸಾಧನೆಯನ್ನು ಸಾರಿ ಸಾರಿ ಹೇಳುತ್ತವೆ! ದೊಡ್ಡವರ ದೊಡ್ಡ ಕೆಲಸಗಳನ್ನೇ ನಾವೂ ಸಣ್ಣ ಪ್ರಮಾಣದಲ್ಲಾದರೂ ಮಾಡುವುದರಿಂದ ಸಮಾಜದ ಋಣ ತೀರಿಸಬಹುದು. ನತದೃಷ್ಟರ ಮೋಡಕವಿದ ಬಾಳಿಗೆ ಕಾಮನಬಿಲ್ಲಾಗುವ ಅವಕಾಶ ಎಲ್ಲರ ಪಾಲಿಗೆ ಇರುತ್ತದೆ! ಅದನ್ನು ಸರಿಯಾದ ಸಂದರ್ಭದಲ್ಲಿ ಉಪಯೋಗಿಸಿಕೊಳ್ಳಬೇಕಷ್ಟೇ! ಎರಡು ಕಿವಿ ಒಂದು ಬಾಯಿ ಇರುವುದು ಹೆಚ್ಚು ಕೇಳಿಸಿಕೊಂಡು ಕಡಿಮೆ ಮಾತನಾಡಲು ಎಂಬ ಮಾತು ಸತ್ಯವಾದರೂ ಆಡಬೇಕಾದಾಗ ಆಡದ ಮಾತುಗಳಿಗೂ, ವ್ಯಕ್ತಿಗೂ ಬೆಲೆ ಇಲ್ಲ! ಮತ್ತೂ ಕೆಲವರು ಮಾತು ಮಾತ್ರ ಆಡುತ್ತಾರೆ ಆದರೆ ವೈಯಕ್ತಿಕ ಜೀವನದಲ್ಲಿ ಅದಕ್ಕೆ ಸಂಬಂಧವಿಲ್ಲದಂತೆ ಬದುಕುತ್ತಾರೆ! ಬಹುಶಃ ಇಂಥವರ ಸಂಖ್ಯೆಯೇ ಇಂದು ಹೆಚ್ಚಿರುವುದು!!

ಎದ್ದುನಿಂತು ಮಾತಾಡುವುದಕ್ಕೆ ಎಷ್ಟು ಧೈರ್ಯ ಬೇಕೋ ಅದಕ್ಕಿಂತ ಹೆಚ್ಚು ಧೈರ್ಯ ಸುಮ್ಮನೆ ಕುಳಿತು ಮಾತುಗಳನ್ನು ಕೇಳಿಸಿಕೊಳ್ಳಲು ಬೇಕು ಎಂದಿದ್ದರು ವಿನ್‌ಸ್ಟನ್ ಚರ್ಚಿಲ್. ಕೆಲವರು ಮಾತಾಡಲೇಬೇಕಾದಾಗಲೂ ಸುಮ್ಮನುಳಿದರೆ ಇನ್ನು ಕೆಲವರು ಮೌನ ವಹಿಸಬೇಕಾದಾಗಲೂ ಬೇಡದ ಮಾತನಾಡಿ ತಾವೂ ತೊಂದರೆಗೆ ಸಿಕ್ಕಿ ಹಾಕಿಕೊಂಡು ಇತರರನ್ನೂ ಇಕ್ಕಟ್ಟಿಗೆ ಸಿಲುಕಿಸುತ್ತಾರೆ.

ಕುಟುಂಬದಲ್ಲೋ, ಕೆಲಸದ ಸ್ಥಳದಲ್ಲೋ ಕೆಲವರು ಏನೇನೋ ಮಾತಾಡುವಾಗ ಸುಮ್ಮನಿರುವುದು ಬಹಳ ಕಷ್ಟ. ಮಾತನಾಡಿದರೆ ಏನೂ ಪ್ರಯೋಜನವಿಲ್ಲ ಮತ್ತು ತೊಂದರೆಯೇ ಜಾಸ್ತಿ ಎಂದು ಗೊತ್ತಿದ್ದರೂ ಮಾತನಾಡುವ ತುರ್ತಿಗೆ ಒಳಗಾಗಿ ಸಂಯಮ ಕಳೆದುಕೊಂಡು ಬಿಡುತ್ತೇವೆ. ಆದರೆ ಅಂತಹ ಸಂದರ್ಭದಲ್ಲಿ ತಾಳ್ಮೆ ಕಾಯ್ದುಕೊಂಡರೆ ಹಲವಾರು ಅನಾಹುತಗಳನ್ನು ತಡೆಗಟ್ಟಬಹುದು.

ಅರ್ಥರಹಿತ ಮಾತುಗಳು ಕಾಗದದ ಚೂರುಗಳಂತೆ. ಅವು ಎಲ್ಲೆಂದರಲ್ಲಿ ಹಾರಾಡಿ ಮಣ್ಣಾಗಿ ಹೋಗುತ್ತವೆ. ಮಾತಾಡುವಾಗ ಎರಡು ಸಲ ಯೋಚಿಸಿ ಮಾತನಾಡು, ಏಕೆಂದರೆ ನಿನ್ನ ಮಾತುಗಳು ಎದುರಿಗಿರುವವನ ಮನಸ್ಸಿನಲ್ಲಿ ಯಶಸ್ಸಿನ ಅಥವಾ ಸೋಲಿನ ಬೀಜ ಬಿತ್ತಬಹುದು ಎಂಬ ನೆಪೋಲಿಯನ್ ಹಿಲ್ ಮಾತು ಎಲ್ಲಕಾಲಕೂ ಸತ್ಯ. ಅದರಲ್ಲೂ ನಾವೇನಾದರೂ ಶಿಕ್ಷಕವೃತ್ತಿಯಲ್ಲಿದ್ದರೆ ಬಹು ಎಚ್ಚರಿಕೆ ವಹಿಸಲೇಬೇಕು, ಕಾರಣ ನಮ್ಮ ಒಂದೆರಡು ವಾಕ್ಯಗಳು ಎದುರಿಗಿರುವ ಸಾವಿರಾರು ಮನಸ್ಸುಗಳನ್ನು ಕಟ್ಟಬಹುದು ಅಥವಾ ಒಡೆಯಬಹುದು!!

ಬಹಳ ಮಂದಿಗೆ ಮಾತು ಸಮಯಕಳೆಯುವ ಸಾಧನ. ತಪ್ಪೇನಲ್ಲ, ಆದರೆ ಎದುರಿಗಿರುವ ವ್ಯಕ್ತಿಯ ಸಮಯದ ಬಗ್ಗೆ ಕೊಂಚ ಗೌರವವೂ ಇಲ್ಲದೇ ಸಮಯವನ್ನು ಸಾಯಿಸುವವರು ಬಹಳವಿದ್ದಾರೆ. ಬೇರೆಯವರ ಬಗ್ಗೆ ಬೇಡದ ಮಾತುಗಳನ್ನಾಡುತ್ತ, ಚಾಡಿ ಹೇಳುತ್ತ ಸಮಯ ಕಳೆವ ಇಂತಹ ಜನರಿಂದ ಉಪಾಯದಿಂದ ತಪ್ಪಿಸಿಕೊಳ್ಳಬೇಕೇ ಹೊರತು ಅವರನ್ನು ಬದಲಾಯಿಸುವುದು ಸಾಧ್ಯವಿಲ್ಲ! ಇತರರ ಸಮಯಕ್ಕೆ ಬೆಲೆ ಕೊಡುವ ವ್ಯಕ್ತಿಗಳು ಸ್ವಾಭಾವಿಕವಾಗಿ ತಮ್ಮ ಸಮಯಕ್ಕೂ ಮಹತ್ವ ಕೊಡುತ್ತಾರೆ. ಮತ್ತು ಸಮಯದ ಮಹತ್ವವನ್ನು ಅರಿತ ಜನರು ಸಾಧನೆಯ ಹಾದಿಯಲ್ಲಿ ಮುಂದಿರುತ್ತಾರೆ. ಸಮಯ ಸಂದರ್ಭ ಅರಿತು ಆಡುವ ಹಿತಮಿತವಾದ ಮಾತು ಎಂದಿಗೂ ಜ್ಯೋತಿರ್ಲಿಂಗವೇ!

18

ಸಮಯವನ್ನು ವ್ಯರ್ಥವಾಗಿ ಕಳೆದುಬಿಟ್ಟೆ ಎನಿಸುತ್ತಿದೆಯೇ?

ಹೀಗೇ ಒಮ್ಮೆ ಗೌತಮ ಬುದ್ಧನನ್ನು ಯಾರೋ ಕೇಳಿದರಂತೆ ಮನುಷ್ಯನ ಬಹುದೊಡ್ಡ ತಪ್ಪುಗ್ರಹಿಕೆ ಯಾವುದು? ಅದಕ್ಕೆ ಬುದ್ಧ ಹೇಳಿದನಂತೆ ಮನುಷ್ಯನಿಗೆ ಯಾವಾಗಲೂ ತನ್ನ ಹತ್ತಿರ ಬಹಳ ಸಮಯವಿದೆ ಎಂದು ಅನ್ನಿಸುತ್ತಿರುತ್ತದೆ. ಅದೇ ಮನುಷ್ಯನ ದೊಡ್ಡ ತಪ್ಪು ಕಲ್ಪನೆ ಎಂದು. ಹಂ, ಇದನ್ನು ವಿಚಿತ್ರವೆಂದಾದರೂ ಎನ್ನಿ, ವೈರುಧ್ಯವೆಂದಾದರೂ ಎನ್ನಿ. ಸಮಯ ಇಲ್ಲ ಎನ್ನುವುದು ಮನುಷ್ಯನ ಒಂದು ಖಾಯಿಲೆಯಾದರೆ ಸಮಯ ಬೇಕಾದಷ್ಟಿದೆ ಎಂದುಕೊಳ್ಳುವುದು ಇನ್ನೊಂದು ರೀತಿಯ ರೋಗ. ನಿಜ ತಾನೇ, ನಮಗೆ ಯಾವಾಗಲೂ ನಮ್ಮ ಹತ್ತಿರ ಬಹಳ ಸಮಯವಿದೆ ಎನ್ನಿಸುತ್ತಿರುತ್ತದೆ. ಆದರೆ ಬೇಕಾದಷ್ಟಿದೆ ಎಂದುಕೊಂಡಿದ್ದ ಆ ಸಮಯ ಕಳೆದುಹೋದ ಮೇಲೆಯೇ ಅದರ ಮಹತ್ವದ ಅರಿವಾಗುವುದು. ಬೇಸರದ ವಿಚಾರವೆಂದರೆ ಈ ವಿಷಯದಲ್ಲಿ ಬೇರೆಯವರ ಅನುಭವದಿಂದ ಯಾರೂ ಪಾಠ ಕಲಿಯುವುದಿಲ್ಲ. ಒಂದು ಮಾತಂತೂ ಸತ್ಯ. ಸಮಯವನ್ನು ನಾವು ಗೌರವಿಸದಿದ್ದರೆ ಅದು ನಮ್ಮನ್ನು ಲೆಕ್ಕಕ್ಕೇ ತೆಗೆದುಕೊಳ್ಳುವುದಿಲ್ಲ.

ನಮಗೆಲ್ಲರಿಗೂ ಇರುವ ಕೆಟ್ಟ ರೂಢಿಯೆಂದರೆ ಕಣ್ಣೆದುರು ಇರುವ ಪ್ರಸ್ತುತ ಕ್ಷಣಕ್ಕಿಂತ ಕಾಣದ ಭವಿಷ್ಯಕ್ಕೆ ಪ್ರಾಶಸ್ತ್ಯ ಕೊಡುವುದು. ಹಾಗಾಗಿಯೇ, ಭವಿಷ್ಯದಲ್ಲಿ ಸಮಯ ಬೇಕಾದಷ್ಟಿದೆ ಎಂದು ಆರಾಮಾಗಿ ಕಾಲ ಕಳೆದುಬಿಡುತ್ತೇವೆ. ಭವಿಷ್ಯದಲ್ಲಿ ಚೆನ್ನಾಗಿರಬೇಕೆಂದೇ ಎಲ್ಲರೂ ಬಯಸುವುದಾದರೂ ಅದಕ್ಕೆ ವರ್ತಮಾನದಲ್ಲಿ ಶ್ರಮಪಡಬೇಕಲ್ಲವೇ? ಇವತ್ತೇಕೆ ಮಾಡುವುದು ಮುಂದೆ ಮಾಡಿದರಾಯಿತು ಎನ್ನುವ ಮುಂದೂಡುವಿಕೆಯ ಪ್ರವೃತ್ತಿ ಶ್ರಮದ

ಸಂಕಟವನ್ನು ತಪ್ಪಿಸಿಕೊಳ್ಳಲು ಇರುವ ಮಾರ್ಗವೇ ಹೊರತು ಬೇರೇನಿಲ್ಲ. ಒಂದು ಕೈಯ್ಯಲ್ಲಿ ವಜ್ರದ ತುಂಡು, ಇನ್ನೊಂದು ಕೈಯ್ಯಲ್ಲಿ ಪುಟ್ಟ ಸಿಹಿತಿಂಡಿ ಹಿಡಿದು ಯಾವುದು ಬೇಕು ಎಂದರೆ ಸಿಹಿಯನ್ನೇ ಆಯ್ಕೆ ಮಾಡುವ ವಜ್ರದ ಮೌಲ್ಯವನ್ನರಿಯದ ಪುಟ್ಟ ಮಗುವಿನಂತಹವರು ನಾವು. ಆ ಮಗುವಿನದೋ ಮುಗ್ಧತೆ, ಆದರೆ ಸಮಯದ ಮೌಲ್ಯವನ್ನರಿಯದ ನಮ್ಮದು ಅಜ್ಞಾನ ಅಷ್ಟೇ ಅಲ್ಲ ಅಪರಾಧ ಕೂಡ.

ಯಶಸ್ಸಿಗಾಗಿ ನಾವು ಪಡುವ ಕಷ್ಟ, ಅನುಭವಿಸುವ ನೋವು ತಾತ್ಕಾಲಿಕ, ಅದು ಒಂದು ನಿಮಿಷ ಇರಬಹುದು, ಒಂದು ಗಂಟೆಯದ್ದಿರಬಹುದು, ಒಂದು ದಿನದ್ದಿರಬಹುದು, ಒಂದು ವರ್ಷದ್ದಿರಬಹುದು. ಆದರೆ ಅದು ನಿಧಾನವಾಗಿ ಮಾಯವಾಗುತ್ತದೆ. ಆದರೆ ಪ್ರಯತ್ನದಿಂದ ಹಿಂದೆ ಸರಿದರೆ ಆ ನೋವು ಶಾಶ್ವತವಾಗಿರುತ್ತದೆ ಎಂದು ಖ್ಯಾತ ಸೈಕ್ಲಿಂಗ್ ಚಾಂಪಿಯನ್ ಲಾನ್ಸ್ ಆರ್ಮ್‌ಸ್ಟ್ರಾಂಗ್ ಹೇಳುತ್ತಾರೆ. ಹೌದು, ಕಠಿಣ ಪ್ರಯತ್ನ ನೀಡುವ ನೋವು ತಾತ್ಕಾಲಿಕ. ಏಕೆಂದರೆ ಮುಂದೆ ಯಶಸ್ಸು ಅದನ್ನು ಮರೆಯಿಸಿಬಿಡುತ್ತದೆ. ಆದರೆ ಪ್ರಯತ್ನವನ್ನೇ ಕೈಬಿಡುವುದು ಶಾಶ್ವತ ನೋವನ್ನು ನೀಡುತ್ತದೆ ಎಂಬ ವಾಸ್ತವ ಕಷ್ಟಪಡಲು ಹೆದರಿ ಅಮೂಲ್ಯವಾದ ಸಮಯವನ್ನು, ಸಾಧನೆಯ ಚಿನ್ನದಂತಹ ಅವಕಾಶವನ್ನು ಕಳೆದುಕೊಂಡವರಿಗಿಂತ ಚೆನ್ನಾಗಿ ಬೇರೆಯವರಿಗೆ ಅರ್ಥವಾಗಲು ಸಾಧ್ಯವಿಲ್ಲ.

ಸಮಯವನ್ನು ಉಳಿಸಿಕೊಳ್ಳಲಾಗುವುದಿಲ್ಲ, ಆದರೆ ಅದನ್ನು ಉಪಯೋಗಿಸಿಕೊಳ್ಳಬಹುದು. ಎಲ್ಲರಿಗೂ ಸಿಕ್ಕಿದಂತೆ ನಮಗೂ ಸಮಯ ಉಚಿತವಾಗೇ ಸಿಗುತ್ತದೆ. ಆದರೆ ಸಮಯದ ಬೆಲೆಯನ್ನು ಯಾರೂ ಕಟ್ಟಲಾರರು. ಬೇಂದ್ರೆ ಹಕ್ಕಿ ಹಾರುತಿದೆ ನೋಡಿದಿರಾ ಎಂದು ಹೇಳಿದ್ದು ಸಮಯದ ಬಗ್ಗೆಯೇ. ಸಮಯ ವೇಗವಾಗಿ ಹಾರುತ್ತದೆ. ಮೊನ್ನೆ ಮೊನ್ನೆ ಹೊಸ ವರ್ಷದ ಶುಭಾಶಯ ಹೇಳಿದಂತಿರುತ್ತದೆ. ಆಗಲೇ ಮತ್ತೊಂದು ವರ್ಷ ಎದುರು ಬಂದು ನಿಂತಿರುತ್ತದೆ. ನಾಲ್ಕನೇ ಕ್ಲಾಸಿನಲ್ಲಿದ್ದ ಮಗ ಹತ್ತನೇ ಕ್ಲಾಸಿನ ಪರೀಕ್ಷೆ ಬರೆಯುತ್ತಿರುತ್ತಾನೆ. ಎಲ್ಲ ಜವಾಬ್ದಾರಿ ಮುಗಿಸಿ ಉತ್ತರ ಭಾರತ ಯಾತ್ರೆ ಮಾಡಬೇಕೆನ್ನುವ ಹೊತ್ತಿಗೆ ಹೆಜ್ಜೆಯೂರಲೂ ಬಿಡದ ಮಂಡಿ ನೋವು ಇಳಿವಯಸ್ಸನ್ನು ನೆನಪಿಸುತ್ತದೆ. ಆದರೆ ನೆನಪಿಟ್ಟುಕೊಳ್ಳಬೇಕಾದ ಸಂಗತಿಯೆಂದರೆ ಸಮಯ ಹಾರುತ್ತದಾದರೂ ಅದನ್ನು ಚಲಾಯಿಸುವ ಪೈಲಟ್ ನಾವೇ. ಸಮಯವನ್ನು ಹೇಗೆ ನಿಯಂತ್ರಿಸಬಹುದೆಂದು, ತನ್ನ ಅನುಕೂಲಕ್ಕೆ ತಕ್ಕಂತೆ ಬಳಸಿಕೊಳ್ಳಬಲ್ಲ ಪೈಲಟ್ ಗುರಿ ತಲುಪಿದರೆ, ನಿಯಂತ್ರಣ ಕಳೆದುಕೊಂಡು ಅಡ್ಡಾದಿಡ್ಡಿ ಚಲಾಯಿಸುವ ಪೈಲಟ್ ಕಥೆ ಅಷ್ಟೇ!

ಸಮಯ ಒಂದು ವಿಶಿಷ್ಟ ಸಂಗತಿ. ನಮ್ಮ ಸಂಪತ್ತನ್ನು ದ್ವಿಗುಣ ತ್ರಿಗುಣಗೊಳಿಸಿಕೊಳ್ಳಬಹುದು. ಆದರೆ ಸೆಕೆಂಡಿನ ಸಾವಿರದಲ್ಲೊಂದು ಅಂಶವನ್ನೂ ಖರೀದಿಸಲಾರೆವು. ನಮ್ಮೆಲ್ಲರ ಹತ್ತಿರವೂ ಸಮಯವಿದೆ. ಇದೀಗ ಈ ಕ್ಷಣ ನಾವದನ್ನು ಹೊಂದಿದ್ದೇವೆ ಕೂಡ. ಸರಿಯಾಗಿ ಉಪಯೋಗಿಸಿಕೊಳ್ಳುವ ಸಮಯದಲ್ಲಿ ಯಶಸ್ಸಿನ, ಸಂತಸದ, ಸಂಪತ್ತಿನ ರಹಸ್ಯ ಅಡಗಿದೆ. ನಿರ್ಲಕ್ಷಿಸಿದರೆ ನೋವು ಕಟ್ಟಿಟ್ಟ ಬುತ್ತಿ. ದಿನವೂ ಬೆಳಗ್ಗೆ ಎದ್ದಾಗ ಸಿಗುವ ಈ ಆಸ್ತಿಯನ್ನು ಹೇಗೆ ಉಪಯೋಗಿಸಿಕೊಳ್ಳುತ್ತೇವೆ ಎಂಬುದರ ಮೇಲೆ ಬದುಕಿನ ಏರಿಳಿತಗಳು ನಿರ್ಧಾರವಾಗುತ್ತವೆ. ಹನಿಹನಿಯಾಗಿ ಗೊತ್ತೇ ಆಗದಂತೆ ಸೋರಿಹೋಗುತ್ತಲೇ ಇರುವ, ವಾಪಸು ಪಡೆಯಲಾಗದ ಅಮೂಲ್ಯ ನಿಧಿಯಿದು.

ಹಾಗಾದರೆ ಕೆಲಸ ಪ್ರಾರಂಭಿಸಲು ಸರಿಯಾದ ಸಮಯ ಯಾವುದು? ರಿಟೈರ್ ಆದ ಮೇಲಲ್ಲ, ಐದು ವರ್ಷದ ನಂತರವಲ್ಲ, ಅಪ್ಪ ಕಂಪ್ಯೂಟರ್ ಕೊಡಿಸಿದ ಮೇಲಲ್ಲ, ನಾಳೆಯಂತೂ ಅಲ್ಲವೇ ಅಲ್ಲ! ಇದೀಗ ನಮ್ಮ ತೆಕ್ಕೆಯಲ್ಲಿ ಏನೂ ಅರಿಯದ ಹಸುಗೂಸಂತೆ ಮಲಗಿರುವ ಈ ಗಳಿಗೆಯೇ ಎಲ್ಲದಕ್ಕಿಂತ ಪ್ರಶಸ್ತವಾದ ಕಾಲ. ಈ ಸಮಯವನ್ನು ಕಠಿಣ ಪರಿಶ್ರಮದಿಂದ, ಸಮರ್ಪಣಾ ಮನೋಭಾವದಿಂದ ದುಡಿಸಿಕೊಂಡರೆ ಜಗತ್ತೇ ಅಂತಹ ಸಾಧಕನ ಸೊತ್ತಾಗುವುದರಲ್ಲಿ ಯಾವ ಸಂದೇಹವೂ ಇಲ್ಲ. ಇರುವ ಇಪ್ಪತ್ನಾಲ್ಕು ಗಂಟೆಗಳಲ್ಲಿ ಹನ್ನೆರಡು ಗಂಟೆ ಈಜಿನ ಅಭ್ಯಾಸ ಮಾಡಿ ಮೈಕೆಲ್ ಫೆಲ್ಪ್ಸ್ ವಿಶ್ವದಾಖಲೆಗಳ ದಾಖಲೆ ನಿರ್ಮಿಸಿದ. ಉಗ್ಗಿನ ಸಮಸ್ಯೆಯಿಂದ ಬಾಯಿ ತೆರೆಯಲಿಕ್ಕೇ ಹಿಂಜರಿಯುತ್ತಿದ್ದ ಡೆಮಾಸ್ತನೀಸ್ ಗಂಟೆಗಂಟೆಗಳ ಕಾಲ ಅಭ್ಯಸಿಸಿ ಜಗತ್ತೇ ಅಚ್ಚರಿಪಡುವ ವಾಗ್ಮಿಯಾದ. ಓದಿನಲ್ಲಿ ಸಾಧಾರಣ ಅಥವಾ ಅತೀ ಸಾಧಾರಣ ಎನ್ನಬಹುದಾದ ಯುವಕ ಯುವತಿಯರು ವರ್ಷವರ್ಷಗಳ ಕಾಲ ಎಡಬಿಡದೇ ಶ್ರದ್ಧೆಯಿಂದ ಓದಿ ಐಎಎಸ್ ಅಧಿಕಾರಿಗಳೇ ಆದ ಉದಾಹರಣೆಗಳಿವೆ. ದಿನನಿತ್ಯವೂ ಬಿಡದೇ ಗಂಟೆ ಗಂಟೆಗಳ ಕಾಲ ಸತತ ಅಭ್ಯಾಸ ನಡೆಸಿದವರು ಅಪ್ರತಿಮ ಕಲಾವಿದರಾಗಿದ್ದಾರೆ. ಇಂತಹ ಉದಾಹರಣೆಗಳೋ ಅನೇಕ. ಒಂದಂತೂ ನಿಜ, ತನ್ನ ಸರಿಯಾದ ಉಪಯೋಗ ಮಾಡಿಕೊಂಡವರನ್ನು ಸಮಯ ಎಂದಿಗೂ ಸೋಲಿಸಿಲ್ಲ.

ನಮ್ಮ ಕೆಲಸಗಳನ್ನು ಆದ್ಯತೆ ಮೇರೆಗೆ ಮಾಡುವುದು ಬಹುಮುಖ್ಯ. ಇಲ್ಲವಾದಲ್ಲಿ ಮುಖ್ಯವಲ್ಲದ ಕೆಲಸಗಳಿಗೆ ಸಮಯ ಸೋರಿಹೋಗಿ ಪ್ರಮುಖ ಕೆಲಸಗಳಿಗೆ ವೇಳೆಯೇ ಸಿಗದಂತಾಗುತ್ತದೆ. ಸಮಯವನ್ನು ಉಳಿಸಲು ನಾವು ದೊಡ್ಡ ದೊಡ್ಡ ಯೋಜನೆಗಳನ್ನು ಹಾಕಿಕೊಳ್ಳಬೇಕಿಲ್ಲ. ದಿನವೂ ಬೆಳಿಗ್ಗೆ ಹತ್ತು ನಿಮಿಷ ಬೇಗ ಏಳುವುದು, ಸ್ನಾನದ ಮನೆಯಲ್ಲಿ

ಅರ್ಧರ್ಧ ಗಂಟೆ ಕಳೆಯುವ ಸಮಯವನ್ನು ಇಪ್ಪತ್ತು ನಿಮಿಷಕ್ಕೆ ಇಳಿಸುವುದು, ಬೇಕಿರಲಿ ಬೇಡದಿರಲಿ ಆಗಾಗ ಮೊಬೈಲ್ ತೆಗೆದು ಫೇಸ್ ಬುಕ್ ಸ್ಕ್ರೋಲ್ ಮಾಡುವ ಸಮಯದಲ್ಲಿ ಅರ್ಧ ಗಂಟೆ ಕಡಿಮೆ ಮಾಡುವುದು ಇಂಥವೇ ಸಾಕು. ಇದರಿಂದ ನಮಗೆ ನಮ್ಮ ಪ್ರಮುಖ ಕೆಲಸ ಮಾಡಿಕೊಳ್ಳಲು ಸಮಯ ಸಿಗುತ್ತದೆ. ಉದಾಹರಣೆಗೆ ಇಷ್ಟದ ಪುಸ್ತಕ ಓದುವುದು, ಸಂಗೀತವೋ ತೋಟಗಾರಿಕೆಯೋ ಹೀಗೆ ಇಷ್ಟದ ಹವ್ಯಾಸವನ್ನು ಮುಂದುವರಿಸಬಹುದು. ನಮ್ಮ ಸಮಸ್ಯೆ ಏನೆಂದರೆ ನಾವು ಹೊಸ ಹೊಸ ಯೋಜನೆಗಳನ್ನು ಹಾಕಿಕೊಳ್ಳುತ್ತಲೇ ಇರುತ್ತೇವೆ. ಮತ್ತು ಅವನ್ನು ಕಾರ್ಯರೂಪಕ್ಕೆ ತರುವಲ್ಲಿ ಬಹಳ ಸಲ ವಿಫಲರೂ ಆಗುತ್ತೇವೆ. ಕಾರಣ ನಾವು ಮೊದಲೇ ನಮ್ಮ ಸಮಯವನ್ನು ಬೇರೆ ಬೇರೆ ಕೆಲಸಗಳಿಗೆ ಹೊಂದಿಸಿಕೊಂಡಿರುತ್ತೇವೆ. ಹಾಗಾಗಿ ಹೊಸ ಯೋಜನೆಗಳಿಗೆ ನಮ್ಮಲ್ಲಿ ಸಮಯವಿರುವುದಿಲ್ಲ. ಹೊಸ ಯೋಜನೆಗಳಿಗೆ ಅವಕಾಶ ಆಗಬೇಕೆಂದರೆ ಹಳೆಯ ಅನುಪಯುಕ್ತ ಕೆಲಸಗಳಿಗೆ ನೀಡುತ್ತಿದ್ದ ಸಮಯವನ್ನು ನಿಲ್ಲಿಸಬೇಕು. ದಿನಕ್ಕೆ ಒಂದು ಗಂಟೆ ಆ ರೀತಿಯ ಸಮಯ ಉಳಿದರೂ ವಾರಕ್ಕೆ ಏಳು ಗಂಟೆ ನಮಗೆ ಸಿಕ್ಕಿದ ಹಾಗೆ ಆಗುತ್ತದೆ. ಇನ್ನು ಕೆಲವರಿಗೆ ಒಂದೇ ಸಮಯದಲ್ಲಿ ಹಲವಾರು ಕೆಲಸ ಮಾಡುವ ರೂಢಿ ಇರುತ್ತದೆ. ಇಂತಹ ಮಲ್ಟಿ ಟಾಸ್ಕಿಂಗ್‌ನಿಂದ ನಾವು ಯಾವ ಕೆಲಸವನ್ನೂ ಸರಿಯಾಗಿ ಮಾಡಲಾರೆವು.

ಅಯ್ಯೋ, ಸಮಯವನ್ನು ವ್ಯರ್ಥವಾಗಿ ಕಳೆದುಬಿಟ್ಟೆ ಎನಿಸುತ್ತಿದೆಯೇ? ಹಾಗೇನೂ ಇಲ್ಲ. ನಿನ್ನೆ ಮುಗಿದಿದೆ. ನಾಳೆ ಇನ್ನೂ ಬಂದಿಲ್ಲ. ನಮ್ಮ ಕೈಲಿರುವುದು ಈ ದಿನ ಮಾತ್ರ. ಹಾಗಾಗಿ ಹೊಸದನ್ನು ಶುರು ಮಾಡಲಿದು ಅತ್ಯಂತ ಸೂಕ್ತ ಸಮಯ. ಜಗತ್ತಿನ ಎರಡು ಶಕ್ತಿಶಾಲಿ ಯೋಧರೆಂದರೆ ತಾಳ್ಮೆ ಮತ್ತು ಕಾಲ ಎಂದು ಖ್ಯಾತ ಲೇಖಕ ಲಿಯೋ ಟಾಲ್‌ಸ್ಟಾಯ್ ಹೇಳಿಲ್ಲವೇ!

ಸಾಮಾನ್ಯ ಜನರು ಸಮಯ ಹೇಗೆ ಕಳೆಯುವುದೆಂಬ ಯೋಚನೆ ಮಾಡಿದರೆ ದೊಡ್ಡ ವ್ಯಕ್ತಿಗಳು ಅದನ್ನು ಹೇಗೆ ಉಪಯೋಗಿಸಿಕೊಳ್ಳುವುದೆಂದು ಯೋಚಿಸುತ್ತಾರಂತೆ. ನಿಜ, ಆದರೆ ಸಮಯವನ್ನು ಹೇಗೆ ಉಪಯೋಗಿಸಿಕೊಳ್ಳುವುದೆಂಬ ಯೋಚನೆ ಮಾಡಿದರೆ ಸಾಮಾನ್ಯ ವ್ಯಕ್ತಿಗಳು ಅಸಾಮಾನ್ಯರಾಗಬಲ್ಲರು. ನಮಗೆ ಸಮಯ ಸಿಗುವುದಿಲ್ಲ ಎನ್ನುವುದು ಸತ್ಯವೇ, ಏಕೆಂದರೆ ಸಮಯ ಯಾರಿಗೂ ಸಿಗುವುದಿಲ್ಲ, ಅದೂ ಇಷ್ಟವಿಲ್ಲದ, ಕಷ್ಟದ ಕೆಲಸಗಳಿಗೆ ನಾವೇ ಸಮಯವನ್ನು ಮಾಡಿಕೊಳ್ಳಬೇಕಾಗುತ್ತದೆ. ನಮಗೆ ಇಷ್ಟವಾದ ಕೆಲಸಗಳಿಗೆ ಹೇಗೆ ಸಮಯ ಸಿಗುತ್ತದೆ? ಅವಕ್ಕೆಲ್ಲ ನಾವು ಹೇಗಾದರೂ ಮಾಡಿ ಸಮಯ ಮಾಡಿಕೊಳ್ಳುವುದಿಲ್ಲವೇ?

ಉಚಿತ ಆದರೆ ಬೆಲೆಕಟ್ಟಲಾಗದ, ಸಂಗ್ರಹಿಸಲಾಗದ ಆದರೆ ಉಪಯೋಗಿಸಬಹುದಾದ, ಕಳೆದರೆ ಮತ್ತೆ ಎಂದೆಂದೂ ಸಿಗಲಾರದ ಸಮಯ ಕಣ್ಣಿಗೆ ಕಾಣದ ಅಕ್ಷಯ ಪಾತ್ರೆ. ಅದನ್ನು ಅರ್ಥ ಮಾಡಿಕೊಂಡರೆ ಅದರಿಂದ ಏನನ್ನು ಬೇಕಾದರೂ ಪಡೆಯಬಹುದು. ಹಣ ಮುಖ್ಯವೋ ಸಮಯ ಮುಖ್ಯವೋ ಎಂದರೆ ಎರಡೂ ಮುಖ್ಯವೇ. ಆದರೆ ಹಣ ಕಳೆದರೆ ಗಳಿಸಬಹುದು, ಸಮಯವನ್ನು ಮತ್ತೆ ಗಳಿಸಲಾಗದು. ಸಮಯವನ್ನು ಉಪಯೋಗಿಸಿ ಹಣ ಗಳಿಸಬಹುದು, ಆದರೆ ಕಳೆದುಹೋದ ಕ್ಷಣಕ್ಕೆ ಬೆಲೆ ಕಟ್ಟಿ ಖರೀದಿಸಿದವರು ಯಾರೂ ಭೂಮಿಯ ಮೇಲೆ ಆಗಿಹೋಗಿಲ್ಲ. ನಾವು ಅತಿಯಾಗಿ ಬಯಸುವ ಆದರೆ ಅತೀ ಕೆಟ್ಟದಾಗಿ ಬಳಸುವ ಸಂಗತಿ ಎಂದರೆ ಸಮಯ ಎಂದು ಲೇಖಕರೊಬ್ಬರು ಹೇಳುತ್ತಾರೆ. ಇವತ್ತು ಮಾಡಿಬಿಡಬಹುದಾದ ಕೆಲಸವನ್ನು ನಾಳೆಗೆ ಮುಂದೂಡದೇ ಇರುವುದೇ ಸಮಯಕ್ಕೆ ನಾವು ಕೊಡಬಹುದಾದ ಗೌರವ. ಮತ್ತು ತನ್ನನ್ನು ಗೌರವಿಸುವವರನ್ನು ಸಮಯ ಎಂದಿಗೂ ಸನ್ಮಾನಿಸದೇ ಇರುವುದಿಲ್ಲ.

19

ಕೋಪತಾಪವಿರುವುದು ನಮ್ಮೊಳಗೇ, ನಮ್ಮ ಕೋಪಕ್ಕೆ ನಾವೇ ಜವಾಬ್ದಾರರು

ಒಬ್ಬ ಸನ್ಯಾಸಿ ಏಕಾಂಗಿಯಾಗಿ ಧ್ಯಾನ ಮಾಡಬೇಕೆಂದು ತನ್ನ ಆಶ್ರಮದಿಂದ ದೂರ ಹೋಗಲು ನಿರ್ಧರಿಸುತ್ತಾನೆ. ಏಕೆಂದರೆ ಆತ ಬಹು ಕೋಪಿಷ್ಟ. ಆಶ್ರಮದಲ್ಲಿ ಆತನಿಗೆ ಧ್ಯಾನಕ್ಕೆ ತೊಂದರೆಯಾಗುತ್ತಿರುತ್ತದೆ. ಯಾರಾದರೂ ಬರುವುದು, ಈತ ಅವರ ಮೇಲೆ ಕೋಪಗೊಳ್ಳುವುದು ನಡೆಯುತ್ತಲೇ ಇರುತ್ತದೆ. ತನ್ನ ದೋಣಿಯನ್ನು ತೆಗೆದುಕೊಂಡು ದೂರದ ಕೆರೆಯೊಂದರ ನಡುವೆ ನಿಲ್ಲಿಸಿ ಕಣ್ಣು ಮುಚ್ಚಿ ಧ್ಯಾನ ಮಾಡಲು ತೊಡಗುತ್ತಾನೆ. ಕೆಲವು ಗಂಟೆಗಳು ನಿಶ್ಯಬ್ದವಾಗಿ ಸರಿದು ಹೋಗುತ್ತವೆ. ಇದ್ದಕ್ಕಿದ್ದಂತೆ ಇನ್ನೊಂದು ದೋಣಿ ಬಂದು ಸನ್ಯಾಸಿಯ ದೋಣಿಗೆ ಬಂದು ಡಿಕ್ಕಿ ಹೊಡೆದ ಅನುಭವವಾಗುತ್ತದೆ. ಕಣ್ಣು ಮುಚ್ಚಿಕೊಂಡಿದ್ದ ಸನ್ಯಾಸಿಗೆ ತನ್ನ ಕೋಪ ಹೆಚ್ಚಾಗುತ್ತಿರುವ ಅನುಭವವಾಗುತ್ತದೆ. ತನ್ನ ಏಕಾಗ್ರತೆಗೆ ಭಂಗ ತಂದ ದೋಣಿಯಾತನನ್ನು ಚೆನ್ನಾಗಿ ಬೈದುಬಿಡಬೇಕು ಎಂದುಕೊಳ್ಳುತ್ತ ಸಿಟ್ಟಿನಿಂದ ಸನ್ಯಾಸಿ ಕಣ್ಣುಬಿಡುತ್ತಾನೆ. ಆದರೆ, ಎದುರಿಗಿನ ದೋಣಿ ಖಾಲಿ ಇರುತ್ತದೆ. ನಾವಿಕನಿಲ್ಲದ ಆ ದೋಣಿ ಹಗ್ಗ ಬಿಚ್ಚಿಹೋಗಿ ತಾನಾಗಿಯೇ ತೇಲುತ್ತ ತೇಲುತ್ತ ಬಂದು ಈ ದೋಣಿಗೆ ಡಿಕ್ಕಿ ಹೊಡೆದಿರುತ್ತದೆ.

ಆ ಕ್ಷಣ ಆ ಸನ್ಯಾಸಿಗೆ ಜ್ಞಾನೋದಯವಾಗುತ್ತದೆ. ಕೋಪ ಎನ್ನುವುದು ತನ್ನೊಳಗೇ ಇದೆಯೇ ಹೊರತು ಹೊರಗಡೆಯಿಂದ ಬರುವುದಲ್ಲ, ಹೊರಗಡೆಯ ವಸ್ತುವೊಂದು ತಾಕುವುದರಿಂದ ತನ್ನೊಳಗಿರುವ ಕೋಪ ಜಾಗೃತಗೊಳ್ಳುತ್ತದೆ ಅಷ್ಟೇ ಎಂಬ ಸತ್ಯವನ್ನು ಆತ ಅರಿತುಕೊಳ್ಳುತ್ತಾನೆ. ಆಗಿನಿಂದ ಆತ ಯಾರಾದರೂ ಕಿರಿಕಿರಿಯಾಗುವಂತೆ ವರ್ತಿಸಿದರೆ, ಕೋಪ ಬರುವಂತೆ ನಡೆದುಕೊಂಡರೆ ತನಗೆ

ತಾನೇ ಹೇಳಿಕೊಳ್ಳುತ್ತಿದ್ದ, "ಅವರೊಂದು ಖಾಲಿ ದೋಣಿಯಂಥವರು, ಕೋಪ ನನ್ನೊಳಗೇ ಇದೆ"

ಇದು ಆ ಸನ್ಯಾಸಿಯ ಸಮಸ್ಯೆ ಮಾತ್ರವಲ್ಲ. ನಮ್ಮೆಲ್ಲರ ಸಮಸ್ಯೆ. ನಾವು ತಲ್ಲಣಗೊಳ್ಳುವುದು ಯಾವಾಗ? ಮನಸ್ಸಿಗೆ ಕಿರಿಕಿರಿಯಾದಾಗ. ಆದರೆ ನಾವು ಕಿರಿ ಕಿರಿ ಮಾಡಿಕೊಳ್ಳುವುದರಿಂದ, ಹತಾಶರಾಗಿ ತಲೆಯ ಮೇಲೆ ಕೈಹೊತ್ತು ಕೂರುವುದರಿಂದ ಸಮಸ್ಯೆಯ ಬೆಟ್ಟ ಒಂದಿಂಚೂ ಕರಗುವುದಿಲ್ಲ. ನಾವು ಬಯಸಲಿ ಬಿಡಲಿ ಕೆಲವು ಘಟನೆಗಳು ತನ್ನಷ್ಟಕ್ಕೆ ತಾವೇ ನಡೆಯುತ್ತಿರುತ್ತವೆ. ನಮ್ಮ ಕೈ ಮೀರಿದ ಘಟನೆಗಳು ನಡೆದಾಗ ನಾವು ಅದನ್ನು ಹೇಗೆ ಸ್ವೀಕರಿಸುತ್ತೇವೆ ಎನ್ನುವುದರ ಮೇಲೆ ಅದರ ಪರಿಣಾಮದ ತೀವ್ರತೆ ನಿರ್ಧರಿತವಾಗುತ್ತದೆ ಮತ್ತು ನಮ್ಮ ವ್ಯಕ್ತಿತ್ವವೂ ನಿರ್ಧಾರವಾಗುತ್ತದೆ.

ನೀವು ನಿಮ್ಮ ದಿನನಿತ್ಯದ ಬದುಕಿನಲ್ಲಿ ಕೋಪ ಬರಿಸುವ ಸಂಗತಿಗಳು ಯಾವವು ಎಂದು ಪಟ್ಟಿ ಮಾಡಿ ನೋಡಿ. ಅವು ನಮ್ಮ ಬಗ್ಗೆ ನಮಗೇ ನಾಚಿಕೆಯಾಗುವಷ್ಟು ಜುಜುಬಿ ಎನ್ನುವಂತಹ ಸಂಗತಿಗಳಾಗಿರುತ್ತವೆ. ಪಲ್ಯಕ್ಕೆ ಕಡಿಮೆಯಾದ ಉಪ್ಪು, ತುಸುವೇ ತಳ ಹತ್ತಿದ ಅನ್ನ, ಹೊರಡುವ ಸಮಯಕ್ಕೆ ಕೈಗೆ ಸಿಗದ ಸಾಕ್ಸು, ಮಕ್ಕಳು ಮಾಡಿದ ತುಂಟತನ, ಕಡಿಮೆ ರನ್‌ಗೆ ಔಟಾದ ಕೊಹ್ಲಿ, ಕೊಂಚ ತಡವಾಗಿದ್ದಕ್ಕೆ ಸಿಕ್ಕ ಬಾಸ್ ಬೈಗುಳ, ಸಹೋದ್ಯೋಗಿಗೆ ಸಿಕ್ಕ ಹೊಗಳಿಕೆ, ಸೈಡ್ ಕೊಡದ ವಾಹನದ ಡ್ರೈವರ್... ಓಹ್ ಒಂದೇ ಎರಡೇ ಎಲ್ಲ ಈ ತರಹದ ಸಂಗತಿಗಳೇ. ಈ ಚಿಕ್ಕ ಚಿಕ್ಕ ಸಂಗತಿಗಳೂ ಸಮಸ್ಯೆಯನ್ನು ಉಂಟುಮಾಡಲು ಕಾರಣವೇನೆಂದರೆ ನಾವು ತಕ್ಷಣ ಪ್ರತಿಕ್ರಿಯಿಸುತ್ತೇವೆ. ಅಂದರೆ ರೀಯಾಕ್ಟ್ ಮಾಡುತ್ತೇವೆ.

ಜನರು ನಮ್ಮನ್ನು ಟೀಕಿಸುವುದನ್ನು ತಡೆಯಲು ಸಾಧ್ಯವೇ? ನೀವು ಏನೂ ಸಾಧನೆ ಮಾಡದಿದ್ದರೆ ದಂಡಪಿಂಡ ಎನ್ನುತ್ತಾರೆ. ಏನಾದರೂ ಮಾಡಿದರೆ ಅಯ್ಯೋ ಇದೇನು ಮಹಾ, ಮನಸ್ಸು ಮಾಡಿದರೆ ಇವರಪ್ಪನಂತಹ ಸಾಧನೆ ಮಾಡುತ್ತಿದ್ದೆ ಎನ್ನುತ್ತಾರೆ! ಬದುಕೂ ಆಟದ ಹಾಗೆ. ನಾವು ಬಯಸಿದ್ದೇ ಆಗಿಬಿಡುವುದಿಲ್ಲ. ಒಂದು ಒಳ್ಳೆಯ ಇನ್‌ಸ್ವಿಂಗ್ ಬಾಲ್ ಬರಲಿ ಎಂದು ಬ್ಯಾಟ್ಸ್‌ಮನ್ ಆಶಿಸುತ್ತಿರುತ್ತಾನೆ. ಬೌಲರ್ ಕೂಡ ಅದನ್ನೇ ಹಾಕುತ್ತಾನೆ, ಆದರೆ ಆ ಕ್ಷಣ ಬೀಸಿದ ಗಾಳಿ, ಚೆಂಡಿನ ದಿಕ್ಕನ್ನೇ ಬದಲಾಯಿಸಿಬಿಡುತ್ತದೆ. ಸಿಕ್ಸರ್ ಹೊಡೆಯುವ ಕನಸಿನಲ್ಲಿದ್ದ ಬ್ಯಾಟ್ಸ್‌ಮನ್ ಔಟ್ ಆಗಿಬಿಡುತ್ತಾನೆ!! ಬ್ಯಾಟ್ಸ್‌ಮನ್ ಬಯಸಿದ್ದು ಇನ್‌ಸ್ವಿಂಗ್, ಬೌಲರ್ ಹಾಕಿದ್ದೂ ಅದೇ. ಬ್ಯಾಟ್ಸ್‌ಮನ್ ಅದನ್ನು ನೋಡಿದ್ದಾನೆ ಕೂಡ! ಆದರೆ ಇಪ್ಪತ್ತೆರಡು ಯಾರ್ಡ್‌ನ ಪಿಚ್ ದಾಟಿ ಚೆಂಡು ಬರಬೇಕಾದರೆ ಬೀಸಿದ

ಗಾಳಿ ಎಲ್ಲ ಲೆಕ್ಕಾಚಾರಗಳನ್ನೂ ತಲೆಕೆಳಗೆ ಮಾಡಿಬಿಟ್ಟಿತು!! ಥೇಟ್ ನಮ್ಮ ಜೀವನದಂತೆ!

ಆದರೆ ಯೋಚಿಸಿ ತೀರ್ಮಾನ ತೆಗೆದುಕೊಳ್ಳುವುದರಿಂದ ಅನೇಕ ಅವಕಾಶಗಳು ಲಭ್ಯವಾಗುತ್ತವೆ. ಒಮ್ಮೆ ನಾಲ್ಕೈದು ಜನ ಜಪಾನೀಯರು ಅಮೆರಿಕದ ಫಾರ್ಮ್‌ಹೌಸ್ ಒಂದಕ್ಕೆ ಹಸುಗಳನ್ನು ಖರೀದಿಸಲು ಹೋದರು. ಅಮೆರಿಕದ ಮಾರಾಟಗಾರ ಅವರಿಗೆ ಹೇಳಿದ, "ನೀವು ಹಸುಗಳನ್ನು ಆಯ್ಕೆ ಮಾಡಿದರೆ ಒಂದು ಹಸುವಿಗೆ ನೂರು ಡಾಲರ್, ನಾನೇ ಆಯ್ಕೆ ಮಾಡಿದರೆ ಐವತ್ತು ಶೇಕಡ ಕಡಿತ!" ನಾನೋ ನೀವೋ ಏನು ಮಾಡುತ್ತಿದ್ದಿವಿ? ಅವನು ಹಾಲು ಕೊಡದ ಹಸು ಕೊಡ್ತಾನೆ ಬಿಡಪ್ಪ ಎಂದು ಕೆಲವರು ನೂರು ಡಾಲರ್‌ಗೆ ಒಂದರಂತೆ ಹಸುಗಳನ್ನು ಖರೀದಿಸುತ್ತಿದ್ದೆವು. ಮತ್ತೆ ಕೆಲವರು ಅಯ್ಯೋ ನಾಲ್ಕು ಲೀಟರ್ ಕಡಿಮೆ ಹಾಲು ಕೊಡಬಹುದು, ಆದರೆ ಅರ್ಧಕ್ಕರ್ಧ ದುಡ್ಡು ಉಳಿಯಿತಲ್ಲಾ ಎಂದು ಐವತ್ತು ಡಾಲರ್ ಆಫರ್ ಒಪ್ಪಿಕೊಳ್ಳುತ್ತಿದ್ದಿವಿ. ಆ ಜಪಾನೀಯರು ಏನು ಮಾಡಿರಬಹುದು? ಅವರು ಒಂದು ಗಂಟೆಯ ಸಮಯ ಕೇಳಿದರು ಯೋಚಿಸಿ ಹೇಳಲು. ಒಂದು ಗಂಟೆಯ ನಂತರ ಕೋಣೆಯಿಂದ ಹೊರಬಂದಾಗ ಅಮೆರಿಕನ್ ಕೇಳಿದ, 'ತೀರ್ಮಾನ ಮಾಡಿದಿರಾ?' 'ಹೌದು' ಇವರೆಂದರು. 'ಏನು ತೀರ್ಮಾನ? ನಾನು ಆಯ್ಕೆ ಮಾಡುವುದೋ ನೀವೇ ಆರಿಸುತ್ತೀರೋ?' ಅವರೆಂದರು, 'ನೀವೇ ಆರಿಸಿ, ನಾವು ಐವತ್ತು ಡಾಲರ್ ಆಫರ್‌ಗೇ ಹೋಗುತ್ತೇವೆ'. ಅಮೆರಿಕನ್ ವಿಜಯೋತ್ಸಾಹದಲ್ಲಿ ಬೀಗಿದ. ಅಂದಹಾಗೆ 'ನಿಮಗೆ ಎಷ್ಟು ಹಸುಗಳನ್ನು ಆರಿಸಲಿ', ಜಪಾನೀಯರಲ್ಲಿ ಒಬ್ಬ ತಣ್ಣಗೆ ತನ್ನ ಟೈ ಸರಿಮಾಡಿಕೊಳ್ಳುತ್ತ ಹೇಳಿದ, "ಎಲ್ಲವನ್ನೂ!!" ಎಂತಹ ಅದ್ಭುತ ನಿರ್ಧಾರ ಅಲ್ಲವೇ? ಇದನ್ನೇ ಯೋಚಿಸಿ ತೀರ್ಮಾನಕ್ಕೆ ಬರುವುದು ಎನ್ನುತ್ತಾರೆ.

ಕ್ರಿಕೆಟ್‌ನಲ್ಲಿ ಸ್ಲೆಡ್ಜಿಂಗ್ ಎಂಬುದಿದೆ. ಅಂದರೆ ಎದುರಾಳಿ ಬ್ಯಾಟ್ಸ್‌ಮನ್‌ಗೆ ಕೆಟ್ಟ ಕೀಳು ಶಬ್ದಗಳನ್ನು ಉಪಯೋಗಿಸಿ ಬೈಯ್ಯುವುದು. ಉದ್ದೇಶ ಆತನ ಏಕಾಗ್ರತೆ ಭಂಗವಾಗಿ ಔಟ್ ಆಗಲಿ ಎಂಬುದು! ಬದುಕಿನಲ್ಲೂ ಹೀಗಾಗುತ್ತದೆ. ಏನು ಮಾಡುವುದು? ಸಚಿನ್ ತೆಂಡೂಲ್ಕರ್ ಅವರ ಜೀವನ ಇದಕ್ಕೆ ಉತ್ತರವಾಗಬಲ್ಲದು. ಸಚಿನ್ ವಿಶ್ವಖ್ಯಾತಿಯ ದಾಂಡಿಗನಾಗಲು, ಡೆಮಿಗಾಡ್ ಎನಿಸಿಕೊಳ್ಳಲು ಕಾರಣವಾದ ಹತ್ತು ಹಲವು ಸಂಗತಿಗಳಲ್ಲೊಂದು ಕೂಲ್ ಆಗಿರುವುದು! ಯಾರು ಏನೇ ಹೇಳಲಿ ತಲೆಕೆಡಿಸಿಕೊಳ್ಳದೇ ತನ್ನ ಏಕಾಗ್ರತೆಯನ್ನು ಕಳೆದುಕೊಳ್ಳದಿರುವುದು. ಆದರೆ ನಾವು ಸುಮ್ಮನಿರುತ್ತೇವೆಯೇ? ಇಲ್ಲ, ಬದಲು ಕೂಗಾಡುತ್ತೇವೆ. ಹಾಗಂತ ಯಾರು ಏನು ಹೇಳಿದರೂ ಸುಮ್ಮನೆ

ಇರಬೇಕೆಂದಲ್ಲ. ತತಕ್ಷಣಕ್ಕೆ ಪ್ರತಿಕ್ರಿಯಿಸಿ ಪರಿಸ್ಥಿತಿಯನ್ನು ಬಿಗಡಾಯಿಸುವುದರ ಬದಲು ಯೋಚಿಸಿ ಪ್ರತಿಕ್ರಿಯಿಸಬಹುದು. ಅದನ್ನು ರೆಸ್ಪಾಂಡಿಂಗ್ ಎನ್ನುತ್ತೇವೆ.

ಬೆಳಗ್ಗೆ ಕಚೇರಿಗೆ ಹೋಗಲು ತಯಾರಾಗಿರುತ್ತೀರಿ. ಹೊರಡುವಾಗ ನೀರು ತಂದುಕೊಡಲು ಹೇಳುತ್ತೀರಿ. ನಿಮ್ಮ ಹತ್ತಿರ ಬರುವಾಗ ನೀರು ತರುತ್ತಿರುವವರ ಕಾಲು ಮ್ಯಾಟ್‌ಗೆ ತಾಗಿ ಅವರು ಮುಗ್ಗರಿಸುತ್ತಾರೆ. ನೀರು ನಿಮ್ಮ ಬಟ್ಟೆಯ ಮೇಲೆ ಚೆಲ್ಲುತ್ತದೆ. ಆಗ ನೀವು ಕೂಗಾಡುತ್ತೀರಿ. ಮೂಡ್ ಆಫ್ ಮಾಡಿಕೊಂಡು ಕಚೇರಿಗೆ ಹೋಗುತ್ತೀರಿ. ಅಲ್ಲಿಯೂ ಚಿಕ್ಕಪುಟ್ಟ ವಿಷಯಕ್ಕೆ ಬೇರೆಯವರ ಮೇಲೆ ಸಿಡುಕುತ್ತೀರಿ. ಮನೆಯಲ್ಲೂ ಕಚೇರಿಯಲ್ಲೂ ಸಂಬಂಧಗಳ ಮೇಲೆ ಬೆಳಗಿನ ಘಟನೆ ನೆಗೆಟಿವ್ ಪ್ರಭಾವ ಬೀರುತ್ತದೆ. ಪದೇ ಪದೇ ಇಂತಹ ಬೇರೆ ಬೇರೆ ಸಂಗತಿಗಳು ನಡೆಯುತ್ತಿದ್ದರೆ ಕೋಪಿಷ್ಟ ಎನ್ನುವ ಬಿರುದೂ, ಬಿಪಿಯಂತಹ ಖಾಯಿಲೆಗಳೂ ಗ್ಯಾರಂಟಿ. ಅದೇ ನೀರು ಚೆಲ್ಲಿದಾಗ ಎರಡು ಸೆಕೆಂಡ್ ತಡೆದರೆ ಅವರು ಬೇಕೆಂತಲೇ ಮಾಡಿದ್ದಲ್ಲ ಎಂದು ನಿಮಗೆ ಗೊತ್ತಾಗುತ್ತದೆ. ಆಗ ನೀವು 'ಸದ್ಯ ನೀವು ಬೀಳಲಿಲ್ಲವಲ್ಲ', ಅಥವಾ 'ನಿಮಗೆ ಪೆಟ್ಟಾಗಲಿಲ್ಲವಲ್ಲ' ಎಂದು ಹೇಳಿ ಬಟ್ಟೆ ಬದಲಾಯಿಸಿ ಹೊರಡುತ್ತೀರಿ. ಕಚೇರಿಯಲ್ಲೂ ಅಕಸ್ಮಾತ್ ಏನಾದರೂ ಅಹಿತಕರ ಘಟನೆ ನಡೆದರೂ ನಿಮ್ಮ ಸ್ವಭಾವ ಅದನ್ನು ದೊಡ್ಡದಾಗಲು ಬಿಡುವುದಿಲ್ಲ. ಮನೆ, ಕಚೇರಿ ಎರಡೂ ಕಡೆ ನಿಮ್ಮ ಸಂಬಂಧ ಚೆನ್ನಾಗಿರುತ್ತದೆ. ಮತ್ತು ನೀರು ಚೆಲ್ಲಿದವರಿಗೆ ನಿಮ್ಮ ಮೇಲೆ ಎಷ್ಟು ಗೌರವ ಹೆಚ್ಚಾಗಿರುತ್ತದೆ ಎಂದರೆ ಅದನ್ನು ಅವರು ಶಬ್ದಗಳಲ್ಲಿ ವರ್ಣಿಸಲಾರರು. ಇಂಥ ಹತ್ತಾರು ಕಥೆಗಳನ್ನು ವ್ಯಕ್ತಿತ್ವ ವಿಕಸನ ಪುಸ್ತಕಗಳಲ್ಲಿ ಓದಿಯೇ ಇರುತ್ತೇವೆ. ಅದು ಸರಿ, ಈಗ ಹೇಳಿ, ನಿಮ್ಮದು ಯಾವ ದಾರಿ? ಮೊದಲನೆಯದಾ ಅಥವಾ ಎರಡನೆಯದಾ? ಎರಡನೆಯದೇ ಎಂದು ಈಗ ಹೇಳುತ್ತೀರಾದರೂ ನಮ್ಮಲ್ಲಿ ಮೊದಲನೆಯದನ್ನೇ ಮಾಡುವವರು ಶೇಕಡ ತೊಂಬತ್ತು ಮಂದಿ!! ಈ ನಿಧಾನವಾಗಿ ರೆಸ್ಪಾಂಡ್ ಮಾಡುವ ಕೆಲಸ ಉಪದೇಶ ಮಾಡಿದಷ್ಟು, ಲೇಖನ ಬರೆದಷ್ಟು ಸುಲಭವಲ್ಲ. ದಿನದಿನವೂ ಪ್ರಜ್ಞಾಪೂರ್ವಕವಾಗಿ ರೂಢಿ ಮಾಡಿಕೊಳ್ಳಬೇಕಾಗುತ್ತದೆ. ಏಕೆಂದರೆ ಯಾವ ಒಳ್ಳೆಯ ಕೆಲಸವೇ ಇರಲಿ ಇವತ್ತಿನಿಂದಲೇ ಶುರುವಾಗಲಿ ನಮ್ಮ ಪ್ರಯತ್ನ. ಆಗಬಹುದಲ್ಲ?

20

ಇಂದಿನ ಸುಂದರ ಕ್ಷಣಗಳು ಕೈಜಾರುವ ಮುನ್ನ

ಪ್ರಿಯತಮೆ ತುಂಬ ನಾಚುತ್ತಿದ್ದಾಳೆ. ಅವಳ ಸಂಕೋಚ ಪ್ರಿಯಕರನ ಪ್ರೀತಿಯ ಅಭಿವ್ಯಕ್ತಿಗೆ ಅಡ್ಡಿಯನ್ನುಂಟು ಮಾಡುತ್ತಿದೆ. ನಮಗೆ ಬೇಕಾದಷ್ಟು ಸಮಯವಿದ್ದಿದ್ದರೆ ನಿನ್ನ ಸಂಕೋಚ ದೊಡ್ಡ ಅಪರಾಧವೇನಾಗಿರಲಿಲ್ಲ ಗೆಳತೀ ಎನ್ನುತ್ತಾನಾತ. ನಿನ್ನ ಕಣ್ಣುಗಳನ್ನು ವರ್ಣಿಸಲು ನೂರು ವರ್ಷ ಬೇಕು, ನಿನ್ನೆದೆಯನ್ನು ಬಣ್ಣಿಸಲು ಇನ್ನೂರು ಇನ್ನೂರರಂತೆ ನಾನೂರು ವರ್ಷ, ಉಳಿದೆಲ್ಲ ಅಂಗಗಳ ಬಗ್ಗೆ ಹೇಳಲು ಇನ್ನೂ ಮೂವತ್ತು ಸಾವಿರ ವರ್ಷ! ಈ ಪರಿಯ ಹೊಗಳಿಕೆ ನಿನಗೆ ಹೆಚ್ಚೇನಲ್ಲ, ಹಾಗೆಯೇ ನನ್ನ ಪ್ರೀತಿಯೂ ಕಡಿಮೆಯೇನಲ್ಲ ಎನ್ನುತ್ತಾನೆ ಅವನು. ಆದರೆ ಅವನಿಗೆ ಕಾಲನ ನಶ್ವರತೆಯ ಬಗ್ಗೆ ಗೊತ್ತು. ಸಮಯದ ಹಾರುವ ರಥ ತಮ್ಮನ್ನು ಸಮೀಪಿಸುತ್ತಿರುವ ಸದ್ದನ್ನು ಬೆನ್ನ ಹಿಂದೆಯೇ ಆತ ಕೇಳಬಲ್ಲ. ಅನಂತತೆಯ ಮರಳುಗಾಡಲ್ಲಿ ಸಮಯ ನಮ್ಮನ್ನು ಹೂತುಬಿಡುವ ಮುನ್ನ, ಕಾಪಿಟ್ಟುಕೊಂಡ ನಿನ್ನ ಕನ್ಯತ್ವವನ್ನು ಮಣ್ಣಿನ ಹುಳಗಳು ನಾಶಮಾಡುವ ಮುನ್ನ ಈ ಲಭ್ಯ ಸಮಯದಲ್ಲೇ ಒಂದಾಗೋಣ, ಪ್ರೀತಿಸೋಣ ಎಂದಾತ ಹೇಳುತ್ತಾನೆ.

ಹದಿನೇಳನೇ ಶತಮಾನದ ಖ್ಯಾತ ಇಂಗ್ಲಿಷ್ ಕವಿ ಆ್ಯಂಡ್ರೂ ಮಾರ್ವೆಲ್‌ನ 'ಟು ಹಿಸ್ ಕಾಯ್ ಮಿಸ್ಟ್ರೆಸ್' ಎಂಬ ಈ ಕವನ ಬಹು ಜನಪ್ರಿಯವಾದದ್ದು. ತರಗತಿಗಳಲ್ಲಿ ಪಠ್ಯವಾಗುತ್ತಲೇ ಇರುವ ಈ ಪದ್ಯದ ಬಗ್ಗೆ ಇಂಗ್ಲಿಷಿಗೆ ಸಂಬಂಧಪಟ್ಟ ಒಂದಲ್ಲ ಒಂದು ಸ್ಪರ್ಧಾತ್ಮಕ ಪರೀಕ್ಷೆಗಳಲ್ಲಿ ಪ್ರಶ್ನೆಗಳು ಬರುತ್ತಲೇ ಇರುತ್ತವೆ. ಈ ಕವನದ ಬಗ್ಗೆ ಏಕೆ ಪ್ರಸ್ತಾಪಿಸಿದೆನೆಂದರೆ ಇದು ಕಾರ್ಪೆ ಡಿಯೆಮ್ (CARPE DIEM) ಸಿದ್ಧಾಂತಕ್ಕೆ ಸಂಬಂಧಿಸಿದ್ದು. ಇದೊಂದು ಲ್ಯಾಟಿನ್ ನುಡಿಗಟ್ಟು. ಕ್ರಿಸ್ತ

ಪೂರ್ವ 23ನೇ ಶತಮಾನದಲ್ಲಿ ಪ್ರಸಿದ್ಧ ರೋಮನ್ ಕವಿ ಹೊರೇಸ್ ತನ್ನ ಕವನವೊಂದರಲ್ಲಿ ಇದನ್ನು ಬಳಸಿದ್ದ. ಇದರರ್ಥ ದಿನವನ್ನು ಸಮರ್ಪಕವಾಗಿ ಉಪಯೋಗಿಸು, ಆನಂದಿಸು, ಕೈಲಿರುವ ಈ ಕ್ಷಣವನ್ನು ಅನುಭವಿಸು ಎಂದು. ನಾಳೆಯನ್ನು ಸಾಧ್ಯವಾದಷ್ಟು ಕಡಿಮೆ ನಂಬು ಎಂದು ಹೊರೇಸ್ ಹೇಳುತ್ತಾನೆ.

ಬದುಕು ಇನ್ನೆಲ್ಲೂ ಇಲ್ಲ ಅದು ಈ ಕ್ಷಣ ನಿನ್ನ ಕಣ್ಣೆದುರು ಹಾರುವ ಚಿಟ್ಟೆಯ ರಂಗುರಂಗಿನ ರೆಕ್ಕೆಯಲ್ಲಿದೆ, ಈಗತಾನೇ ನೀನು ಕುಡಿಯಲು ಕೈಗೆತ್ತಿಕೊಂಡಿರುವ ಬಿಸಿಬಿಸಿ ಚಹಾದ ಕಪ್ಪಿನಿಂದ ಹೊರಬರುತ್ತಿರುವ ಹಬೆಯಲ್ಲಿದೆ ಎಂಬ ಅತ್ಯಂತ ಪುಟ್ಟ ಸತ್ಯದಿಂದ ಮಾನವ ಜನ್ಮ ದೊಡ್ಡದು ಅದನ್ನು ಹಾಳು ಮಾಡಿಕೊಳ್ಳಬೇಡಿರೋ ಹುಚ್ಚಪ್ಪಗಳಿರಾ ಎಂಬ ವಿಶಾಲಾರ್ಥದ ಮಾತಿನವರೆಗೂ ಕಾರ್ಪೆ ಡಿಯೆಮ್ಮನ್ನು ವಿಸ್ತರಿಸಬಹುದು.

ಈ ಕ್ಷಣದಲ್ಲಿ ಬದುಕುವುದು ಎಂಬುದನ್ನು ಇಂದಿನ ಯುವ ಜನತೆಗಿಂತ ಚೆನ್ನಾಗಿ ಆದರೆ ತಪ್ಪಾಗಿ ಅರ್ಥ ಮಾಡಿಕೊಂಡವರು ಬೇರೆ ಯಾರೂ ಇಲ್ಲವೇನೋ. ವಯಸ್ಕರು ನಿನ್ನೆಗಳನ್ನು ನೆನೆಯುತ್ತ ನಾಳೆಗಳಿಗಾಗಿ ಹೆದರುತ್ತ ವರ್ತಮಾನವನ್ನು ಕಳೆಯುತ್ತಿದ್ದರೆ ಇಂದಿನ ದಿನವನ್ನು ಕಠಿಣ ಪರಿಶ್ರಮದ ಮೂಲಕ ಸದುಪಯೋಗಪಡಿಸಿಕೊಂಡು ಬಾಳನ್ನು ಬಂಗಾರವಾಗಿಸಿಕೊಳ್ಳಬೇಕಾದ ವಿದ್ಯಾರ್ಥಿ ಸಮೂಹ ಮೊಬೈಲು, ಯೂಟ್ಯೂಬು, ಪಾರ್ಟಿ, ಐಪಿಎಲ್, ಮೇಕಪ್ಪುಗಳ ಕೊನೆಯಿರದ ರಂಗೀನ್ ದುನಿಯಾದಲ್ಲಿ ತನ್ನನ್ನ ತಾನು ಕಳೆದುಕೊಳ್ಳುತ್ತಿದೆ. ತನ್ನ ಪ್ರಮುಖ ಗುರಿಯನ್ನೇ ಮರೆತಿದೆ! ಕಾರ್ಪೆ ಡಿಯೆಮ್ಮನ್ನು ತಪ್ಪಾಗಿ ಅರ್ಥ ಮಾಡಿಕೊಳ್ಳುವುದೆಂದರೆ ಇದೇನೆ!!

ಇದೇ ಅರ್ಥ ಕೊಡುವ ಪದವೊಂದು ಈಗ ಆಡುಮಾತಿನಲ್ಲಿ ಸೇರಿಕೊಳ್ಳುತ್ತಿದೆ. ಅದೇ ಯೋಲೋ (YOLO—You Only Live Once)! ನೀನು ಬದುಕಿರುವುದು ಒಂದೇ ಸಲ ಎಂಬುದು ಇದರರ್ಥ. ಈ ಪದ ನಮಗೆ ಹೊಸದೆನಿಸಿದರೂ ಪರಿಕಲ್ಪನೆ ನಮಗೆ ಹೊಸತೇನಲ್ಲ. ಅಪರೂಪಕ್ಕೆ ಗುಂಡು ಹಾಕುವವರನ್ನು ಹಿಡಿದು ಸಾಲಸೋಲ ಮಾಡಿ ಮಗಳ ಮದುವೆ ಮಾಡುವವರೆಗೆ ಎಲ್ಲರೂ ಅಯ್ಯೋ ಎಷ್ಟು ದಿನ ಬದುಕಿರ್ತೀವಿ, ಧಾಂಧೂಂ ಮಾಡಿಬಿಡೋಣ ಎನ್ನುವವರೇ! ಅತ್ಯಂತ ಅಪಾಯಕಾರಿ ಸಾಹಸ, ಅಪರಾಧ ಮಾಡಹೊರಡುವವರೂ ಇದೇ ನೆಪವನ್ನು ಬೆನ್ನಿಗಿಟ್ಟುಕೊಂಡಿರುತ್ತಾರೆ.

ಮತ್ತೂ ಮಜವೆಂದರೆ ಈ ಸಿದ್ಧಾಂತವನ್ನು ಕೊಳ್ಳುಬಾಕ ಸಂಸ್ಕೃತಿ ತನ್ನ ತೆಕ್ಕೆಗೆ ಎಳೆದುಕೊಂಡು ಬಿಟ್ಟಿದೆ. ಇದು ಬಹು ಅಪಾಯಕಾರಿ. ನಾಳೆಯನ್ನು ಬಲ್ಲವರಾರು, ಸಾವು ಬೆನ್ನ ಹಿಂದೆಯೇ ಇದೆ, ಇವತ್ತಿನ ದಿನವನ್ನು ಅನುಭವಿಸೋಣ ಎಂಬುದು ಜನರ ಅಭಿಪ್ರಾಯ ತಾನೇ? ಆದರೆ ಹೇಗೆ?

ಹೇಗೆಂದರೆ ಶಾಪಿಂಗ್ ಹೋಗುವ ಮೂಲಕ ಎಂಬ ಮನೋಭಾವವನ್ನು ಕಂಪನಿಗಳು ದೂರದರ್ಶನದ ಮೂಲಕ ಹುಟ್ಟುಹಾಕಿವೆ! ಬೆಂಗಳೂರಲ್ಲಿ ನೆಲೆಸಿರುವ ನನ್ನ ಸ್ನೇಹಿತೆಯೊಬ್ಬಳ ನೆರೆಮನೆಯಾಕೆಯ ಪ್ರತೀ ದಿನದ ಕೆಲಸವೆಂದರೆ ಮಾಲ್ ತಿರುಗುವುದು. ಬೆಳಗಿನ ತಿಂಡಿಗೇ ತನ್ನ ಪುಟ್ಟ ಮಕ್ಕಳಿಗೆ ಬ್ರೆಡ್ ಬಿಸ್ಕತ್ತು ಕೊಟ್ಟು ಕೈಲೊಂದು ಚಾಕಲೇಟು ಹಿಡಿಸಿ ಅವರನ್ನೂ ಕಟ್ಟಿಕೊಂಡು ಕಂಡ ಕಂಡ ಮಾಲ್‌ಗಳನ್ನು ಸುತ್ತುತ್ತ ಇರುವುದು! ವಾರದಲ್ಲಿ ಕನಿಷ್ಠ ಐದು ದಿನ ಹೋಗದಿದ್ದರೆ ಅವರಿಗೆ ತಿಂದ ಅನ್ನ ಕರಗುವುದಿಲ್ಲ! ಯಾವ ಮಾಲ್‌ನಲ್ಲಿ ಯಾವ ಆಫರ್ ಇದೆ, ಯಾವ ಏರಿಯಾದಲ್ಲಿ ಏನು ಸೇಲ್ ಇದೆ ಎಂಬ ಎಲ್ಲ ಮಾಹಿತಿ ಅವರ ಹತ್ತಿರ ಇರುತ್ತದೆ!!

ವಾರದ ಐದು, ಆರು ದಿನ ಕೆಲಸ ಮಾಡುವುದೆಂದರೆ ರೌರವ ನರಕದೊಳಗೆ ಹೋಗಿ ಬಂದಂತೆ ಎಂಬ ಅಭಿಪ್ರಾಯವನ್ನು ವಿಭಿನ್ನ ಬಗೆಯಲ್ಲಿ ನಮ್ಮ ಮೆದುಳಿನಲ್ಲಿ ತುಂಬುವುದಕ್ಕೆ ಕಾರಣವೇನು ಗೊತ್ತೇ? ಕೆಲಸವೆಂದರೆ ಒತ್ತಡ, ಅದರಿಂದ ಪಾರಾಗಲು ವೀಕೆಂಡ್‌ನಲ್ಲಿ ಹೊರಗಡೆ ಹೋಗುವುದು, ತಿನ್ನುವುದು, ಶಾಪಿಂಗ್ ಮಾಡುವುದು ಅನಿವಾರ್ಯವೆಂಬ ಭಾವನೆ ಮೂಡಿಸಲು!! ಅಲ್ಲ, ಕೋಟ್ಯಂತರ ಮಂದಿ ಕೆಲಸವಿಲ್ಲದೆ ಒದ್ದಾಡುವಾಗ ಕೆಲಸವಿರುವ ನಾವೇ ಪುಣ್ಯವಂತರೆಂದುಕೊಂಡು ಖುಷಿಯಿಂದ ಕಚೇರಿಗೆ ಹೋಗುವ ಬದಲು ಅದನ್ನು ಒತ್ತಡ ಎಂದುಕೊಳ್ಳುವವರು ಮೂರ್ಖರಲ್ಲವೇ? ಸಿಗುವ ವಾರಾಂತ್ಯದ ರಜೆಯನ್ನು ಆರಾಮಾಗಿ ನಮ್ಮ ಕೆಲಸ ಮಾಡಿಕೊಳ್ಳುತ್ತ ಕುಟುಂಬದೊಂದಿಗೆ ಮನೆಯಲ್ಲಿ ಕಳೆಯುವುದು ಎಷ್ಟು ರಿಲಾಕ್ಸಿಂಗ್ ಅಲ್ಲವೇ? ಆದರೆ ಈ ರೀತಿ ಅಂದುಕೊಳ್ಳಲು ನಮ್ಮನ್ನು ನಿಯಂತ್ರಿಸುತ್ತಿರುವ ವರ್ಚುವಲ್ ಜಗತ್ತು ಬಿಡುವುದೇ ಇಲ್ಲ. ಫೇಸ್ ಬುಕ್, ವಾಟ್ಸಾಪ್, ದೂರದರ್ಶನ ಇವೆಲ್ಲವುಗಳ ಮೂಲಕ ನೆಮ್ಮದಿ ಎಂದರೆ ಇದೇ, ವಿಶ್ರಾಂತಿ ಎಂದರೆ ಹೀಗೇ ಎಂಬ ಸುಳ್ಳು ನಂಬಿಕೆಗಳನ್ನು ನಮ್ಮ ಮೇಲೆ ದಿನದಿನವೂ ಹೇರಲಾಗುತ್ತಿದೆ. ಶನಿವಾರವೆಂದರೆ ನಗುವ, ಸೋಮವಾರವೆಂದರೆ ಅಳುವ ಮುದ್ದು ಮಗುವಿನ ಚಿತ್ರ ನಿಮ್ಮ ಮೊಬೈಲ್‌ಗೆ ಬಂದಿದೆ ತಾನೇ? ಈ ಚಿತ್ರವೂ ಒಂದು ದೊಡ್ಡ ಯೋಜನೆಯ ಭಾಗವೇ!!

ದೂರದರ್ಶನದ ಮುಂದೆ ಆರಾಮಾಗಿ ಕೂತು ಕುರುಕಲು ತಿಂಡಿ ತಿನ್ನುತ್ತಾ ರಿಮೋಟ್ ಕೈಯ್ಯಲ್ಲಿ ಹಿಡಿದು ನಿಮಿಷಕ್ಕೆ ನೂರು ಚಾನೆಲ್ ಬದಲಾಯಿಸುವುದೆಂದರೆ ಜೀವನವನ್ನು ಎಂಜಾಯ್ ಮಾಡುವುದೆಂದು ಎಲ್ಲರೂ ತಪ್ಪು ತಿಳಿದುಕೊಂಡು ಆಗಿಬಿಟ್ಟಿದೆ!! ಸಮಯ ಸಿಕ್ಕಾಗಲೆಲ್ಲ ಟಿವಿಯ ಮುಂದೆ ಕೂರುವವರು, ಟಿವಿ ಮುಂದೆ ಕೂರಲೆಂದೇ ಅವಶ್ಯಕ ಕೆಲಸವನ್ನು

ಬಿಟ್ಟು ಸಮಯ ಮಾಡಿಕೊಳ್ಳುವವರು ಒಟ್ಟಿನಲ್ಲಿ ಮೂರ್ಖರ ಪೆಟ್ಟಿಗೆಗೆ ದಾಸರಾಗಿರುವವರ ಸಂಖ್ಯೆ ಬಹಳ ದೊಡ್ಡದು.

ಮೂರ್ನಾಲ್ಕು ವರ್ಷಗಳ ಹಿಂದೆ ವಾಟ್ಸಾಪ್‌ನಲ್ಲಿ ಬಂದ ಚಿತ್ರವೊಂದು ಗಮನ ಸೆಳೆದಿತ್ತು. ಅದು ಬಿಜೆಪಿ, ಕಾಂಗ್ರೆಸ್, ಆಪ್ ಪಕ್ಷಗಳ ವಕ್ತಾರೆಯರು ಒಟ್ಟಿಗೆ ಕತಾರ್‌ನಲ್ಲಿ ರಜೆಯ ಮಜಾ ಅನುಭವಿಸುತ್ತಿರುವ ಚಿತ್ರ. ಯಾರಿಗಾದರೂ ಆಶ್ಚರ್ಯ ಸಹಜವೇ. ದೂರದರ್ಶನದ ಚರ್ಚೆಗಳಲ್ಲಿ ಹಾವು ಮುಂಗುಸಿಗಳಂತೆ ಕಿತ್ತಾಡುವವರು ಸ್ವಂತ ಅಕ್ಕ ತಂಗಿಯರಂತೆ ಪ್ರವಾಸ ಹೋಗಿದ್ದಾರೆ! ವೇದಿಕೆಯ ಮೇಲೆ ಒಬ್ಬರನ್ನೊಬ್ಬರು ಅತ್ಯಂತ ಕೀಳಾಗಿ ಬೈದುಕೊಳ್ಳುವ ನಮ್ಮ ರಾಜಕಾರಣಿಗಳೂ ಒಂದಲ್ಲ ಒಂದು ಸಮಯದಲ್ಲಿ ಜತೆಯಾಗಿರುತ್ತಾರೆ, ಮಾಧ್ಯಮಗಳಿಗೆ ಫೋಟೋ ಪೋಸು ಕೊಡುತ್ತಾರೆ. ಆದರೆ ನಾವು ನೀವು ಮಾತ್ರ ಇವರ ಚರ್ಚೆಗಳನ್ನು, ಭಾಷಣಗಳನ್ನು ನೋಡಿ ಕೇಳಿ ವಾಟ್ಸಾಪ್ ಫೇಸ್‌ಬುಕ್‌ಗಳಲ್ಲಿ ಶೇರ್ ಮಾಡುತ್ತ ಪರಸ್ಪರ ಕಿತ್ತಾಡುತ್ತ ವಿಷ ಕಾರುತ್ತಿರುತ್ತೇವೆ. ನಮ್ಮ ಜಗಳಕ್ಕೆ ಕಾರಣರಾದವರು ಮಾತ್ರ ಸದ್ದೇ ಇಲ್ಲದೆ ತಮ್ಮ ಭತ್ಯೆಯನ್ನು ಮುನ್ನೂರು ಪಟ್ಟು ಹೆಚ್ಚಿಸಿಕೊಂಡು ಒಟ್ಟಿಗೆ ಸಂಭ್ರಮಾಚರಣೆ ಮಾಡುತ್ತಿರುತ್ತಾರೆ.

ಕೈಲಿರುವ ಕ್ಷಣವನ್ನು ಸದುಪಯೋಗ ಪಡಿಸಿಕೊಳ್ಳುವುದನ್ನು ಕಲಿಯುವುದು ಎಂದರೆ ಬರೀ ಇವು ತಿನ್ನುವುದು, ತಿರುಗುವುದು, ಮಜಾ ಮಾಡುವುದು ಮಾತ್ರವಲ್ಲ. ಸಾವಿರ ಹೆಜ್ಜೆಗಳ ಪಯಣ ಮೊದಲ ಹೆಜ್ಜೆಯಿಟ್ಟರೆ ಮಾತ್ರ ಪ್ರಾರಂಭವಾಗುವಂತೆ ದೊಡ್ಡ ಗುರಿಯೊಂದನ್ನು ಆರಂಭಿಸಲು ಈ ಕ್ಷಣವೇ ಅತ್ಯುತ್ತಮವಲ್ಲವೇ? ಹಳೆಯದನ್ನು ಮರೆತು ಹೊಸ ಬದುಕು ಆರಂಭಿಸಲು ಈ ದಿನಕ್ಕಿಂತ ಒಳ್ಳೆಯ ದಿನ ಇನ್ನ್ಯಾವುದಿದೆ? ನಿತ್ಯ ಚಲನಶೀಲವಾಗಿರುವ ಜಗತ್ತಿನಲ್ಲಿ ನೋವು ದುಃಖಗಳ ಹೊರೆಯನ್ನು ಇಳಿಸಿ ನಮ್ಮಿಂದ ಬದಲಾಯಿಸಲಾಗದ ಸಂಗತಿಗಳನ್ನು ಅಲ್ಲಿಯೇ ಬಿಟ್ಟು ಒಂದು ದೀರ್ಘ ಉಸಿರೆಳೆದುಕೊಂಡು ಹೊಸ ಭರವಸೆಯೊಂದಿಗೆ ಮುನ್ನಡೆಯಲು ಈ ಸಮಯವೇ ಒಳ್ಳೆಯದಲ್ಲವೇ? ಅಷ್ಟೇ ಅಲ್ಲ, ಮಾಡುವ ಕೆಲಸದಲ್ಲಿ ನಮ್ಮ ಮನಸ್ಸನ್ನು ಪೂರ್ತಿಯಾಗಿ ತೊಡಗಿಸುವುದು ಕೂಡ ಆ ಕ್ಷಣವನ್ನು ಸಮರ್ಪಕವಾಗಿ ಬಳಸಿಕೊಂಡಂತೆಯೇ!! ಈ ಕ್ಷಣವೆಂದರೆ ಬದುಕಿನ ನಶ್ವರತೆಯನ್ನೂ ಅಪಾರ ಸಾಧ್ಯತೆಗಳನ್ನು ಒಟ್ಟಿಗೇ ಧ್ವನಿಸುವ ವಿಶಿಷ್ಟ ಸಮಯ. ಅದನ್ನು ಹೇಗೆ ಅರ್ಥ ಮಾಡಿಕೊಳ್ಳುತ್ತೇವೆನ್ನುವುದೇ ನಮ್ಮ ಬದುಕನ್ನು ನಿರ್ದೇಶಿಸುವ ಸಂಗತಿ.

21

ಸಿದ್ಧಸೂತ್ರದ ಸುಲಭದ ಯಶಸ್ಸು ಬಯಸದ ಕ್ರಿಸ್ಟೋಫರ್ ನೋಲನ್!

ಕ್ರಿಸ್ಟೋಫರ್ ನೋಲನ್! ತನ್ನ ಅಪರೂಪದ ಪ್ರತಿಭೆಯಿಂದ ಜಗತ್ತನ್ನು ನಿಬ್ಬೆರಗಾಗಿಸಿದ ನಿರ್ದೇಶಕ. ಇವರ ಸಿನಿಮಾಗಳು ಮಾತಾಡುವುದು ಹತ್ತು, ನೂರು ಕೋಟಿಗಳಲ್ಲಲ್ಲ. ಬದಲಾಗಿ ಸಾವಿರಗಟ್ಟಲೆ ಕೋಟಿಗಳಲ್ಲಿ! ಜಗತ್ತಿನ ಅತ್ಯಂತ ಶ್ರೀಮಂತ ನಿರ್ದೇಶಕರಲ್ಲಿ ಒಬ್ಬರಾಗಿರುವ ಕ್ರಿಸ್ಟೋಫರ್ ನೋಲನ್ ಜಾಗತಿಕ ಸಿನಿಮಾದಲ್ಲಿ ಹೊಸ ಅಲೆ ಮೂಡಿಸಿದವರು. ವೈಜ್ಞಾನಿಕ ಸಾಧ್ಯಾಸಾಧ್ಯತೆಗಳನ್ನು ಕಲ್ಪನೆಯೊಂದಿಗೆ ಹೆಣೆದು ಇವರು ನಿರ್ದೇಶಿಸುವ ಹೊಸರುಚಿಯ ಸಿನಿಮಾಗಳು ಜನರಿಗೆ ಬಲುಪ್ರೀತಿ. ಪ್ರತೀ ಚಿತ್ರವೂ ಹಿಟ್ ಆದರೂ ಒಂದು ಸಿನಿಮಾದ ಯಶಸ್ಸಿನ ಸೂತ್ರಗಳನ್ನು ಮತ್ತೊಂದಕ್ಕೆ ಹಾಕುವ ಸಿದ್ಧಸೂತ್ರದ ಸುಲಭದ ಯಶಸ್ಸು ನೋಲನ್‌ಗೆ ಬೇಡ. ಪ್ರತೀ ಚಿತ್ರದ ತಯಾರಿಯೂ ನೋಲನ್‌ಗೆ ಜಗತ್ತನ್ನು ಹೊಸ ದೃಷ್ಟಿಕೋನದಿಂದ ನೋಡುವ ಒಂದು ಅವಕಾಶ. ಒಂದು ತಪಸ್ಸು. ಒಂದು ಹೊಸ ಜನ್ಮ.

ಕ್ರಿಸ್ಟೋಫರ್ ನೋಲನ್ ಹುಟ್ಟಿದ್ದು 1970 ರಲ್ಲಿ ಲಂಡನ್ನಿನ ವೆಸ್ಟ್ ಮಿನಿಸ್ಟರ್‌ನಲ್ಲಿ. ತಂದೆ ಜಾಹೀರಾತು ಕಂಪನಿಯೊಂದರಲ್ಲಿ ನಿರ್ದೇಶಕ. ತಾಯಿ ಗಗನಸಖಿಯಾಗಿದ್ದವರು. 'ಸ್ಟಾರ್ ವಾರ್ಸ್' ಮತ್ತು '2011: ಅ ಸ್ಪೇಸ್ ಒಡೆಸ್ಸಿ' ಸಿನಿಮಾಗಳಿಂದ ಬಾಲ್ಯದಲ್ಲೇ ಪ್ರೇರಿತರಾಗಿ ತಂದೆಯ ಕ್ಯಾಮರಾದಿಂದ ಕಿರುಚಿತ್ರಗಳನ್ನು ನಿರ್ಮಿಸಿದ್ದ ಬಾಲಕ ನೋಲನ್. ನೋಡುಗರನ್ನು ಹೊಸ ಲೋಕಕ್ಕೆ ಕೊಂಡೊಯ್ಯುವ ಅದ್ಭುತ ಸಿನಿಮಾಗಳನ್ನು ಮಾಡುವುದು ನೋಲನ್ ಕನಸು ಬಾಲ್ಯದ್ದು. ಹನ್ನೊಂದರ ಹರೆಯದಲ್ಲೇ ತಾನು ಸಿನಿಮಾ ನಿರ್ದೇಶಕನೇ ಆಗಬೇಕೆಂದು ನಿರ್ಧರಿಸಿದ ಅದ್ಭುತ ಬಾಲಕ! ಹುಟ್ಟಿನಿಂದಲೇ ಅಮೆರಿಕಾ

ಮತ್ತು ಬ್ರಿಟನ್ ಎರಡೂ ದೇಶಗಳ ಪೌರತ್ವ ಹೊಂದಿರುವ ನೋಲನ್ ತಾಯಿ ಅಮೆರಿಕನ್ ಆದುದರಿಂದ ನೋಲನ್ ಬಾಲ್ಯ ಎರಡು ದೇಶಗಳಿಗೂ ಓಡಾಡುತ್ತ ಕಳೆದಿತ್ತು. ಇಂಗ್ಲಿಷ್ ಸಾಹಿತ್ಯದ ಓದು. ಪದವಿಯ ನಂತರ ಸಿನಿಮಾ ಕ್ಷೇತ್ರದ ವಿವಿಧ ವಿಭಾಗಗಳಲ್ಲಿ ಕೆಲಸ. ಕಾಲೇಜಿನ ಗೆಳತಿ ಎಮ್ಮಾ ಥಾಮ್ಸನ್ ಜತೆ 1997 ರಲ್ಲಿ ವಿವಾಹ. 28ರ ಹರೆಯದಲ್ಲಿ ಮೊದಲ ಚಿತ್ರ 'ಫಾಲೋವಿಂಗ್' ನಿರ್ದೇಶನ. ಬ್ರಿಟಿಷ್ ಚಿತ್ರೋದ್ಯಮದ ಯಾರೂ ಹಣಕಾಸಿನ ಸಹಾಯ ಮಾಡಲು ತಯಾರಾಗದ ಕಾರಣ ತಮ್ಮ ಉಳಿತಾಯದ ಹಣದ ಜತೆ ಸರ್ಕಸ್ ಮಾಡಿ ಒಟ್ಟು ಎಂಟು ಸಾವಿರ ಡಾಲರ್ ಕೂಡಿಸಿ ಅಷ್ಟೇ ಬಜೆಟ್‌ನಲ್ಲಿ ಚಿತ್ರ ತಯಾರಿಸಿದ ಛಲಗಾರ. ಆ ಸಿನಿಮಾದಿಂದ 'ಮೆಮೆಂಟೋ' ನಿರ್ದೇಶಿಸುವ ಅವಕಾಶ ಸಿಕ್ಕಿತು. ಮೆಮೆಂಟೋ ಒಂದು ಸೈಕಾಲಾಜಿಕಲ್ ಥ್ರಿಲ್ಲರ್. ಈ ಚಿತ್ರ ತನ್ನ ಹೊಸ ರೀತಿಯ ನಿರೂಪಣೆಯಿಂದ, ಹಿಂದುಮುಂದಾಗಿ ಕಥೆಹೇಳುವ ಶೈಲಿಯಿಂದ ಜನರ ಗಮನ ಸೆಳೆಯಿತು. ಅಷ್ಟೇ ಅಲ್ಲ, ಆಸ್ಕರ್ ಮತ್ತು ಗೋಲ್ಡನ್ ಗ್ಲೋಬ್ ಪ್ರಶಸ್ತಿಗಳಿಗೆ ಈ ಚಿತ್ರದ ಚಿತ್ರಕಥೆ ನಾಮನಿರ್ದೇಶಿತವಾಯಿತು. ಅಂತಾರಾಷ್ಟ್ರೀಯ ಮಟ್ಟದಲ್ಲಿ ನೋಲನ್ ಹೆಸರು ಮಾಡಿದರು. ಮುಂದಿನ ಚಿತ್ರ 'ಇನ್ಸೋಮ್ನಿಯಾ' ಕೂಡ ಯಶಸ್ವಿಯಾದರೂ ಅದು ಹೆಚ್ಚು ಚರ್ಚಿಸಲ್ಪಡದ ಸಿನಿಮಾ. ನೋಲನ್ ಸಿನಿಮಾಗಳಲ್ಲಿ ನಿರ್ಲಕ್ಷಿತ ಸಿನಿಮಾ ಎನ್ನಬಹುದು. ಆದರೆ ವಾರ್ನರ್ ಬ್ರದರ್ಸ್ 2003 ರಲ್ಲಿ ಗೋಥಮ್ ನಗರದ ಸೂಪರ್ ಹೀರೋ ಆಧಾರಿತ ಚಲನಚಿತ್ರಗಳ ಸರಣಿಯ ಮೊದಲ ಚಿತ್ರ 'ಬ್ಯಾಟ್‌ಮ್ಯಾನ್ ಬಿಗಿನ್ಸ್' (2005) ನಿರ್ದೇಶಿಸಲು ನೋಲನ್‌ರನ್ನು ಆಯ್ಕೆ ಮಾಡಿದಾಗ ಅದು ನೋಲನ್ ಪಾಲಿಗೆ ಮಾತ್ರವಲ್ಲ ಸಿನಿಮಾ ಕ್ಷೇತ್ರಕ್ಕೂ ಮಹತ್ವದ ತಿರುವು ನೀಡಲಿರುವ ನಿರ್ಧಾರವಾಗಿತ್ತು. ಸರಣಿಯ ಎರಡನೇ ಚಿತ್ರ 'ದಿ ಡಾರ್ಕ್ ನೈಟ್' (2008) ಮತ್ತು ಮೂರನೆಯ ಚಿತ್ರ 'ದಿ ಡಾರ್ಕ್ ನೈಟ್ ರೈಸಸ್' (2012). ಈ ಮೂರೂ ಸಿನಿಮಾಗಳು ಜನರನ್ನು ಹುಚ್ಚೆಬ್ಬಿಸಿದವು. ಕ್ರಿಶ್ಚಿಯನ್ ಬೇಲ್, ಗ್ಯಾರಿ ಓಲ್ಡ್‌ಮ್ಯಾನ್, ಮೈಕೆಲ್ ಕೇನ್, ಆ್ಯನ್ ಹಾಥ್‌ವೇ, ಮಾರ್ಗನ್ ಫ್ರೀಮನ್, ಸಿಲಿಯನ್ ಮರ್ಫಿ, ಟಾಮ್ ಹಾರ್ಡಿ ಮುಂತಾದ ಘಟಾನುಘಟಿ ತಾರೆಯರ ದಂಡೇ ಇತ್ತು. ಎಲ್ಲರೂ ಸ್ಪರ್ಧೆಗಿಳಿದವರಂತೆ ನಟಿಸುತ್ತಿದ್ದರು. ಆದರೆ ಎರಡನೇ ಸಿನಿಮಾದಲ್ಲಿ ಜೋಕರ್ ಪಾತ್ರ ವಹಿಸಿದ ಹೀತ್ ಲೆಡ್ಜರ್ ಅಭಿನಯ ಜನರ ಮನಸ್ಸನ್ನು ಸೂರೆಗೊಂಡಿತು. ಜೋಕರ್ ಎಂಬ ಖಳನ ಪಾತ್ರವೇ ಅಕ್ಷರಶಃ ತಾನಾಗಿಬಿಟ್ಟಿದ್ದ ಹೀತ್ ಎಂಬ ತರುಣ. ಜಗತ್ತಿನ ಅತ್ಯುತ್ತಮ ಪಾತ್ರಗಳ ಪೈಕಿ ನೋಲನ್‌ರ ಜೋಕರ್‌ಗೆ ಶಾಶ್ವತ ಸ್ಥಾನ ಗಳಿಸಿಕೊಟ್ಟಾತ ಹೀತ್. ಆ ಪಾತ್ರಕ್ಕೆ ಅತ್ಯುತ್ತಮ ಸಹನಟ ಆಸ್ಕರ್ ಪ್ರಶಸ್ತಿ ಘೋಷಣೆಯಾಗುವ ಹೊತ್ತಿಗೆ 29ರ

ಹೀತ್ ನಿಧನ ಹೊಂದಿದ್ದರು. ಆ ಪಾತ್ರದ ಪ್ರಭಾವದಿಂದ ಹೊರಬರಲಾಗದೆ ಒದ್ದಾಡುತ್ತಿದ್ದ ಹೀತ್, ಡ್ರಗ್ ಸೇವನೆಯಲ್ಲಿ ವ್ಯತ್ಯಾಸವಾಗಿ ಮೃತಪಟ್ಟಿದ್ದರು. ಅದಾದ ಎರಡೇ ದಿನಗಳಿಗೆ ಹೀತ್ ಪತ್ನಿ ಹೆಣ್ಣುಮಗುವಿಗೆ ಜನ್ಮ ನೀಡಿದ್ದರು.

ಈ ಮೂರು ಸಿನಿಮಾಗಳ ನಡುವೆಯೇ 'ದಿ ಪ್ರೆಸ್ಟಿಜ್' (2006), 'ಇನ್ಸೆಪ್ಷನ್' (2010) ಚಿತ್ರಗಳೂ ತೆರೆಕಂಡವು. ಕ್ರಿಶ್ಚಿಯನ್ ಬೇಲ್ ಮತ್ತು ಜಾಕ್‌ಮನ್ ಅದ್ಭುತ ನಟನೆಯ 'ದಿ ಪ್ರೆಸ್ಟಿಜ್' ಇಬ್ಬರು ಮ್ಯಾಜಿಶಿಯನ್‌ಗಳ ಬದ್ಧ ವೈರದ ಕಥೆ ಹೇಳುವ ಸಿನಿಮಾ. ಒಬ್ಬರು ಮತ್ತೊಬ್ಬರನ್ನು ಮೀರಿಸಲು ವೈಯಕ್ತಿಕ ಬದುಕಿನಲ್ಲಿ ಊಹಿಸಲಾರದಷ್ಟು ತ್ಯಾಗ ಮಾಡುವ ಈ ಪಾತ್ರಗಳ ತೊಳಲಾಟವನ್ನು ನೋಲನ್ ತೆರೆಯ ಮೇಲೆ ತೋರಿಸಿರುವ ಪರಿಯನ್ನು ನೋಡಿಯೇ ಅನುಭವಿಸಬೇಕು.

'ಇನ್ಸೆಪ್ಷನ್' ನೋಲನ್ನರ ವಿಶಿಷ್ಟ ಚಿತ್ರ. ನೂರರವತ್ತು ಮಿಲಿಯನ್ ಡಾಲರ್ ವೆಚ್ಚದಲ್ಲಿ ತಯಾರಾದ ಈ ಸಿನಿಮಾ ನೈಜತೆ ಮತ್ತು ಕನಸುಗಳ ನಡುವಿನ ಗೆರೆಯನ್ನು ಅಳಿಸಿ ಹಾಕಿತು! ಬೇರೆಯವರ ಕನಸಿನೊಳಗೆ ಹೋಗಿ ಅವರ ಮಿದುಳಿನೊಳಗೆ ತನ್ನ ಯೋಚನೆಗಳನ್ನು ಬಿತ್ತುವ ಹೊಸಬಗೆಯ ಕಳ್ಳತನದ ಕಥೆ. ಒಂದು ಸಲಕ್ಕೆ ಅರ್ಥವಾಗದ ಸಿನಿಮಾ ಎಂದು ಎಲ್ಲೆಡೆ ಚರ್ಚೆಗೊಳಗಾದರೂ 2010ರ ಅತೀಹೆಚ್ಚು ಹಣ ಗಳಿಸಿದ ಮೊದಲ ಐದು ಚಿತ್ರಗಳಲ್ಲಿ ಇದೂ ಒಂದು. ಲಿಯೊನಾರ್ಡೋ ಡಿಕಾಪ್ರಿಯೋ ಅಭಿನಯದ ಈ ಚಿತ್ರ ನಾಲ್ಕು ಆಸ್ಕರ್ ಪ್ರಶಸ್ತಿಗಳನ್ನೂ ಗಳಿಸಿತು.

ಇನ್ನು 2014ರ 'ಇಂಟರ್‌ಸ್ಟೆಲ್ಲರ್' ಮಾಥ್ಯೂ ಮೆಕೊನಿ ಮತ್ತು ಆ್ಯನ್ ಹಾಥ್‌ವೇ ಅಭಿನಯದ ಸಿನಿಮಾ. ಕರಾಳ ಭವಿಷ್ಯದ ಕುರಿತ ಡಿಸ್ಟೋಪಿಯನ್ ಚಿತ್ರ. (ಯುಟೋಪಿಯಾ ಎಂಬ ಕಾಲ್ಪನಿಕ ಆದರ್ಶ ರಾಜ್ಯದ ವಿರುದ್ಧ) ಭೂಮಿ ವಾಸಕ್ಕೆ ಅನರ್ಹವಾದಾಗ ಹೊಸದೊಂದು ವಾಸಸ್ಥಾನವನ್ನು ಹುಡುಕುವ, ಸ್ಪೇಸ್ ಕ್ರಾಫ್ಟ್‌ನಲ್ಲಿ ಮಾನವ ಸಂತತಿಯನ್ನು ಸಂರಕ್ಷಿಸಲು ಹೋರಾಡುವ ವಿಜ್ಞಾನಿಗಳು ಗಗನಯಾನಿಗಳ ಕಥೆ. ರೋಚಕ ಎನ್ನಿಸುವ ಈ ವೈಜ್ಞಾನಿಕ ಕಥೆಯಲ್ಲಿನ ತಂದೆ ಮಗಳ ಪ್ರೇಮದ ಎಳೆ ನೋಡುಗರನ್ನು ಕಣ್ಣೀರಾಗಿಸುತ್ತದೆ. ಮ್ಯಾಥ್ಯೂ ಮೆಕೊನಿಯ ಅಭಿನಯ ಅಪರೂಪದ್ದು.

ಎರಡನೇ ಮಹಾಯುದ್ಧದ ಸಂದರ್ಭದಲ್ಲಿ (1940) ಫ್ರಾನ್ಸ್‌ನ ಡನ್‌ಕಿರ್ಕ್ ಎಂಬ ಸಮುದ್ರ ತೀರದ ಊರಿಗೆ ಜರ್ಮನಿ ಮುತ್ತಿಗೆ ಹಾಕಿರುತ್ತದೆ. ಆ ಸ್ಥಳದಿಂದ ಮಿತ್ರಪಕ್ಷಗಳ (ಬ್ರಿಟಿಷ್, ಫ್ರಾನ್ಸ್ ಮತ್ತು ಬೆಲ್ಜಿಯಂ) ಮೂರು ಲಕ್ಷಕ್ಕೂ ಅಧಿಕ ಸೈನಿಕರನ್ನು ಜರ್ಮನ್ ಸೇನೆಯಿಂದ ಬಿಡಿಸಿಕೊಂಡು ಬರುವ ಐತಿಹಾಸಿಕ ಘಟನೆಯಾಧರಿಸಿದ ಚಿತ್ರ 'ಡನ್‌ಕಿರ್ಕ್' (2017). ನಿರ್ಮಾಪಕರು ವಾರ್ನರ್

ಬ್ರದರ್ಸ್. ಭೂಸೇನೆ, ನೌಕಾಸೇನೆ ಮತ್ತು ವಾಯುಪಡೆಗಳನ್ನು ಬಳಸಿಕೊಂಡು ನಡೆದ ಈ ಬಿಡುಗಡೆಯ ಆಪರೇಶನ್ ರೋಚಕವಾದದ್ದು. ವಾಯುಪಡೆಯ ಒಂದು ಗಂಟೆ, ನೌಕೆಯಲ್ಲಿ ಒಂದು ದಿನ, ಭೂಮಿಯ ಮೇಲಿನ ಒಂದುವಾರ ನಡೆಯುವ ಸಂಗತಿಗಳನ್ನು ಒಟ್ಟಿಗೆ ಹೆಣೆದಿರುವುದು ಮತ್ತು ಅವೆಲ್ಲವನ್ನೂ ಒಂದೇ ಸಮಯಕ್ಕೆ ಕೊನೆಗೊಳಿಸಿರುವ ನೋಲನ್ ಚಾತುರ್ಯಕ್ಕೆ ಸೈ ಎನ್ನಲೇಬೇಕು! ಯುದ್ಧಕ್ಕೆ ಸಂಬಂಧಪಟ್ಟ ಅತ್ಯುತ್ತಮ ಸಿನಿಮಾಗಳಲ್ಲಿ ಡನ್‌ಕಿರ್ಕ್ ಮುಖ್ಯ ಸ್ಥಾನ ಪಡೆಯುತ್ತದೆ. ನೋಲನ್‌ರ 2020ರ ಚಿತ್ರ 'ಟೆನೆಟ್' ಅನ್ನು ಭೌತಶಾಸ್ತ್ರದ ಆಳವಾದ ಜ್ಞಾನವಿಲ್ಲದಿದ್ದರೆ ಅರ್ಥ ಮಾಡಿಕೊಳ್ಳಲಾಗದು! ಅವರ ಇತರ ವೈಜ್ಞಾನಿಕ ಚಿತ್ರಗಳಿಗೆ ಹೋಲಿಸಿದರೆ ಟೆನೆಟ್ ಸ್ವಲ್ಪ ಹೆಚ್ಚೇ ಗೊಂದಲ ಉಂಟು ಮಾಡುತ್ತದೆ.

ನೋಲನ್ ಒಬ್ಬ ಪರ್ಫೆಕ್ಷನಿಸ್ಟ್. ಅವರ ಪ್ರತೀ ಸಿನಿಮಾವೂ ಜನರಲ್ಲಿ ಹೊಸ ನಿರೀಕ್ಷೆ ಹುಟ್ಟುಹಾಕುತ್ತದೆ. ಅವರ ಸಿನಿಮಾಗಳು ಸರಾಗವಾಗಿ ನೋಡಿಸಿಕೊಳ್ಳುವ ಸಿನಿಮಾಗಳಲ್ಲ. ವೀಕ್ಷಕನ ತಲೆಗೆ ಹುಳ ಬಿಡದಿದ್ದರೆ ನೋಲನ್‌ಗೆ ಸಮಾಧಾನವಿಲ್ಲ! ಪೂರ್ತಿಯಾಗಿ ಇನ್ವಾಲ್ವ್ ಆಗದೇ ನೋಲನ್ ಸಿನಿಮಾಗಳು ಅರ್ಥವಾಗವು. ಸುಲಿದ ಬಾಳೆಯಹಣ್ಣಿನಂತೆ ಅಲ್ಲ ಅವರ ಚಿತ್ರಗಳು, ಬಾಯಲ್ಲೇ ಇಟ್ಟುಕೊಂಡು ನಿಧಾನವಾಗಿ ಬಾಯಲ್ಲೇ ಕರಗಿಸಿ ರುಚಿನೋಡಬೇಕಾದ ವಿಶಿಷ್ಟ ಚಾಕಲೇಟುಗಳು. ಕಾರ್ಖಾನೆಯಲ್ಲಿ ತಯಾರಾಗಿ ಬಂದ ಹೊದಿಕೆಯಂತಲ್ಲದೇ ಒಂದೊಂದು ಎಳೆಯನ್ನೂ ಜಾಗರೂಕತೆಯಿಂದ ನೆಯ್ದು ಮಾಡಿದ ಕೌದಿ ಅವರ ಸಿನಿಮಾ. ಬಾಲ್ಯದಿಂದಲೂ ಸಿನಿಮಾ ನಿರ್ಮಾಣದ ಬಹಳಷ್ಟು ವಿಭಾಗಗಳಲ್ಲಿ ಕೆಲಸ ಮಾಡಿರುವ ನೋಲನ್‌ಗೆ ಅವೆಲ್ಲ ಅನುಭವಗಳೂ ಅಮೂಲ್ಯ. ಚಿತ್ರಕಥೆಯ ಕೌಶಲ್ಯದ ಬಲು ಮಜಬೂತಾದ ಕುಶಲಕರ್ಮಿ ನೋಲನ್. ಸರಳವಾಗಿ ಕಥೆ ಹೇಳುವ ಬದಲು ಉದ್ದೇಶಪೂರ್ವಕವಾಗಿ ಅಸ್ಪಷ್ಟತೆಯನ್ನಿಟ್ಟು ಪ್ರತೀ ಬಾರಿ ಸಿನಿಪ್ರಿಯರು ಸಿನಿಮಾ ನೋಡಿದಾಗಲೂ ಹೊಸಹೊಸ ಅರ್ಥ ಹೊಳೆಯಿಸುವುದು ಅವರ ಕಥಾ ನಿರೂಪಣೆಯ ತಂತ್ರ. ಕ್ರಿಸ್ಟೋಫರ್ ನೋಲನ್ ತಮ್ಮ ಬಹಳಷ್ಟು ಸಿನಿಮಾಗಳ ಬರವಣಿಗೆಯನ್ನು ತಮ್ಮ ಸಹೋದರ ಜೊನಾಥನ್ ಜತೆ ಮಾಡಿದ್ದಾರೆ. ಬ್ಯಾಟ್‌ಮನ್ ಚಿತ್ರಗಳಿಗಾಗಿ ನೋಲನ್ ಆಸಕ್ತಿ ವಹಿಸಿ ರೂಪಿಸಿದ್ದ ಬ್ಯಾಟ್‌ಮನ್ ಸೂಟ್ ಮತ್ತು ಮೋಟರ್‌ಬೈಕ್ ಸಾವಿರಾರು ಡಾಲರುಗಳಿಗೆ ಮಾರಾಟವಾದವು! ಇಂಗ್ಲೆಂಡ್ ಮತ್ತು ಅಮೆರಿಕಾದಲ್ಲಿ ಕಾರ್ಯ ನಿರ್ವಹಿಸುತ್ತಿರುವ ನೋಲನ್‌ರ ಚಿತ್ರ ನಿರ್ಮಾಣ ಕಂಪನಿಯಲ್ಲಿ ಕೇವಲ ನಾಲ್ಕೇ ಜನ ಉದ್ಯೋಗಿಗಳಿದ್ದಾರೆ. ಅವರಲ್ಲಿ ಇಬ್ಬರು ನೋಲನ್ ಮತ್ತವರ ಪತ್ನಿ ಎಮ್ಮಾ!

ತನ್ನ ಪಾತ್ರಗಳ ಹೆಸರುಗಳಲ್ಲಿ ಏನಾದರೂ ಗುಟ್ಟು ಇಡುವುದು ನೋಲನ್‌ಗೆ ಇಷ್ಟ. ದಿ ಪ್ರೆಸ್ಟಿಜ್ ಸಿನಿಮಾ ಮ್ಯಾಜಿಕ್‌ಗೆ ಸಂಬಂಧಿಸಿದ್ದು. ಇದರಲ್ಲಿ ಅಲ್ಫ್ರೆಡ್ ಬೋರ್ಡನ್ ಮತ್ತು ರಾಬರ್ಟ್ ಆ್ಯಂಜಿಯರ್. ಈ ನಾಲ್ಕೂ ಹೆಸರುಗಳ ಮೊದಲ ಅಕ್ಷರಗಳು ಅಬ್ರಾ, ಅಂದರೆ ಮ್ಯಾಜಿಕ್‌ನ ಅಬ್ರಕಡಾಬ್ರಾದ ಕಿರು ಹೆಸರು. 'ಇನ್ಸೆಪ್ಷನ್'ನಲ್ಲಿ ಐದು ಮುಖ್ಯಪಾತ್ರಗಳ ಹೆಸರಿನ ಮೊದಲ ಅಕ್ಷರಗಳು ಡ್ರೀಮ್ ಎಂದಾಗುತ್ತವೆ! ಹಿಮ್ಮುಖ ಚಲನೆಯ ಅಂಶವಿರುವ ಟೆನೆಟ್ ಸಿನಿಮಾದ ಹೆಸರೇ ಒಂದು ಪಾಲಿಂಡ್ರೋಮ್! (ಯಾವ ಕಡೆಯಿಂದ ಓದಿದರೂ ಒಂದೇ ಥರ ಇರುವ ಪದಗಳೇ ಪಾಲಿಂಡ್ರೋಮ್‌ಗಳು, ಉದಾ: ಕಿಟಕಿ.)

ತಮ್ಮ ಸಿನಿಮಾಗಳಲ್ಲಿ ವೈಜ್ಞಾನಿಕವಾಗಿ ನೂರುವರ್ಷ ಮುಂದಿರುವ ನೋಲನ್ ಯಶಸ್ಸಿಗೆ ಕಾರಣ ನಿಜಜೀವನದಲ್ಲಿ ಅವರು ಬಹಳ ಸರಳವಾಗಿರುವುದು. ಇಂದಿಗೂ ಅವರು ಸ್ಮಾರ್ಟ್ ಫೋನ್ ಮತ್ತು ಇಮೇಲ್ ವಿಳಾಸ ಹೊಂದಿಲ್ಲ. ಇದರಿಂದ ಅವರ ಗಮನ ಬೇರೆಡೆ ಹೋಗದೆ ನಿರ್ದೇಶನದ ಹೊಸ ಹೊಸ ಸಾಧ್ಯತೆಗಳ ಬಗ್ಗೆ ಆಳವಾಗಿ ಯೋಚಿಸಲು ಸಮಯ ಸಿಗುತ್ತದೆ. ಅವರ ಏಕಾಗ್ರತೆಯ ಪರಿಣಾಮ ಪ್ರತಿಬಾರಿಯೂ ನೋಡುಗರು ಊಹಿಸಲಾರದ ಹೊಸಬಗೆಯ ಸಿನಿಮಾ ಎಂಬುದನ್ನು ಈ ಎರಡು ದಶಕಗಳಲ್ಲಿ ನೋಲನ್ ಸಾಬೀತುಪಡಿಸಿದ್ದಾರೆ.

ಇವರ ಚಿತ್ರಗಳಿಗೆ ಆಸ್ಕರ್ ಸೇರಿದಂತೆ ನೂರಾರು ಮುಖ್ಯ ಪ್ರಶಸ್ತಿಗಳೆಲ್ಲ ಸಿಕ್ಕಿದರೂ ನೋಲನ್‌ಗೆ ಆಸ್ಕರ್ ಅತ್ಯುತ್ತಮ ನಿರ್ದೇಶಕ ಪ್ರಶಸ್ತಿ ಇನ್ನೂ ಸಿಕ್ಕಿಲ್ಲ! 2018 ರಲ್ಲಿ 'ಡನ್‌ಕಿರ್ಕ್'ಗಾಗಿ ಮೊದಲ ಬಾರಿ ನಾಮನಿರ್ದೇಶನಗೊಂಡರೂ ಆಸ್ಕರ್ ಸಿಗಲಿಲ್ಲ. ನೋಲನ್‌ರಂತಹ ಯಶಸ್ವೀ ಮತ್ತು ಹೊಸ ಚಿಂತನೆಯ ನಿರ್ದೇಶಕನಿಗೆ ಅತ್ಯುತ್ತಮ ನಿರ್ದೇಶಕ ಪ್ರಶಸ್ತಿ ಸಿಕ್ಕಿಲ್ಲ ಎಂದರೆ ಅದು ಅಚ್ಚರಿಯ ಸಂಗತಿಯೇ. ಇದಿನ್ನೂ ಐವತ್ತರ ಹರೆಯದ ನೋಲನ್ ಇನ್ನೂ ಹಲವಾರು ಸಿನಿಮಾ ನೀಡಲಿದ್ದಾರೆ. ಆದರೆ ಜಗತ್ತಿನ ಶ್ರೇಷ್ಠ ನಿರ್ದೇಶಕರ ಸಾಲಿನಲ್ಲಿ ಅವರ ಹೆಸರು ಈಗಾಗಲೇ ದಾಖಲಾಗಿದೆ ಎನ್ನುವುದೂ ಸತ್ಯ.

ಹನ್ನೊಂದರ ಚಿಕ್ಕ ವಯಸ್ಸಿನಲ್ಲೇ ನಿರ್ದೇಶಕನಾಗುವ ಗುರಿ ಇಟ್ಟುಕೊಂಡು ವರ್ಷಗಟ್ಟಲೆ ಅದನ್ನೇ ಧ್ಯಾನಿಸುತ್ತ ಆ ಕ್ಷೇತ್ರದಲ್ಲಿ ಹಿಮಾಲಯದೆತ್ತರ ಬೆಳೆದ ಕ್ರಿಸ್ಟೋಫರ್ ನೋಲನ್ ಸಾಧನೆಯ ಹಾದಿಯಲ್ಲಿರುವವರಿಗೆ ಹುರುಪು ತುಂಬುವ ಹೆಸರು. ಪರೀಕ್ಷೆಯಲ್ಲಿ ಸುಲಭದ ಪ್ರಶ್ನೆಗಳನ್ನು ಬಿಟ್ಟು ಕಷ್ಟದ ಪ್ರಶ್ನೆಗಳನ್ನೇ ಆಯ್ದುಕೊಂಡರೂ ರ‍್ಯಾಂಕ್ ಗಳಿಸುವ ಕಡುಜಾಣ ವಿದ್ಯಾರ್ಥಿ ನೋಲನ್ ಎಂದರೆ ಖಂಡಿತ ಅತಿಶಯೋಕ್ತಿ ಅಲ್ಲ.

22

ರೇಲ್ವೆಯಲ್ಲಿ ಟಿಟಿ ಆಗಿದ್ದ ಹುಡುಗ ಭಾರತದ ಕೂಲ್ ಕ್ಯಾಪ್ಟನ್ ಆದ ಕಥೆ!

ಮಹೇಂದ್ರ ಸಿಂಗ್ ಧೋನಿ, ಹೆಸರು ಕೇಳಿದ ಕೂಡಲೇ ಕ್ರಿಕೆಟ್ ಪ್ರಿಯರ ಮುಖದಲ್ಲೊಂದು ಕಿರುನಗೆ ಮೂಡುತ್ತದೆ. ಆಟಗಾರನಾಗಿ, ತಂಡದ ನಾಯಕನಾಗಿ ಮಾತ್ರವಲ್ಲ ಓರ್ವ ವ್ಯಕ್ತಿಯಾಗಿಯೂ ಜನರ ಮನಗೆದ್ದುದೇ ಅದಕ್ಕೆ ಕಾರಣ. ಆಟದ ರೀತಿಯಂತೆ ತನ್ನನ್ನು ತಾನು ಬದಲಾಯಿಸಿಕೊಂಡ ಸಾಮಾನ್ಯ ಆಟಗಾರನಲ್ಲ ಆತ, ಬದಲಾಗಿ ತನಗೆ ಬೇಕಾದಂತೆ ಆಟವನ್ನೇ ಪಳಗಿಸಿಕೊಂಡ ಕ್ರಿಕೆಟಿಗ. ಜಾರ್ಖಂಡ್‌ದಂತಹ ಹಿಂದುಳಿದ ರಾಜ್ಯದಿಂದ ಜಗತ್ತನ್ನೇ ಗೆಲ್ಲುವ ಕನಸನ್ನಿಟ್ಟುಕೊಂಡು ಬಂದ ಹುಡುಗ. ಕ್ರಿಕೆಟ್ ತಂಡದಲ್ಲಿ ಸ್ಥಾನ ಪಡೆಯಲು ಬಹಳಷ್ಟು ಬೆವರು ಹರಿಸಿದಾತ. ಆದರೆ ಒಮ್ಮೆ ಅವಕಾಶ ಸಿಕ್ಕಿದ್ದೇ ತಡ ಎರಡೂ ಕೈಗಳಿಂದ ಅವಕಾಶವನ್ನು ಹೇಗೆ ಬಾಚಿಕೊಂಡನೆಂದರೆ ಆತನ ಸಾಧನೆ ಆತನ ಕನಸುಗಳನ್ನು ದಾಟಿ ಹೋಗಿದ್ದಕ್ಕೆ ನಾವೆಲ್ಲ ಸಾಕ್ಷಿಯಾಗಿದ್ದೇವೆ. ಟೆಸ್ಟ್, ಒಂಡೇ ಮತ್ತು ಟ್ವೆಂಟಿ ಟ್ವೆಂಟಿ ಈ ಮೂರೂ ವಿಧದ ಕ್ರಿಕೆಟ್‌ನಲ್ಲಿ ಭಾರತಕ್ಕೆ ಚಾಂಪಿಯನ್‌ಶಿಪ್ ಗಳಿಸಿಕೊಟ್ಟ ಸಾಧನೆ ಧೋನಿಯದು. ಬಿರ್ಸಾ ಮುಂಡಾ ನಂತರ ಜಾರ್ಖಂಡ್ ರಾಜ್ಯದ ಜನರ ಆರಾಧ್ಯ ದೈವವೆಂದರೆ ಧೋನಿ.

1981ರ ಜುಲೈ 7 ರಂದು ಬಿಹಾರದ ರಾಂಚಿಯಲ್ಲಿ ಜನಿಸಿದರು ಧೋನಿ. ಬಿಹಾರ ಎರಡು ರಾಜ್ಯಗಳಾಗಿ ವಿಭಾಗಿಸಲ್ಪಟ್ಟ ಮೇಲೆ ಈಗ ರಾಂಚಿ ಜಾರ್ಖಂಡ್ ರಾಜ್ಯದಲ್ಲಿದೆ. ಬಾಲ್ಯದಲ್ಲಿ ಬ್ಯಾಡ್ಮಿಂಟನ್ ಹಾಗೂ ಫುಟ್‌ಬಾಲ್‌ಗಳಲ್ಲಿ ಆಸಕ್ತಿ. ಫುಟ್‌ಬಾಲ್‌ನಲ್ಲಿ ಗೋಲ್ ಕೀಪರ್ ಆಗಿದ್ದರು ಧೋನಿ. ಅವರ ಫುಟ್‌ಬಾಲ್ ಕೋಚ್ ಧೋನಿಯವರನ್ನು ಕ್ರಿಕೆಟ್ ಆಡಲು ಪ್ರೋತ್ಸಾಹಿಸಿದರು. ಧೋನಿಯ ವಿಕೆಟ್ ಕೀಪಿಂಗ್ ಎಲ್ಲರ ಗಮನ ಸೆಳೆಯಿತು. ಕಮಾಂಡೋ ಕ್ರಿಕೆಟ್ ಕ್ಲಬ್‌ನ

ವಿಕೆಟ್ ಕೀಪರ್ ಆದರು. 1997-98 ರಲ್ಲಿ ಹದಿನಾರು ವರ್ಷದೊಳಗಿನ ವಿನೂ ಮಂಕಡ್ ಸರಣಿಗೆ ಆಯ್ಕೆಯಾದರು. ಅಲ್ಲಿ ಧೋನಿಯ ಬ್ಯಾಟ್ ಮಾತಾಡಿತು. ಓದು ಮತ್ತು ಆಟ ಎರಡನ್ನೂ ನಿಭಾಯಿಸುತ್ತಿದ್ದರು. ಈ ನಡುವೆ ರೇಲ್ವೆ ಇಲಾಖೆಯ ಕೆಲಸ ಕೂಡ ಪಡೆದು 2001 ರಿಂದ 2003 ರವರೆಗೆ ಮಿಡ್ನಾಪುರದಲ್ಲಿ ರೇಲ್ವೆ ಟಿಟಿ ಆಗಿ ಕೆಲಸ ನಿರ್ವಹಿಸಿದರು. ಅಲ್ಲಿಯೂ ತಮ್ಮ ಜವಾಬ್ದಾರಿಗಳನ್ನು ಪ್ರಾಮಾಣಿಕವಾಗಿ ನಿರ್ವಹಿಸುವ ವ್ಯಕ್ತಿ ಎಂದು ಗುರುತಿಸಿಕೊಂಡಿದ್ದರು. ರೇಲ್ವೆಯಲ್ಲಿ ಕೆಲಸ ಮಾಡುತ್ತಲೇ ಧೋನಿ ಬಿಹಾರದ ಪರ ರಣಜಿ ಪಂದ್ಯಾವಳಿಗೂ ಆಯ್ಕೆಯಾದರು. ನಿಧಾನವಾಗಿ ಕ್ರಿಕೆಟ್ ಧೋನಿಯನ್ನು ಎಷ್ಟರಮಟ್ಟಿಗೆ ಆವರಿಸಿತೆಂದರೆ ಟಿಟಿ ಕೆಲಸ ಅವರಿಗೆ ಬೇಸರ ತರತೊಡಗಿತು. 2003 ರಲ್ಲಿ ಕೆಲಸಕ್ಕೆ ರಾಜೀನಾಮೆ ಕೊಟ್ಟು ತಮ್ಮನ್ನು ತಾವು ಕ್ರಿಕೆಟ್‌ನಲ್ಲಿ ತೊಡಗಿಸಿಕೊಂಡರು. ಬಂಗಾಳ ತಂಡದ ಮಾಜಿ ಕ್ಯಾಪ್ಟನ್ ಪ್ರಕಾಶ್ ಪಡ್ಡಾರ್ ಈ ಪುಟ್ಟ ಪಟ್ಟಣದ ಹುಡುಗನ ಪ್ರತಿಭೆಯನ್ನು ಗುರುತಿಸಿದರು. 2003 ರಲ್ಲಿ ಭಾರತದ ಎ ತಂಡಕ್ಕೆ ಆಯ್ಕೆಯಾಗಿ ಕೀನ್ಯಾದಲ್ಲಿ ಸರಣಿಯೊಂದನ್ನು ಆಡಿದರು. ಅಲ್ಲಿನ ಪ್ರದರ್ಶನ ರಾಷ್ಟ್ರೀಯ ತಂಡಕ್ಕೆ ಧೋನಿಗೆ ಜಾಗ ಸಿಗುವಂತೆ ಮಾಡಿತು. ಒಬ್ಬ ಒಳ್ಳೆಯ ವಿಕೆಟ್ ಕೀಪರ್ ಹಾಗೂ ಬ್ಯಾಟ್ಸ್‌ಮನ್ ಆಗಿ ಧೋನಿ 2004 ರಲ್ಲಿ ಬಾಂಗ್ಲಾ ವಿರುದ್ಧ ಒಂದು ದಿನದ ಅಂತಾರಾಷ್ಟ್ರೀಯ ಕ್ರಿಕೆಟ್‌ಗೆ ಪಾದಾರ್ಪಣೆ ಮಾಡಿದರು. ಮೊದಲ ಪಂದ್ಯದಲ್ಲಿಯೇ ಶೂನ್ಯ ಸಂಪಾದನೆ! ಆದರೂ ಅದೃಷ್ಟವಶಾತ್ ಪಾಕಿಸ್ತಾನದ ವಿರುದ್ಧದ ಒಂಡೇ ಸರಣಿಗೆ ಆಯ್ಕೆಯಾದರು. ಅಲ್ಲಿ ಐದನೇ ಪಂದ್ಯದಲ್ಲಿ ಪ್ರತಿಕೂಲ ವಾತಾವರಣದಲ್ಲೂ ಶತಕ (123 ಬಾಲ್ 148 ರನ್) ಬಾರಿಸಿದ ಧೋನಿ ಭಾರತಕ್ಕೆ ಗೆಲುವು ತಂದುಕೊಟ್ಟರು. ವಿಕೆಟ್ ಕೀಪರ್ ಒಬ್ಬರು ಅಷ್ಟು ರನ್ ಮಾಡಿದ್ದು ಅದೇ ಮೊದಲು!

2005 ರಲ್ಲಿ ಜೈಪುರದ ಸವಾಯಿ ಮಾನ್‌ಸಿಂಗ್ ಸ್ಟೇಡಿಯಂನಲ್ಲಿ ಶ್ರೀಲಂಕಾ 298 ರನ್ ಗಳಿಸಿತ್ತು. ಸಚಿನ್ ಬೇಗ ಔಟಾಗಿದ್ದರು. ಧೋನಿಯ ಪ್ರತಿಭೆ ನಂಬಲಸಾಧ್ಯವಾದ ಜಾದೂ ಮಾಡಿತು! 185 ಬಾಲ್ ಎದುರಿಸಿ 183 ರನ್ ಗಳಿಸಿದ ಧೋನಿ ಭಾರತಕ್ಕೆ ಗೆಲುವು ತಂದುಕೊಟ್ಟರು. ಅಲ್ಲಿಂದ ಮುಂದೆ ಧೋನಿ ನಡೆದದ್ದೇ ಹಾದಿಯಾಯಿತು. 2007 ರಲ್ಲಿ ನಾಯಕಪಟ್ಟವೂ ಒಲಿದುಬಂತು. ಅದೇ ವರ್ಷ ಮೊದಲ ಟಿ20 ಚಾಂಪಿಯನ್ ಶಿಪ್ ಭಾರತದ ಮಡಿಲಿಗೆ ಬಿದ್ದಿತು. 2011 ರಲ್ಲಿ ಒಂಡೇ ವಿಶ್ವಕಪ್! ಸುನೀಲ್ ಗವಾಸ್ಕರ್, ಕಪಿಲ್‌ದೇವ್, ಅಜರುದ್ದೀನ್, ಗಂಗೂಲಿಯಂತಹ ಸಫಲ ನಾಯಕರ ಸಾಲಿಗೆ ಧೋನಿ ಕೂಡ ಸೇರಿದರು. ಕ್ರಿಕೆಟ್ ಅದೃಷ್ಟದ ಆಟವಲ್ಲ, ಪ್ರತಿಭೆ ಮತ್ತು ಪರಿಶ್ರಮದ ಆಟ ಎಂದು ಜಗತ್ತಿಗೆ ತೋರಿಕೊಟ್ಟವರು ಧೋನಿ.

ಸೋಲಿನ ದವಡೆಯಿಂದ ಗೆಲುವನ್ನು ಕಿತ್ತುಕೊಂಡು ಬರುವಂತಹ ಅದ್ಭುತ ಆಟಗಾರ ಮಹಿ. ಕ್ಯಾಪ್ಟನ್ ಕೂಲ್ ಆದ ಧೋನಿ ರಾಜೀವ್ ಗಾಂಧಿ ಖೇಲ್ ರತ್ನ, ಪದ್ಮಶ್ರೀ, ಪದ್ಮಭೂಷಣ, ಗೌರವ ಡಾಕ್ಟರೇಟ್, ಗೌರವ ಲೆಫ್ಟಿನೆಂಟ್ ಕರ್ನಲ್ ಮುಂತಾದ ಗೌರವಗಳಿಂದ ಸನ್ಮಾನಿಸಲ್ಪಟ್ಟಿದ್ದಾರೆ. 2008 ರಲ್ಲಿ ಐಸಿಸಿ ವರ್ಷದ ಕ್ರಿಕೆಟಿಗನಾದ ಮೊದಲ ಭಾರತೀಯ ಕ್ರಿಕೆಟಿಗ. ಶೋಯಬ್ ಅಖ್ತರ್ ಹೇಳುವಂತೆ ಭಯಕ್ಕೇ ಭಯ ಹುಟ್ಟಿಸುವ ಆಟಗಾರ ಧೋನಿ, ಅದಕ್ಕೇ ಕ್ರೀಡಾಪ್ರೇಮಿಗಳಿಗೆ ಧೋನಿ ಕ್ರೀಸಿನಲ್ಲಿದ್ದರೆ ಭಯದ ಮಾತೇ ಇರಲಿಲ್ಲ. ಯಾರ್ಕರ್ ಬಾಲಿಗೆ ಸಿಕ್ಸ್ ಹೊಡೆಯುವ ತಾಕತ್ತು ಇರುವ ಆಟಗಾರ ಎಂದು ವಸೀಮ್ ಅಕ್ರಂ, ಧೋನಿಯ ಬಗ್ಗೆ ಹೇಳಿದ್ದರು.

ವಿಶ್ವಾಸಾರ್ಹತೆ ಧೋನಿಯ ಮತ್ತೊಂದು ಹೆಸರು. ಆಟಕ್ಕೆ ಮತ್ತು ತನಗೆ ತಾನೇ ಪ್ರಾಮಾಣಿಕನಾಗಿರುವುದನ್ನು ಚಾಚೂ ತಪ್ಪದೇ ಪಾಲಿಸಿದವರು. ಅತೀ ಯಶಸ್ವಿ ನಾಯಕ. ಗೆಲುವಿನ ಶ್ರೇಯವನ್ನು ಇಡೀ ತಂಡಕ್ಕೆ ನೀಡುವ ಧಾರಾಳಿ. ಹಾಗಾಗಿ ವಿವಾದವೆಂಬುದು ಧೋನಿ ನಾಯಕತ್ವದಲ್ಲಿ ಇರಲಿಲ್ಲ. ವಿವಾದ ದೂರದಲ್ಲಿರುವಾಗಲೇ ಇಲ್ಲಿಂದಲೇ ದಾರಿ ಬದಲಾಯಿಸಿಬಿಡುವ ಕೂಲ್ ವ್ಯಕ್ತಿ ಅವರು. ಒಮ್ಮೆ ದೊಡ್ಡ ಅಪಘಾತವೊಂದರಿಂದ ಕೂದಲೆಳೆಯ ಅಂತರದಲ್ಲಿ ಮಹಿ ಮತ್ತವರ ಸ್ನೇಹಿತರು ಬಚಾವಾಗಿದ್ದರು, ಎಲ್ಲರೂ ಎದುರಿಗಿನ ಗಾಡಿಯವನ ಮೇಲೆ ರೇಗಲು ಹೊರಟಿದ್ದರೆ ಮಹಿ ಶಾಂತಚಿತ್ತರಾಗಿದ್ದರು, ಸ್ನೇಹಿತರಿಗೂ ಜಗಳ ಮಾಡಲು ಬಿಡಲಿಲ್ಲ. ಕೂಗಿ ಅಬ್ಬರಿಸಿ ಗರ್ಜಿಸುವುದು ನಿಜವಾದ ಸಾಮರ್ಥ್ಯವಲ್ಲ, ಅದು ಸುಲಭ. ಆದರೆ ಕೂಗಾಡುವ ಪರಿಸ್ಥಿತಿಯಲ್ಲೂ ತಾಳ್ಮೆಯಿಂದ ಮೌನವಾಗಿ ಇರುವುದು ಸಾಮರ್ಥ್ಯ. ಕ್ಲಿಷ್ಟ ಸನ್ನಿವೇಶಗಳಲ್ಲಿ ಶಾಂತರಾಗಿ ಯೋಚಿಸುವಂತಿದ್ದರೆ ಮತ್ತು ಧನಾತ್ಮಕವಾಗಿದ್ದರೆ ಅದೇ ಒಳ್ಳೆಯ ಫಾರ್ಮ್ ಮತ್ತು ಅದೇ ಯಶಸ್ಸು ಎನ್ನುವ ಮಹಿಯ ಸ್ಥಿತಪ್ರಜ್ಞೆ ವಿಶೇಷವಾದದ್ದು. ಒಮ್ಮೆ ರಣಜಿ ಆಡುವಾಗ ಧೋನಿ ಆರೋಗ್ಯ ಹದಗೆಟ್ಟಿತ್ತು, ಕೈಗೆ ಪೆಟ್ಟೂ ಆಗಿತ್ತು. ಪಂದ್ಯಾವಳಿಯಿಂದ ಆತ ಹೊರಹೋಗಬೇಕಾಯಿತು. ಇಂಡಿಯಾ ಎ ತಂಡಕ್ಕೆ ಮಹಿ ಆಯ್ಕೆಯಾಗುವ ಅವಕಾಶವಿತ್ತು. ಈ ಗಾಯದಿಂದ ಆ ಅವಕಾಶ ತಪ್ಪಿಹೋಗುವ ಸಾಧ್ಯತೆಯಿತ್ತು. ಮಹಿ ಮನಸ್ಸಿಗೆ ಬೇಸರ ಮಾಡಿಕೊಳ್ಳಬಹುದೇನೋ ಎಂದು ಕೋಚ್ ಮಾತಾಡಿದಾಗ ಆತ ಇದಲ್ಲದಿದ್ದರೆ ಮತ್ತೊಂದು ಅವಕಾಶ ಬರುತ್ತದೆ ಚಿಂತಿಸಬೇಡಿ ಎಂದು ಅವರಿಗೇ ಸಮಾಧಾನ ಹೇಳಿದ! ತಲೆಯಲ್ಲಿ ತಣ್ಣನೆಯ ಹಿಮಾಲಯವನ್ನೇ ಇಟ್ಟುಕೊಂಡವನೀತ. ಇದೇ ಸ್ವಭಾವದಿಂದಲೇ ಎಂತಹ ಪ್ರತಿಕೂಲ ಪರಿಸ್ಥಿತಿಯಲ್ಲೂ ಮಹಿ ಎದೆಗುಂದುತ್ತಿರಲಿಲ್ಲ. ತಮ್ಮ ಭಯವನ್ನು ಗುರುತಿಸಿ ಅದು ಕೇವಲ ನಮ್ಮ ಯೋಚನೆಯಲ್ಲಿ ಇದೆ ಎಂಬುದನ್ನು ಅರ್ಥ

ಮಾಡಿಕೊಂಡು ಅದನ್ನು ಮನಸ್ಸಿನಿಂದ ತೆಗೆದುಹಾಕುವುದು ಬಹುಮುಖ್ಯ. ಆಕ್ರಮಣಕಾರಿ ಸ್ವಭಾವದಿಂದ ಸಮಯ ಮತ್ತು ಶಕ್ತಿ ಎರಡೂ ವ್ಯರ್ಥವಾಗುತ್ತದೆ ಎಂಬುದನ್ನವರು ಬಲವಾಗಿ ನಂಬಿದ್ದರು. ಕೊನೆಯ ಓವರ್‌ನಲ್ಲಿ ಹದಿನೈದು ರನ್ ಬೇಕಿದ್ದರೆ, ಒತ್ತಡ ಎದುರಾಳಿ ಬೌಲರ್‌ಗೇ ಹೊರತು ಧೋನಿಗಲ್ಲ ಎಂಬ ಇಯಾನ್ ಬಿಶಪ್‌ರ ಮಾತು ಮಹಿಯ ಸ್ವಭಾವಕ್ಕೆ ಕೈಗನ್ನಡಿ.

ಮತ್ತು ಸಣ್ಣ ಮಟ್ಟದ ಯೋಚನೆಗಳಿಂದಲೂ ಅವರು ದೂರವೇ. ನಾಯಕ ಪಟ್ಟದಿಂದ ಕೆಳಗಿಳಿದರೂ ಕೊಹ್ಲಿಗೆ ಉಪಯುಕ್ತ ಸಲಹೆ ನೀಡುತ್ತಿದ್ದುದು ಇದಕ್ಕೆ ಉದಾಹರಣೆ. ಸರಳತೆ ಎಷ್ಟರಮಟ್ಟಿಗೆ ಎಂದರೆ ಏರ್‌ಪೋರ್ಟ್‌ನಲ್ಲಿಯೇ ಬ್ಯಾಗಿಗೆ ತಲೆಕೊಟ್ಟು ಮಲಗಲೂ ಸಿದ್ಧ, ನಿದ್ದೆ ಇಲ್ಲದೇ ಮಾರನೇ ದಿನದ ಪಂದ್ಯ ಹಾಳಾಗಬಾರದಷ್ಟೇ! ಜನರು ಏನು ಹೇಳುತ್ತಾರೆ ಎಂದೇ ಸದಾ ಯೋಚಿಸುವ ನಮಗೆ ಮಹಿಯ ನಡವಳಿಕೆಯೊಂದು ಪಾಠ! ಯಾವುದನ್ನೂ ಹಗುರವಾಗಿ ತೆಗೆದುಕೊಳ್ಳದಿರುವುದು ಧೋನಿಯ ಯಶಸ್ಸಿನ ಮತ್ತೊಂದು ಗುಟ್ಟು. ಅವರದ್ದು ವಿಶ್ವಕಪ್ ಫೈನಲ್‌ನಲ್ಲಿ ಆಡುವ ಗಂಭೀರತೆಯೇ ಸಾಧಾರಣ ಸ್ಥಳೀಯ ಪಂದ್ಯವಾಡುವಾಗಲೂ.

ನೆಗೆಟಿವ್ ಯೋಚನೆಗಳಿಂದ ಸಂದೇಹ ಹುಟ್ಟಿ ಸಾಧನೆಗೆ ಅಡ್ಡಿಯಾಗುತ್ತದೆ, ತಪ್ಪನ್ನು ತಿದ್ದಿಕೊಳ್ಳಬೇಕೇ ವಿನಃ ಅದನ್ನೇ ದೊಡ್ಡ ಸಂಗತಿಯನ್ನಾಗಿಸಬಾರದು, ಒಳ್ಳೆಯದರ ಮೇಲೆ, ನಮ್ಮ ತಾಕತ್ತಿನ ಮೇಲೆ ಗಮನ ಹರಿಸಬೇಕು ಎನ್ನುವುದು ಧೋನಿಯ ರೀತಿ. ಸುಮ್ಮನೆ ಆತ್ಮವಿಶ್ವಾಸವಿದ್ದ ಹಾಗೆ ನಟಿಸಿದರೆ ಆತ್ಮವಿಶ್ವಾಸ ಬರುವುದಿಲ್ಲ, ಒಂದು ಶಾಟ್ ಅನ್ನು ನೂರು ಸಲ ಪ್ರಾಕ್ಟೀಸ್ ಮಾಡಿದರೆ ಆತ್ಮವಿಶ್ವಾಸ ಬಂದೇ ಬರುತ್ತದೆ ಕಠಿಣ ಪರಿಶ್ರಮಕ್ಕೆ ಪರ್ಯಾಯವಾದುದು ಯಾವುದೂ ಇಲ್ಲ ಎಂಬುದು ಇತರ ಎಲ್ಲ ಚಾಂಪಿಯನ್‌ಗಳ ಹಾಗೆ ಧೋನಿಯ ಯಶಸ್ಸಿನ ಓಪನ್ ಸೀಕ್ರೆಟ್! ತಮ್ಮನ್ನು ತಾವು ನಿರಂತರವಾಗಿ ಸುಧಾರಿಸಿಕೊಳ್ಳುವ ಮಹಿಯ ಸ್ವಭಾವಕ್ಕೆ ಒಂದು ಉತ್ತಮ ಉದಾಹರಣೆ ಹೆಲಿಕ್ಯಾಪ್ಟರ್ ಶಾಟ್! ಜನರಿಗೆ ಇದು ಧೋನಿ ಸರಾಗವಾಗಿ ಹೊಡೆಯುವ ಶಾಟ್‌ನಂತೆ ತೋರುವುದರ ಹಿಂದೆ ಕಠಿಣ ಪರಿಶ್ರಮವಿದೆ. ದಿನವೂ ಸಮರ್ಪಣಾ ಮನೋಭಾವದ ಗಂಟೆಗಟ್ಟಲೆಯ ಪ್ರಾಕ್ಟೀಸ್ ಮುಖ್ಯವೇ ಹೊರತು ಪಂದ್ಯದಲ್ಲಿ ಆಡುವುದು ಒಂದು ಸಣ್ಣ ಭಾಗ ಅಷ್ಟೇ ಎನ್ನುತ್ತಾರೆ ಧೋನಿ.

ತಂಡಕ್ಕಾಗಿ ಎಂಥ ರಿಸ್ಕ್ ತೆಗೆದುಕೊಳ್ಳಲೂ ಧೋನಿ ಸಿದ್ಧ. 2006 ರಲ್ಲಿ ಇಂಗ್ಲೆಂಡ್ ವಿರುದ್ಧದ ಜೆಮ್‌ಷೆಡ್‌ಪುರದ ಪಂದ್ಯದಲ್ಲಿ ಬೆನ್ನಿಗೆ ಐಸ್‌ಬ್ಯಾಗ್ ಇಟ್ಟುಕೊಂಡು ಓಪನರ್ ಆಗಿ ಆಡಿ 96 ರನ್ ಗಳಿಸಿದ್ದನ್ನು, ಶ್ರೀಲಂಕಾ

ವಿರುದ್ಧದ 2011ರ ವಿಶ್ವಕಪ್ ಫೈನಲ್ ಪಂದ್ಯದಲ್ಲಿ ಬೆನ್ನುನೋವಿನ ಜತೆಯೇ ಆಡಿ ಭಾರತಕ್ಕೆ ಗೆಲುವು ತಂದುಕೊಟ್ಟಿದ್ದನ್ನು ಮರೆಯಲಾದೀತೆ?

ಭಾರತೀಯ ಕ್ರಿಕೆಟ್‌ಗೆ ಹೊಸ ರೋಚಕತೆ, ಶ್ರೀಮಂತಿಕೆ, ಗೌರವ ತಂದುಕೊಟ್ಟ ಹೀರೋ ಮಹೇಂದ್ರ ಸಿಂಗ್ ಧೋನಿ.

23

ಹಗುರವಾಗಿಸಿಕೊಳ್ಳೋಣ ಬೇಡದ ಭಾರಗಳನು

ಒಂದೂರಿನಲ್ಲಿ ಹಕ್ಕಿಯೊಂದಿತ್ತು. ಆಗಸದಲ್ಲಿ ಸ್ವಚ್ಛಂದವಾಗಿ ಹಾರಾಡುತ್ತ, ನೀರಿನಲ್ಲಿ ಮುಳುಗೇಳುತ್ತ, ತಾಜಾ ಮೀನುಗಳನ್ನು, ಹುಳ ಹುಪ್ಪಟೆಗಳನ್ನು ಹಿಡಿದು ತಿನ್ನುತ್ತ ಆರಾಮಾಗಿತ್ತು.

ಆ ಹಕ್ಕಿಗೊಂದು ಹವ್ಯಾಸವಿತ್ತು. ಅದರ ಬದುಕಿನಲ್ಲಿ ಯಾವುದಾದರೂ ಒಳ್ಳೆಯ ಘಟನೆಯಾಗಲೀ ಕೆಟ್ಟ ಘಟನೆಯಾಗಲೀ ನಡೆದರೆ ಪ್ರತೀ ಘಟನೆಯ ನೆನಪಿಗೂ ಅದು ಭೂಮಿಯಿಂದ ಒಂದು ಕಲ್ಲನ್ನು ಹೆಕ್ಕಿಕೊಂಡು ಇಟ್ಟುಕೊಳ್ಳುತ್ತಿತ್ತು. ಪ್ರತೀ ದಿನವೂ ಕಲ್ಲುಗಳನ್ನು ಜೋಡಿಸುತ್ತಿತ್ತು. ಒಳ್ಳೆಯ ಘಟನೆಗಳನ್ನು ನೆನಪಿಸುವ ಕಲ್ಲುಗಳನ್ನು ನೋಡಿ ಖುಶಿಪಡುತ್ತಿತ್ತು, ಕೆಟ್ಟ ಘಟನೆಗಳನ್ನು ನೆನಪಿಸುವ ಕಲ್ಲುಗಳಿಂದ ಕಣ್ಣೀರು ಹಾಕುತ್ತ ನೋಯುತ್ತಿತ್ತು.

ಆಕಾಶದಲ್ಲಿ ಹಾರುತ್ತಿರಲಿ, ಭೂಮಿಯ ಮೇಲೆ ನಡೆಯುತ್ತಿರಲಿ ಆ ಹಕ್ಕಿ ಅವೆಲ್ಲ ಕಲ್ಲುಗಳನ್ನು ತನ್ನ ಜತೆಯೇ ಇಟ್ಟುಕೊಳ್ಳಲು ಮರೆಯುತ್ತಿರಲಿಲ್ಲ. ವರ್ಷಗಳು ಕಳೆದಂತೆ ಕಲ್ಲುಗಳ ಭಾರ ಹಕ್ಕಿಗೆ ಸಂಕಷ್ಟ ತಂದಿತು. ಸ್ವತಂತ್ರವಾಗಿದ್ದ ಹಕ್ಕಿ ತಾನು ಹೊತ್ತ ಭಾರದ ಅಡಿಯಾಳಾಯಿತು, ಕುಗ್ಗಿಹೋಯಿತು. ಆದರೂ ದಿನವೂ ಅವುಗಳನ್ನು ಜೋಡಿಸುತ್ತ ನಗುವುದನ್ನು ಅಳುವುದನ್ನದು ಬಿಡಲಿಲ್ಲ. ದಿನ ಕಳೆದಂತೆ ಹಾರುವುದಿರಲಿ, ನಡೆಯುವುದೂ ಕಷ್ಟವಾಗುತ್ತ ಬಂತು ಆ ಹಕ್ಕಿಗೆ. ಇನ್ನು ಆಹಾರ ಹುಡುಕುವ ಮಾತಂತೂ ದೂರವೇ ಉಳಿಯಿತು. ಬೆಳಗಿನ ಇಬ್ಬನಿಯ ಹನಿಗಳು, ಆಗೀಗ ಬೀಳುವ ಮಳೆಯ ಹನಿಗಳನ್ನು ಕುಡಿದು ಜೀವ ಹಿಡಿದುಕೊಂಡಿತ್ತೇ ಹೊರತು ಕಲ್ಲುಗಳನ್ನು ಬಿಟ್ಟು ಹಾರಲು ಅದು ಸಿದ್ಧವೇ ಇರಲಿಲ್ಲ. ಹೀಗೆಯೇ ಹಸಿವು ನೀರಡಿಕೆಯಿಂದ ಒಂದು ದಿನ ಆ

ಹಕ್ಕಿ ಸತ್ತೇ ಹೋಯಿತು! ಆ ನಿರುಪಯುಕ್ತ ಕಲ್ಲುಗಳ ರಾಶಿ ಇತರ ಹಕ್ಕಿಗಳಿಗೆ ಆ ಹಕ್ಕಿಯ ದಾರುಣ ಅಂತ್ಯವನ್ನು ನೆನಪಿಸುತ್ತಿತ್ತು.

ಆ ಹಕ್ಕಿಯಂತೆಯೇ ನೆನಪುಗಳ, ಅವಮಾನಗಳ, ಅಸೂಯೆಯ, ದ್ವೇಷದ, ಪಶ್ಚಾತ್ತಾಪದ, ಸಂಕಟಗಳ ಭಾರವನ್ನು ಹೊತ್ತುಕೊಂಡು ಸಂಕಟಪಡುತ್ತಿರುವವರು ಬಹಳ ಜನರಿದ್ದಾರೆ. ನಿಜ, ಬದುಕಿನಲ್ಲಿ ಭೂತವಿಲ್ಲದೇ ವರ್ತಮಾನವೂ ಇಲ್ಲ, ಭವಿಷ್ಯವೂ ಇಲ್ಲ. ಬದುಕನ್ನು ಸವಿಯಲು ಸವಿನೆನಪುಗಳು ಖಂಡಿತ ಬೇಕು. ಏಕೆಂದರೆ ಅವು ಹೀಲಿಯಮ್‌ಗಿಂತ ಹಗುರವಾಗಿರುತ್ತವೆ. ನಮ್ಮನ್ನು ಉತ್ಸುಕತೆಯ ಉತ್ತುಂಗಕ್ಕೇರಿಸಿ ರೆಕ್ಕೆ ಬಿಚ್ಚಿ ಹಾರಲು, ನಿರಾಯಾಸವಾಗಿ ಮುಂದೆ ಸಾಗಲು ಅನುವು ಮಾಡಿಕೊಡುತ್ತವೆ. ಅಕ್ಷರ ಚೆಂದ ಇದೆ ಎಂದು ಶಾಲೆಯಲ್ಲಿ ಟೀಚರ್ ಬೆನ್ನುತಟ್ಟಿದ ಕ್ಷಣ, ಯಾವುದೋ ಬಹುಮಾನ ಪಡೆದಾಗ ಅಪ್ಪನ ಕಣ್ಣುಗಳಲ್ಲಿನ ಹೆಮ್ಮೆಯ ಮಿಂಚು, ಮೊದಲ ಸಲ ಸೈಕಲ್ಲಿನ ಬ್ಯಾಲನ್ಸ್ ಸಿಕ್ಕಿದಾಗ ಗೆಳೆಯರ ಶಹಬ್ಬಾಸ್‌ಗಿರಿ, ಸಂಕಟದಲ್ಲಿ ಭುಜ ಒತ್ತಿ ಧೈರ್ಯ ತುಂಬಿದ ಸ್ನೇಹಿತನ ಸಹಾಯ, ಆಸೆಬುರುಕುತನವನ್ನು ಗೆದ್ದ, ಆಮಿಷವನ್ನು ತಿರಸ್ಕರಿಸಿದ ಕ್ಷಣ ಇವೆಲ್ಲ ಬದುಕಿನಲ್ಲಿ ಧನಾತ್ಮಕ ಶಕ್ತಿಯಾಗಿ ವರ್ತಿಸುತ್ತವೆ. ಅಯ್ಯೋ ಅವೆಲ್ಲ ಮತ್ತೆಲ್ಲಿ ಎಂದು ಅಳುವ ಅಗತ್ಯವಿಲ್ಲ, ಇವುಗಳಂತೆಯೇ ಹೊಸ ಆಪ್ತ ನೆನಪುಗಳು ರೂಪುಗೊಳ್ಳುತ್ತಲೇ ಇರುತ್ತವೆ.

ನಮ್ಮತ್ತ ಎಸೆಯುವ ಕಲ್ಲುಗಳಿಂದ ಗೋಡೆಯನ್ನಾದರೂ ಕಟ್ಟಬಹುದಂತೆ, ಸೇತುವೆಯನ್ನಾದರೂ ನಿರ್ಮಿಸಬಹುಂತೆ. ಆದರೆ ತಾವೇ ಒಟ್ಟುಮಾಡಿದ ಕಲ್ಲುಗಳಿಂದ ಸ್ವಂತ ಸಮಾಧಿಯನ್ನೇ ನಿರ್ಮಿಸಿಕೊಂಡ ಆ ಹಕ್ಕಿಯಂತಹ ಜನರೇ ಬಹಳವಿದ್ದಾರೆ ಎಂದರೆ ಅಚ್ಚರಿ ಪಡಬೇಕಾಗಿಲ್ಲ. ಈ ಹೊರಲಾರದ ಒಜ್ಜೆಗಳು ಬೇತಾಳನಂತೆ ಬೆನ್ನು ಬಿಡದೆ ಕಾಡುತ್ತಿರುತ್ತವೆ. ಇಂಥವರು ಅರ್ಧದಾರಿಯಲ್ಲೇ ರೆಕ್ಕೆ ಸೋತು ಹಾರುವುದನ್ನು ನಿಲ್ಲಿಸಿದ್ದಾರೆ. ಅವಮಾನ, ಪಶ್ಚಾತ್ತಾಪದಲ್ಲಿ ಬೆಂದು ಉರಿವ ಎದೆ ಹೊತ್ತು ಹಿಮಾಲಯದ ಬುಡದಲ್ಲೂ ತಂಪಾಗದೆ ನೊಂದಿದ್ದಾರೆ.

ಎಂಥ ಭಾರಗಳಿವು, ಬದುಕನ್ನೇ ದುರ್ಬರಗೊಳಿಸುವಂಥವು? ನಂಬಿದವರೇ ಕೈಕೊಟ್ಟು ಮೋಸಹೋದ ಗಳಿಗೆ, ನಾಲ್ಕು ಜನರೆದುರು ಅವಮಾನಿತರಾದ ಕ್ಷಣ, ಬಾಯಿ ತಪ್ಪಿ ಆಡಿದ ಕಟುಮಾತುಗಳು ಅಮ್ಮನ ಕಣ್ಣಾಲಿಗಳಲ್ಲಿ ತಂದ ನೀರು, ಯಾರೂ ಇಲ್ಲವೆಂಬ ಅನಾಥಪ್ರಜ್ಞೆಯಿಂದ ಅಕ್ಷರಶಃ ಒಂಟಿಯೆನಿಸಿದ ದಿನ, ಗೊತ್ತಿದ್ದೂ ಗೊತ್ತಿದ್ದೂ ಗೆಳೆಯರಿಗೆ ಮೋಸ ಮಾಡಿದ ಸಂಗತಿ, ಆಪ್ತರ ಸಾವು, ಒಂದೇ ಅಂಕದಲ್ಲಿ ತಪ್ಪಿಹೋದ ಉದ್ಯೋಗ, ಬದುಕನ್ನು ಹಂಚಿಕೊಳ್ಳಲು ಜತೆಯೇ ನಡೆಯುತ್ತಿದ್ದ ವ್ಯಕ್ತಿ ಯಾವುದೋ

ತಿರುವಿನಲ್ಲಿ ಅನಿರೀಕ್ಷಿತವಾಗಿ ಅಪರಿಚಿತವಾಗಿಬಿಡುವುದು, ನಮಗಿಂತ ಬುದ್ಧಿವಂತರನ್ನೋ, ಶ್ರೀಮಂತರನ್ನೋ ಕಂಡರೆ ವಿನಾಕಾರಣ ಹುಟ್ಟುವ ಹೊಟ್ಟೆಕಿಚ್ಚು, ದ್ವೇಷ... ಇಂತಹ ಸಂಗತಿಗಳು ನಮ್ಮನ್ನು ಅಷ್ಟು ಸುಲಭವಾಗಿ ನಿರಾಳವಾಗಿರಲು ಬಿಡುವುದಿಲ್ಲ.

ಕಡ್ಡಿಯಂತಹ ಸಮಸ್ಯೆಯನ್ನು ಗುಡ್ಡವನ್ನಾಗಿಸಿ ತಮ್ಮ ದಾರಿಗೆ ತಾವೇ ತಡೆ ನಿರ್ಮಿಸಿಕೊಳ್ಳುವುದು ಬಹಳ ಜನರ ಹಳೆಯ ಚಾಳಿ. ತಮ್ಮ ಸೋಲುಗಳಿಗೆ ತಮ್ಮನ್ನೆಂದೂ ಹೊಣೆಯಾಗಿಸಿಕೊಳ್ಳದ ಬಹುತೇಕರು ಹಳೆಯ ಸಂಗತಿಗಳನ್ನೇ ತಪ್ಪಿತಸ್ಥ ಎಂದು ಘೋಷಿಸಿ ಕಟಕಟೆಯಲ್ಲಿ ನಿಲ್ಲಿಸಿ ಸಮಾಧಾನ ಪಡುತ್ತಾರೆ. ಕಚೇರಿಯಲ್ಲಿ ಮೇಲಧಿಕಾರಿಯ ಹತ್ತಿರ ನಡೆದ ವಾದವನ್ನು ಪದೆ ಪದೇ ನೆನಪಿಸಿಕೊಂಡು ಸಾಧಿಸುವುದಾದರೂ ಏನನ್ನು? ಆಪ್ತರೊಂದಿಗಿನ ಮನಸ್ತಾಪವೇನು ರಾಹತ್ ಫತೇ ಅಲಿ ಖಾನರ ಹಾಡೇ ಮನಸ್ಸಿನೊಳಗೇ ನೂರು ಸಲ ರೀಪ್ಲೇ ಮಾಡಿ ಆನಂದಿಸಲು? ಎಂಥೆಂಥ ಪ್ರಯೋಜನಕ್ಕೆ ಬಾರದ ಭಾರಗಳನ್ನು ಹೊತ್ತುಕೊಂಡಿದ್ದೇವೆ ನಾವು? ದೊಡ್ಡ ವಿಷಯ ಬಿಡಿ, ಸಣ್ಣ ಸಣ್ಣ ಸಂಗತಿಗಳನ್ನೂ ಮರೆತಿಲ್ಲವಲ್ಲ! ನಮ್ಮದೇ ಸಹೋದ್ಯೋಗಿಯೊಬ್ಬರು ಯಾವಾಗಲೋ ನಾವಿಲ್ಲದಾಗ ನಮ್ಮ ಬಗ್ಗೆ ಆಡಿದ ಮಾತೇಕೆ ಇಂದಿಗೂ ಅವರನ್ನು ದ್ವೇಷಿಸುವಂತೆ ಮಾಡುತ್ತದೆ? ಹೋಗಲಿ, ಹತ್ತು ವರ್ಷದ ಹಿಂದೆ ಅಪರಿಚಿತ ವಾಹನ ಸವಾರನೊಬ್ಬ ನಮ್ಮ ತಿಳಿಬಣ್ಣದ ಬಟ್ಟೆಗೆ ಕೆಸರು ಹಾರಿಸಿದ್ದನ್ನು ಈಗ ನೆನಪಿಸಿಕೊಂಡರೂ ಏಕೆ ಬಾಯಿಂದ ಕೆಟ್ಟ ಪದ ಹೊರಬರುತ್ತದೆ? ಮುಖ ಬಿಗಿದು ವಿಕಾರವಾಗುತ್ತದೆ? ಎಷ್ಟು ಸಂಗತಿಗಳನ್ನು, ಎಷ್ಟೆಲ್ಲ ಅನವಶ್ಯಕ ಜನರನ್ನು ಹೊತ್ತುಕೊಂಡಿದ್ದೇವೆಂದು ಅನಿಸುತ್ತಿಲ್ಲವೇ? ಆ ಭಾರ ಹೆಚ್ಚಾದಷ್ಟೂ ದಿಕ್ಕುಗಾಣದ ವಿಶಾಲ ಸಹರಾದ ಹುದುಲುಮರಳಿನಲ್ಲಿ ಹೂತುಹೋಗುವುದು ಅತೀ ಸುಲಭ.

ಹಾಗಾಗಿ ಬೇಕಾದ ಸಂಗತಿಗಳನ್ನು ಎತ್ತಿಕೊಂಡು ಬೇಡದ ವಿಷಯಗಳನ್ನು ಬಿಡುತ್ತಾ ನಡೆಯುವುದರಲ್ಲಿಯೇ ತಾನೆ ಜಾಣ್ಮೆ ಇರುವುದು?

ಹಾಂ, ಒಂದಂತೂ ನಿಜ. ಇದೇನು ಹೋಟೇಲಿಗೆ ಹೋಗಿ ಅದು ಬೇಕು ಇದು ಬೇಡ ಎಂದು ಆಯ್ಕೆ ಮಾಡಿದಷ್ಟು ಸುಲಭವಲ್ಲ. ಆದರೆ ಕಾರ್ಮೋಡದಂಚಿನ ಬೆಳ್ಳಿಗೆರೆಯಂತಹ ಸಂಗತಿಯೇನೆಂದರೆ ಇವನ್ನು ಬಿಟ್ಟು ಹಾಕುವುದು ಅಥವಾ ಅವುಗಳ ನೆನಪಿನಿಂದ ಹೊರಬರುವುದು ಸುಲಭವಲ್ಲವಾದರೂ ಅಸಾಧ್ಯವೇನೂ ಅಲ್ಲ. ಮನಸ್ಸು ಸ್ವರ್ಗವನ್ನು ನರಕವನ್ನಾಗಿಯೂ, ನರಕವನ್ನು ಸ್ವರ್ಗವನ್ನಾಗಿಯೂ ಮಾಡುವ ತಾಕತ್ತು ಹೊಂದಿದೆ ಎಂದು ಹೇಳುತ್ತಾನೆ ಮಹಾಕವಿ ಮಿಲ್ಟನ್! ಇಂಥ ಅಪಾರ ಶಕ್ತಿಯುಳ್ಳ ನಮ್ಮ ಮನಸ್ಸಿಗೆ ಹಳೆಯ

ಭಾರಗಳನ್ನು ಹೊರೆಯಾಗಿಸಿಕೊಳ್ಳಲೂ ಸಾಧ್ಯ, ಅವನ್ನು ಕೆಳಗಿಳಿಸಿ ಗೆಲುವಿನ ಹಾದಿಯಾಗಿಸಿಕೊಳ್ಳಲೂ ಸಾಧ್ಯ. 'ಕಲ್ಲಿನ ಗೋಡೆಗಳು ಸೆರೆಮನೆಯನ್ನೂ, ಕಬ್ಬಿಣದ ಸರಳುಗಳು ಪಂಜರವನ್ನೂ ನಿರ್ಮಿಸಲಾರವು' ಎಂದು ಹದಿನೇಳನೇ ಶತಮಾನದವನೇ ಆದ ಕವಿ ರಿಚರ್ಡ್ ಲವ್‌ಲೇಸ್ ಹೇಳುತ್ತಾನೆ. ಮನುಷ್ಯನ ಮನಸ್ಸಿನ ಸಾಮರ್ಥ್ಯ ಅಪರಿಮಿತವಾದದ್ದು ಎಂಬುದಕ್ಕೆ ಉದಾಹರಣೆಗಳು ಬೇಕಾದಷ್ಟು.

ಜತೆಗೆ ಬದುಕಿನಲ್ಲಿ ಯಶಸ್ವಿಯಾದ ಬಹಳಷ್ಟು ಜನರು ಈ ಅಪಮಾನ, ಸಂಕಟದ ಬೆಂಕಿಯಲ್ಲಿ ಬೆಂದಿದ್ದರಿಂದಲೇ ಚೊಕ್ಕ ಚಿನ್ನವಾದವರು! ಸಾಧಾರಣ ವಕೀಲನೊಬ್ಬ ರಾಷ್ಟ್ರಪಿತನಾದುದರಲ್ಲಿ ಅವಮಾನದ ಕೊಡುಗೆಯಿದೆ, ಶಾಲೆಯಲ್ಲಿ ನಿರ್ಜೀವ ಬೆಂಚಿಗಿಂತಲೂ ಕನಿಷ್ಠ ಎಂದು ಪರಿಗಣಿಸಲ್ಪಟ್ಟಿದ್ದ ಜಾತಿಯ ಹುಡುಗ ಸಂವಿಧಾನದ ಜನಕನಾಗಿದ್ದುದರಲ್ಲಿ ತಿರಸ್ಕಾರದ ಆಶೀರ್ವಾದವಿದೆ! ಹೆಣ್ಣುಮಕ್ಕಳಿಗೆ ಪಾಠ ಮಾಡುತ್ತಾಳೆಂದು ಜನರು ಎರಚಿದ ಸಗಣಿ ನೀರು ಸಾವಿತ್ರಿಬಾಯಿ ಫುಲೆಯವರ ದೃಢನಿರ್ಧಾರವನ್ನು ಮತ್ತಷ್ಟು ಗಟ್ಟಿಗೊಳಿಸಿತು. ಸೋಲುಗಳ ಸರಣಿ ತನ್ನ ದಾರಿಗೆ ಪದೇ ಪದೇ ಅಡ್ಡವಾದರೂ ಬದಿಗೊತ್ತಿ ಅಮೆರಿಕದ ಅಧ್ಯಕ್ಷರಾದ ಲಿಂಕನ್ ಗುಲಾಮಗಿರಿಯನ್ನು ಕಿತ್ತೆಸೆದು ಅಭೂತಪೂರ್ವ ಐತಿಹಾಸಿಕ ದಾಖಲೆ ನಿರ್ಮಿಸಿದರು! ಮಧುರ ನೆನಪುಗಳು ದಣಿದ ಪಾದಗಳಿಗೆ, ಸೋತ ರೆಕ್ಕೆಗಳಿಗೆ ಮೆಲ್ಲನೆ ಮುತ್ತಿಕ್ಕಿ ಸಾಂತ್ವನ ಹೇಳಿದರೆ ಅವಮಾನ ತಟಕ್ಕನೆ ಚುಚ್ಚಿ ದೂರವಿರುವ ಗುರಿಯನ್ನು ಮರೆಯದಂತೆ, ಮೈಮರೆತು ವಿಶ್ರಮಿಸದಂತೆ ನೋಡಿಕೊಳ್ಳುತ್ತದೆ.

ಇನ್ನು ಹಳೆಯ ಗಾಯಗಳನ್ನೇ ನೆಕ್ಕುತ್ತ ಹೊಸ ಸಾಹಸಕ್ಕೆ ಕೈಹಾಕದೇ ತಣ್ಣಗಿರುವವರದೊಂದು ಸಮಸ್ಯೆ. ಗಾಯಗಳನ್ನು ಮಾಡಿದವರು ಯಾರೇ ಆಗಲಿ, ವಾಸಿ ಮಾಡಿಕೊಳ್ಳಬೇಕಾದವರು ನಾವೇ! ಗಾಯ ಕೀವಾಗದಂತೆ ನೋಡಿಕೊಳ್ಳಬೇಕಾದದ್ದು ನಮ್ಮ ಜವಾಬ್ದಾರಿ ಅಷ್ಟೇ ಅಲ್ಲ, ಅತೀ ತುರ್ತೂ ಹೌದು! ಮನಸಿನ ಗಾಯಗಳೂ ಹಾಗೆಯೇ. ಗಾಯ ಮಾಡಿದವರಿಗೆ ಏನೂ ನೆನಪಿರುವುದಿಲ್ಲ. ಅಚಾನಕ್ಕಾಗಿ ಕೋಪದಲ್ಲಿ ಒಂದು ಮಾತು ಬೈದ ಟೀಚರಿಗೆ ನಾವು ಯಾರೆಂದೇ ನೆನಪಿರುವುದಿಲ್ಲ. ಆದರೆ ನಾನು ಪ್ರಯೋಜನ ಇಲ್ಲದವಳು/ನು ಎಂದು ಅವರು ಹೇಳಿದ ಮಾತುಗಳನ್ನೇ ದಿನಕ್ಕೆ ನೂರು ಬಾರಿ ಧ್ಯಾನಿಸಿ, ಗಾಯ ಕೆರೆದು ಅಪ್ರಯೋಜಕರೇ ಆಗಿಬಿಡುವುದು ಒಂದು ರೀತಿ. ಆದರೆ, ಏಕೆ ಹೀಗೆಂದರು ಅವರು ಎಂದು ಯೋಚಿಸಿ ಸಮಾಧಾನದ ಮುಲಾಮು ಸವರಿ ಸುಧಾರಿಸಿಕೊಂಡು ಗುಡ್ ಎನಿಸಿಕೊಳ್ಳುವುದು ಮತ್ತೊಂದು ರೀತಿ!!

ಎಲ್ಲರ ಹತ್ತಿರ ಪರಿಪೂರ್ಣ ಅನ್ನಿಸಿಕೊಳ್ಳುವ ಹುಚ್ಚಿನಲ್ಲಿ ತಪ್ಪುಗಳಿಗೆ ಜಾಗ ಕೊಡದೆ ಇರುವುದು ನಾವು ಹೆಚ್ಚು ಹೆಚ್ಚು ಭಾರ ಹೊತ್ತು ಸುಸ್ತಾಗಲು ಕಾರಣ. ನಮ್ಮನ್ನು ನಾವು ಮನುಷ್ಯಮಾತ್ರರು ಸೂಪರ್‌ಮ್ಯಾನ್ ಅಲ್ಲ ಎಂದುಕೊಂಡಾಗ, ನಮ್ಮ ತಪ್ಪುಗಳನ್ನು ಒಪ್ಪಿಕೊಂಡಾಗ ಬದುಕು ಸರಳ. ಬದಲಾಯಿಸಲು ಆಗದೇ ಇರುವ ಸಂಗತಿಗಳ ಬಗ್ಗೆ ಯೋಚಿಸಿ ಪ್ರಯೋಜನವಾದರೂ ಏನು? ಬೇರೆಯವರ ತಪ್ಪುಗಳೂ ಅಷ್ಟೇ. ಅವರ ಹಿನ್ನೆಲೆಯಿಂದ, ಅವರ ಬುದ್ಧಿಮಟ್ಟದಿಂದ ಅಳೆದಾಗ ತಪ್ಪುಗಳ ತೀವ್ರತೆ ಕಡಿಮೆಯಾಗುತ್ತದೆ! ಬೇರೆಯವರನ್ನು ಕ್ಷಮಿಸುವುದರ ಜತೆಗೆ ನಮ್ಮನ್ನು ನಾವೇ ಕ್ಷಮಿಸಿಕೊಳ್ಳುವುದೂ ಮುಖ್ಯ. ಇದರಿಂದ ನಾವು ಹೊತ್ತುಕೊಂಡ ಭಾರಗಳು ಹಗುರವಾಗುತ್ತವೆ ಮತ್ತು ನಮ್ಮ ನಡಿಗೆ ಚುರುಕಾಗುತ್ತದೆ!

ಮನೆಯಲ್ಲಿ ಬೇಡದ ವಸ್ತುಗಳನ್ನು ಆಗಾಗ ತೆಗೆದು ಹೊರಹಾಕುವಂತೆ ಮನಸ್ಸನ್ನೂ ಆಗಾಗ ಶುಚಿಗೊಳಿಸಿಕೊಳ್ಳೋಣ. ಮರೆಯುವ ಮೂಲಕ, ಕ್ಷಮಿಸುವ ಮೂಲಕ, ಬಿಗಿ ಮುಷ್ಟಿಯನ್ನು ಸಡಲಿಸಿ ಬಿಟ್ಟು ಬಿಡುವ ಮೂಲಕ, ಹಠಮಾರಿ ಮನಸ್ಸಿನ ಸೊಕ್ಕು ಮುರಿಯುವ ಮೂಲಕ. ಏನಂತೀರಾ?

24

ಉಸಿರುಗಟ್ಟಿಸುವ ಸುಳ್ಳು ಪ್ರತಿಷ್ಠೆಯಿಂದ ಹೊರಬನ್ನಿ!

"Happiness, not gold or prestige, is the ultimate currency."

- Tal Ben-Shahar

ನಮಗೆ ನಮ್ಮ ಕುರಿತು ಒಂದು ಅಭಿಪ್ರಾಯ ಇರುತ್ತದೆ, ಬೇರೆಯವರಿಗೂ ನಮ್ಮನ್ನು ಕುರಿತು ಅಭಿಪ್ರಾಯಗಳಿರುತ್ತವೆ. ಆದರೆ ನಿಜವಾದ ನಮ್ಮ ವ್ಯಕ್ತಿತ್ವ ಇವೆರಡರ ನಡುವೆ ಯಾವುದೋ ಒಂದು ಬಿಂದುವಿನಲ್ಲಿರುತ್ತದೆ. ಜಗತ್ತಿನ ಕಣ್ಣಿಗೆ ನಾವು ತೋರಿಸುವ ನಮ್ಮ ವ್ಯಕ್ತಿತ್ವ ಬಹಳಷ್ಟು ಸಲ ಕೃತಕತೆಯಿಂದ ಕೂಡಿರುತ್ತದೆ. ಅದನ್ನೇ ನಾವು ನಿಜವೆಂದು ನಂಬುತ್ತ ಹೋದಹಾಗೆ ಒತ್ತಡ ಶುರುವಾಗುತ್ತದೆ. ಸಹಜವಾಗಿರುವುದು ಬಹುದೊಡ್ಡ ನಿರಾಳತೆ ಎಂಬುದು ಅರ್ಥವಾಗುವ ಹೊತ್ತಿಗೆ ನಮ್ಮ ಮೇಲೆ ನಾವೇ ಹೇರಿಕೊಂಡ ಸ್ವ ಪ್ರತಿಷ್ಠೆ ನಮಗೆ ಉರುಳಾಗತೊಡಗುತ್ತದೆ.

ತಾನು ಗಟ್ಟಿಗ ಅಥವಾ ಗಟ್ಟಿಗಿತ್ತಿ ಎಂದು ನಂಬಿಕೊಂಡಿರುವ ಕೆಲವರಿಗೆ ಗಟ್ಟಿಯಾಗಿರುವುದೆಂದರೆ ಕಣ್ಣು ಒದ್ದೆಯಾಗಬಾರದೆಂಬ ಮೂರ್ಖ ನಂಬಿಕೆಯಿದೆ! ಈ ಮೇಲ್ನೋಟದ ಗಟ್ಟಿತನದ ತೋರಿಕೆಯ ಬದುಕು ಅವರ ಬದುಕನ್ನು ಮಾತ್ರವಲ್ಲ, ಸುತ್ತಲಿನವರ ಬಾಳನ್ನೂ ನರಕವನ್ನಾಗಿಸಬಹುದು! ಚಿನುವಾ ಅಚಿಬೆಯವರ ಕಾದಂಬರಿ 'ಥಿಂಗ್ಸ್ ಫಾಲ್ ಅಪಾರ್ಟ್' ಜಗತ್ತಿನ ಅತ್ಯುತ್ತಮ ಕಾದಂಬರಿಗಳ ಸಾಲಿನಲ್ಲಿ ಮುಂಚೂಣಿಯಲ್ಲಿ ನಿಲ್ಲುವಂಥದ್ದು. ಇಂಗ್ಲಿಷರು ಹೇಗೆ ಬುಡಕಟ್ಟು ಸಂಸ್ಕೃತಿಯನ್ನು ನಾಶಪಡಿಸಿದರೆನ್ನುವ ಕಥೆಯುಳ್ಳ

ಈ ಕಾದಂಬರಿಯ ನಾಯಕ ನೈಜೀರಿಯಾದ ಹಳ್ಳಿಯೊಂದರ ಮುಖಂಡನಾದ ಒಕೋಂಕ್ವೋ. ಆತ ಬಲಶಾಲಿ. ಆತನಿಗೆ ತಾನು ಬಲಿಷ್ಠನೆಂದು ಗೊತ್ತು. ಅದೇ ರೀತಿ, ತನ್ನ ಅಪ್ಪ ದುರ್ಬಲನಾಗಿದ್ದ, ಗಂಡಸಾಗಿ ದೌರ್ಬಲ್ಯ ಹೊಂದಿರುವುದೆಂದರೆ ಅದು ಅವಮಾನ ಎಂದು ಒಕೋಂಕ್ವೋ ಬಲವಾಗಿ ನಂಬಿದ್ದಾನೆ. ಮನುಷ್ಯ ಸಹಜ ಪ್ರೀತಿ ಕೂಡ ಅವನ ದೃಷ್ಟಿಯಲ್ಲಿ ದೌರ್ಬಲ್ಯವೇ. ತಾನು ಅಪ್ಪನಂತೆ ಎಂದೂ ದುರ್ಬಲನಾಗಿ ತೋರಿಸಿಕೊಳ್ಳಬಾರದೆಂಬುದು ಅವನ ಹಠ. ತನ್ನ ಹೆಂಡತಿಯರು ಮತ್ತು ಮಕ್ಕಳನ್ನು ಹೊಡೆಯುವುದು, ನೆರೆಹೊರೆಯವರಿಗೆ ಕಟುಕನಾಗಿ ವರ್ತಿಸುವುದು ಎಲ್ಲವೂ ಅವನಿಗೆ ತನ್ನ ಪೌರುಷ ತೋರಿಸಲು ಇರುವ ಮಾರ್ಗಗಳು! ಪಕ್ಕದ ಊರಿನವನೊಬ್ಬ ಇವನ ಊರಿನ ಹೆಂಗಸೊಬ್ಬಳನ್ನು ಸಾಯಿಸಿದ್ದಕ್ಕೆ ಆ ಕೊಲೆಗಾರನ ಮಗನನ್ನು ಈ ಊರಿಗೆ ಕೊಡುತ್ತಾರೆ. ಇಕೆಮೆಫುನಾ ಎಂಬ ಹೆಸರಿನ ಆ ಹುಡುಗ ಒಕೋಂಕ್ವೋ ಮನೆಯಲ್ಲೇ ಬೆಳೆಯುತ್ತಿರುತ್ತಾನೆ. ಒಕೋಂಕ್ವೋ ಕೂಡ ಆತನನ್ನು ಮಗನಂತೆಯೇ ಪ್ರೀತಿಸುತ್ತಿರುತ್ತಾನೆ. ಆದರೆ ದೇವವಾಣಿಯಂತೆ ಆ ಹುಡುಗನನ್ನು ಸಾಯಿಸಬೇಕಾಗುತ್ತದೆ. "ಸ್ವಂತ ಮಗನನ್ನು ನೋಡಿಕೊಂಡಂತೆ ಸಾಕಿದ ಹುಡುಗನನ್ನು ಸಾಯಿಸುವಾಗ ನೀನು ಬರಬೇಕಿಲ್ಲ" ಎಂದು ಒಕೋಂಕ್ವೋಗೆ ಊರವರು ಹೇಳಿದರೂ, ಆ ಹುಡುಗನ ಮೇಲೆ ಬೆಟ್ಟದಷ್ಟು ಪ್ರೀತಿ ಇದ್ದರೂ, ಊರಿನ ಜನರೆದುರು ತಾನು ದುರ್ಬಲ ಎಂದು ತೋರಿಸಿಕೊಳ್ಳಲು ಇಷ್ಟವಿಲ್ಲದೇ ವಧೆಯ ಜಾಗಕ್ಕೆ ಹೋಗುತ್ತಾನೆ. ಅಷ್ಟೇ ಅಲ್ಲ ತಾನೇ ಅವನನ್ನು ಸಾಯಿಸಿಬಿಡುತ್ತಾನೆ! ಆಮೇಲೆ ಪಶ್ಚಾತ್ತಾಪದ, ಖಿನ್ನತೆಯ ಮಡುವಿನಲ್ಲಿ ಬಿದ್ದು ನರಳುತ್ತಾನೆ.

ಅದು ಯಾವಾಗಲೂ ಹಾಗೆಯೇ. ದೂರದ ಬೆಟ್ಟ ಕಣ್ಣಿಗೆ ನುಣ್ಣಗೆ ಮಾತ್ರವಲ್ಲ ಹಸಿಹಸಿ ಹಸಿರು ಕೂಡ. ನಾವು ನಿಂತ ನೆಲದ ಸಮಸ್ತ ಸಮಸ್ಯೆಗಳನ್ನೂ ಕ್ಷಣಾರ್ಧದಲ್ಲಿ ಕರಗಿಸಿ ಬಿಡುವ ಮಾಯಾಲೋಕವೂ ಹೌದು. ಕನಸು ಕಲ್ಪನೆಗಳ ಆ ದೂರದ ದಟ್ಟಕಾನನದ ಬೃಹದ್ವೃಕ್ಷಗಳ ನೆಳಲಲ್ಲಿ, ಜುಳುಜುಳು ಹರಿವ ತಣ್ಣನೆಯ ತೊರೆಯಲ್ಲಿ ಕಾಲಿಳಿಬಿಟ್ಟು ಕೂತು ಜಗತ್ತನ್ನೇ ಮರೆವ ಮನಸ್ಸು. ಸಮಸ್ಯೆ ಶುರುವಾಗುವುದು ಅಲ್ಲಿಯೇ. ನಾವೆಲ್ಲ ಖುಶಿಯನ್ನು ನಮ್ಮ ಹೊರಗಡೆಯೇ ಹುಡುಕುತ್ತೇವೆ. ವಸ್ತುಗಳಲ್ಲಿ, ವ್ಯಕ್ತಿಗಳಲ್ಲಿ, ಜಾಗಗಳಲ್ಲಿ ಎಲ್ಲಕ್ಕಿಂತ ಮುಖ್ಯವಾಗಿ ನಮ್ಮೆಡೆಗಿನ ಇತರರ ಅಭಿಪ್ರಾಯದಲ್ಲಿ ಅಥವಾ ಬೇರೆಯವರಿಗೆ ನಾವೇನು ಎಂದು ತೋರುವ ಹುಕಿಯಲ್ಲಿ! ನಮಗೆ ನಾವೇನು ಎಂಬುದಕ್ಕಿಂತ ಬೇರೆಯವರ ದೃಷ್ಟಿಯಿಂದಲೇ ನಾವು ನಮ್ಮ ವ್ಯಕ್ತಿತ್ವವನ್ನು ಕಟ್ಟಿಕೊಳ್ಳಲು ಹೊರಟಾಗ ಎದೆಯ ಭಾರಗಳು ಹೆಚ್ಚಾಗುತ್ತವೆ.

ಇದು ಒಕೋಂಕ್ವೋನದು ಮಾತ್ರವಲ್ಲ, ಬಹುತೇಕರ ತಪ್ಪು ತಿಳುವಳಿಕೆ. ಅದೇ ಭ್ರಮೆಯಿಂದ ಇವನ್ನು ಪಡೆಯಲು ಹಾತೊರೆಯುತ್ತೇವೆ. ನಾವು ಹುಡುಕುತ್ತಿರುವುದು ನಮ್ಮೊಳಗೇ ಇದ್ದರೂ ಅರಿವಿಲ್ಲದೆ ಅಲೆಯುತ್ತಿರುತ್ತೇವೆ. ಸುಳ್ಳು ಪ್ರತಿಷ್ಠೆಯ ಭಾರವನ್ನಿಟ್ಟುಕೊಂಡು ವರ್ತಮಾನವನ್ನು ಸಂಕಷ್ಟಕ್ಕೆ ತಳ್ಳಿ ಭವಿಷ್ಯದೆಡೆಗೆ ನಡೆಯುವವರು ಎಷ್ಟರ ಮಟ್ಟಿಗೆ ಯಶಸ್ವಿಯಾದಾರು?

ನಿಮಗೆ ಹಿಂದಿರುಗಿ ಹೋಗಬೇಕೆಂದಿದ್ದರೆ ಮಾತ್ರ ಹಿಂದಿರುಗಿ ನೋಡಿ ಎನ್ನುತ್ತಾನೆ ಥೋರೋ. ಇದರರ್ಥ ಹಿಂದಿನದೆಲ್ಲವನ್ನು ಮರೆತುಬಿಡಬೇಕೆಂದಲ್ಲ. ಆಗಿ ಹೋದ ಅನಗತ್ಯ ವಿಚಾರಗಳ ಬಗ್ಗೆಯೇ ಯೋಚಿಸುತ್ತ ನಮ್ಮ ಶಕ್ತಿಯನ್ನು ವ್ಯಯಿಸದಿರುವುದು ಅಷ್ಟೇ. ಭವಿಷ್ಯ ಎಂಬುದು ತಾನಾಗೇ ಜರುಗುವ ಸಂಗತಿಯಲ್ಲ. ಮನೆ ಕಟ್ಟಿದ್ದಕ್ಕಿಂತ ಕಾಳಜಿಯಿಂದ ಅದನ್ನು ಕಟ್ಟಬೇಕಾಗುತ್ತದೆ. ಬೇರೆಯವರು ಏನೆನ್ನುತ್ತಾರೋ, ಬೇರೆಯವರಿಗಿಂತ ಮುಂದೆ ಹೋಗದಿದ್ದರೆ ಹೇಗೋ ಎಂಬ ವಿಚಾರಗಳನ್ನೆಲ್ಲ ಬಿಟ್ಟು ದಿನದಿನವೂ ನಮ್ಮನ್ನು ನಾವು ಸುಧಾರಿಸಿಕೊಂಡರೆ ಎಲ್ಲವೂ ಸಾಧ್ಯ. ಪ್ರಾಕ್ಟಿಕಲ್ ಉದಾಹರಣೆ ಬೇಕೆಂದರೆ ಹೊಸದಾಗಿ ಬಂದ ಸಹೋದ್ಯೋಗಿಯೋ, ಸಹಪಾಠಿಯೋ ಚೆನ್ನಾಗಿ ಇಂಗ್ಲಿಷ್ ಮಾತಾಡುತ್ತಾರೆ ಎಂದುಕೊಳ್ಳಿ. ಸುಮ್ಮನೆ ಅಸೂಯೆ ಪಟ್ಟು ನಿದ್ರೆ ಹಾಳುಮಾಡಿಕೊಳ್ಳುವ ಮೊದಲು ಸುಮ್ಮನೆ ಯೋಚಿಸೋಣ. ಬೇರೆ ಯಾರೋ ಇಂಗ್ಲಿಷ್ ಮಾತಾಡಿದರೆ ನಾನೇಕೆ ಸಂಕಟಪಡಬೇಕು? ನನ್ನ ದಿನನಿತ್ಯದ ಕೆಲಸಗಳನ್ನು ಆ ಅಸೂಯೆ ಏಕೆ ಹಾಳು ಮಾಡಬೇಕು? ಇವೆರಡು ಪ್ರಶ್ನೆಗೆ ಉತ್ತರ ಸಿಕ್ಕಿದ ನಂತರ ಎರಡು ನಿಮಿಷ ದೀರ್ಘ ಉಸಿರಾಡಿ ನಮ್ಮನ್ನು ನಾವೇ ಕೇಳಿಕೊಳ್ಳೋಣ. ನನಗೆ ಒಳ್ಳೆಯ ಇಂಗ್ಲಿಷ್ ಅಗತ್ಯವಿದೆಯೇ? ಅದರ ಕೊರತೆಯಿಂದ ನನ್ನ ಉದ್ಯೋಗದಲ್ಲಿ ನಿರೀಕ್ಷಿತ ಪ್ರಗತಿ ಸಾಧ್ಯವಾಗುತ್ತಿಲ್ಲವೇ? ಉತ್ತರ ಇಲ್ಲ ಎಂದಾದರೆ ಆ ವಿಷಯ ಅಲ್ಲಿಗೇ ಮುಗಿಸಿಬಿಡುವಂಥದ್ದು. ನಾವು ಹೊಟ್ಟೆಕಿಚ್ಚು ಪಡುವುದರಿಂದ ನಮಗೇ ತೊಂದರೆ. ಅಲ್ಲಿಗೆ ಬೇಡದ ಭಾರವೊಂದನ್ನು ನಾವು ಕಳಚಿಹಾಕಿದಂತಾಯಿತು. ಇದು ಮಾತ್ರವಲ್ಲ ನಮ್ಮ ಮನಸ್ಸಿನಲ್ಲಿ ಕೋಲಾಹಲ ಉಂಟುಮಾಡುವ ಆದರೆ ನಮಗೆ ಏನೂ ಸಂಬಂಧವಿಲ್ಲದ ಯಾವ ಸಂಗತಿಯ ಬಗೆಗಾದರೂ ಇದೇ ಮಾರ್ಗ ಅನುಸರಿಸಬಹುದು. ಬಹಳ ತಂದೆತಾಯಿಗಳು ಟಿವಿಯಲ್ಲಿ ಮಕ್ಕಳ ಹಾಡು ನೃತ್ಯದ ಕಾರ್ಯಕ್ರಮ ಬಂದಕೂಡಲೇ ತಮ್ಮ ಮಕ್ಕಳ ತಲೆಗೆ ಮೊಟಕುತ್ತಾರೆ, 'ನೀನೂ ಇದ್ದೀಯಾ ದಂಡ' ಎಂದು ಅವರ ಮನಸ್ಸನ್ನೂ ರಾಡಿ ಮಾಡುತ್ತಾರೆ. ಶಾಲೆಯಲ್ಲಿ ಡಾನ್ಸ್ ಇದೆ ಸೇರುತ್ತೇನೆ ಎಂದು ಮಗು ಹೇಳಿದಾಗ 'ಸುಮ್ನೆ ಓದು, ಡಾನ್ಸ್ ಮಾಡಿ ಫಿಲ್ಮ್ ಸ್ಟಾರ್ ಆಗೋದೇನೂ ಬೇಡ' ಎಂದು ಹೇಳಿದವರು ಇವರೇ ಆಗಿರುತ್ತಾರೆ ಎನ್ನಿ! ಬೇರೆಯವರ ಯಶಸ್ಸು ನಮ್ಮ

ಸುಳ್ಳು ಪ್ರತಿಷ್ಠೆಯ ವ್ಯಕ್ತಿತ್ವಕ್ಕೆ ಸವಾಲೊಡ್ಡುತ್ತದೆ ಎನಿಸಿದಾಗ ಇಂತಹ ಅಸೂಯೆ ಹುಟ್ಟಿಕೊಳ್ಳುತ್ತದೆ.

ಆ ಅಸೂಯೆ ನಮಗೆ ಸಂಬಂಧಿಸಿದ್ದು. ನಮ್ಮದೇ ವ್ಯಕ್ತಿತ್ವದ ಭಾಗ. ನಮ್ಮಲ್ಲಿ ಇಲ್ಲದ ಆದರೆ ನಮಗೆ ಬೇಕಾದ ಪ್ರತಿಭೆಯೊಂದು ಬೇರೆಯವರಲ್ಲಿದೆ ಎಂದಾಗ ಅಸೂಯೆ ಮೊಳೆಯುತ್ತದೆ. ಆದರೆ ಆ ಹೊಟ್ಟೆಕಿಚ್ಚನ್ನು ನೀರು ಗೊಬ್ಬರ ಹಾಕಿ ಬೆಳೆಸಿದರೆ ನಮಗೆ ಇಂಗ್ಲಿಷ್ ಬಂದುಬಿಡುತ್ತದೆಯೇ? ಇಲ್ಲ. ಹಾಗಾಗಿ ಈಗಲೂ ಅಸೂಯೆಯ ಅಗತ್ಯವಿಲ್ಲ. ಅದು ತರುವ ತಲ್ಲಣ, ಕೋಪ, ಅಸಹಾಯಕತೆ ನಮಗೆ ಬೇಡ. ಓದಿದ ಪುಟವನ್ನೇ ಓದುತ್ತಿದ್ದರೆ ಪುಸ್ತಕ ಪೂರ್ತಿ ಓದಿ ಮುಗಿಸುವುದಾದರೂ ಹೇಗೆ? ಹಾಳೆ ತಿರುಗಿಸಲೇಬೇಕಲ್ಲ! ಹಾಗಾಗಿ ಅಸೂಯೆ ಪಡುವ ಬದಲು ಅವರನ್ನು ಪರಿಚಯಿಸಿಕೊಂಡು ಪ್ರಾಮಾಣಿಕವಾಗಿ ಅವರನ್ನು ಹೊಗಳಿ ಸ್ನೇಹ ಬೆಳೆಸಿಕೊಳ್ಳಬಹುದು. ಅವರು ಚೆನ್ನಾಗಿ ಮಾತಾಡುವುದರ ಹಿಂದಿನ ಗುಟ್ಟನ್ನೂ ಕೇಳಿ ತಿಳಿದುಕೊಳ್ಳಬಹುದು! ದಿನಕ್ಕೆ ನಾಲ್ಕು ಸಾಲು ಇಂಗ್ಲಿಷ್ ಓದುವುದೋ, ಹತ್ತು ನಿಮಿಷ ಇಂಗ್ಲಿಷ್ ಕಲಿಸುವ ಯೂಟ್ಯೂಬ್ ವೀಡಿಯೋ ನೋಡುವುದೋ, ಐದೇ ಐದು ನಿಮಿಷ ಕನ್ನಡಿಯ ಎದುರು ನಿಂತು ಮನಸ್ಸಿಗೆ ಏನು ಬರುತ್ತದೋ ಅದನ್ನು ಇಂಗ್ಲಿಷ್‌ನಲ್ಲಿ ಹೇಳುವುದೋ ಮಾಡುವುದರ ಮೂಲಕ ನಿಧಾನವಾಗಿ ನಮ್ಮ ಭಾಷೆಯನ್ನು ಸುಧಾರಿಸಿಕೊಳ್ಳುವುದು ಬಹಳ ಒಳ್ಳೆಯ ಕೆಲಸ!

ಸುಳ್ಳು ಪ್ರತಿಷ್ಠೆಯಿಂದ ನಷ್ಟವಾಗುವುದು ನಮಗೇ. ನಮ್ಮ ಮೇಲಿನ ಗೌರವವನ್ನು ನಾವೇ ಕಳೆದುಕೊಳ್ಳುವುದು ಆ ನಷ್ಟಗಳಲ್ಲೊಂದು. ಇದರಿಂದ ಮನಸ್ಸಿನ ನೆಮ್ಮದಿ ಮರೀಚಿಕೆಯಾಗುತ್ತದೆ. ಈ ಸುಳ್ಳು ಪ್ರತಿಷ್ಠೆಯಿಂದ ಹೊರಬರಲು ನಮ್ಮೆದುರು ಮೂರು ದಾರಿಗಳಿವೆ. ಈ ಪ್ರತಿಷ್ಠೆಯ ಭ್ರಮೆಯಲ್ಲಿ ನಮ್ಮನ್ನು ನಾವು ಕಳೆದುಕೊಳ್ಳುವುದು, ಅನವಶ್ಯಕವಾದವುಗಳನ್ನು ಮರೆತು ಮುನ್ನಡೆಯುವುದು ಅಥವಾ ಅವನ್ನು ನಮ್ಮ ಭವಿಷ್ಯದ ಅಡಿಗಲ್ಲಾಗಿಸಿಕೊಳ್ಳುವುದು. ಈ ಮೂರು ದಾರಿಗಳೂ ನಮ್ಮೆದುರಿಗಿವೆ. ಆಯ್ಕೆ ಮಾತ್ರ ಎಂದಿಗೂ ನಮ್ಮದು.

25

ಅವಮಾನಗಳನ್ನೇ ಮೆಟ್ಟಿಲಾಗಿಸಿಕೊಂಡು ಮುಗಿಲು ಮುಟ್ಟಿದ ದಿಟ್ಟೆಯರು

ತಮ್ಮ ಆಕ್ರಮಣಕಾರಿ ಆಟದ ಮೂಲಕ ಟೆನಿಸ್ ರಂಗದಲ್ಲಿ ರೋಚಕ ಅಧ್ಯಾಯ ಬರೆದ ದಿಟ್ಟ ಸೋದರಿಯರು ವೀನಸ್ ವಿಲಿಯಮ್ಸ್ ಮತ್ತು ಸೆರಿನಾ ವಿಲಿಯಮ್ಸ್. ಸಾಮರ್ಥ್ಯ, ಛಲದ ಪ್ರತೀಕವಾಗಿರುವ ಈ ಸೋದರಿಯರು ಸಾಂಪ್ರದಾಯಿಕ ಸೌಂದರ್ಯದ ಪರಿಭಾಷೆಯನ್ನೇ ಬದಲಾಯಿಸುವುದರ ಮೂಲಕ ಅಪಾರ ಸಂಖ್ಯೆಯ ಹೆಣ್ಣುಮಕ್ಕಳ ಎದೆಯಲ್ಲಿ ಹೊಸ ಆತ್ಮವಿಶ್ವಾಸ ತುಂಬಿದವರು. ಅಷ್ಟೇ ಅಲ್ಲ ಅಕ್ಕ ತಂಗಿಯರಿಬ್ಬರೂ ತಮ್ಮ ಸೋಲೊಪ್ಪದ ಛಲದಿಂದ ಮಹಿಳಾ ಟೆನಿಸ್‌ಗೆ ಹೊಸ ಶಕ್ತಿ ತುಂಬಿದರು, ಮಹಿಳಾ ವೃತ್ತಿಪರ ಟೆನಿಸ್‌ನಲ್ಲಿ ಹೊಸಯುಗವನ್ನೇ ಹುಟ್ಟುಹಾಕಿದರು. ಕಪ್ಪು ವರ್ಣೀಯರಾದ ಕಾರಣಕ್ಕೆ ಜನಾಂಗೀಯ ನಿಂದನೆ ಎದುರಿಸಬೇಕಾಗಿ ಬಂದರೂ ಸಾಧನೆಯ ದಾರಿಯಲ್ಲಿ ಅದಕ್ಕೆಲ್ಲ ತಲೆಕೆಡಿಸಿಕೊಳ್ಳದೆ ಸಾಧಿಸಿ, ತಮ್ಮನ್ನು ಟೀಕಿಸಿದವರೇ ಮೂಗಿನ ಮೇಲೆ ಬೆರಳಿಡುವಂತೆ ಮಾಡಿದರು!

ವಿಲಿಯಮ್ಸ್ ಸಹೋದರಿಯರ ಈ ಹಿಮಾಲಯದೆತ್ತರದ ಬೆಳವಣಿಗೆಯಲ್ಲಿ ಪ್ರಮುಖ ಪಾತ್ರ ವಹಿಸಿದವರು ಅವರ ತಂದೆ ರಿಚರ್ಡ್ ವಿಲಿಯಮ್ಸ್. ಜೂನ್ 17, 1980 ರಲ್ಲಿ ವೀನಸ್ ಜನಿಸಿದರೆ, ತಂಗಿ ಸೆರಿನಾ ಹುಟ್ಟಿದ್ದು 26 ಸೆಪ್ಟೆಂಬರ್ 1981. ಅವರು ನಡೆಯಲು ಕಲಿಯುವ ಮುನ್ನವೇ ತಂದೆ ರಿಚರ್ಡ್, ವೀನಸ್ ಮತ್ತು ಸೆರಿನಾ ಇಬ್ಬರನ್ನೂ ಟೆನಿಸ್ ತಾರೆಯರನ್ನಾಗಿ ರೂಪಿಸಬೇಕೆಂದು ಕನಸು ಕಂಡಿದ್ದಷ್ಟೇ ಅಲ್ಲ, ಆ ನಿಟ್ಟಿನಲ್ಲಿ ಮೊದಲ ಹೆಜ್ಜೆಯನ್ನೂ ಇಟ್ಟಾಗಿತ್ತು. 1980 ರಲ್ಲಿ ಟೆನಿಸ್ ಪಂದ್ಯಾವಳಿಯೊಂದನ್ನು ಗೆದ್ದ ಆಟಗಾರ್ತಿಯೊಬ್ಬರು ಸಾವಿರಾರು

ಡಾಲರ್ ಮೊತ್ತದ ಬಹುಮಾನ ಪಡೆದಿದ್ದನ್ನು ನೋಡಿ ಅರೇ ನಾಲ್ಕು ದಿನ ಆಡಿದ್ದಕ್ಕೇ ಇಷ್ಟೊಂದು ಹಣ ಎಂದು ಅಂದೇ ತನ್ನ ಮಕ್ಕಳನ್ನು ಟೆನಿಸ್ ಆಟಗಾರ್ತಿಯರನ್ನಾಗಿ ರೂಪಿಸುವ ಪಣ ತೊಟ್ಟರು. ಅದಕ್ಕಾಗಿಯೇ 1983 ರಲ್ಲಿ ರಿಚರ್ಡ್ ಕುಟುಂಬದೊಂದಿಗೆ ಕ್ಯಾಲಿಫೋರ್ನಿಯಾ ಹತ್ತಿರದ ಕಾಮ್ಟನ್‌ಗೆ ವಾಸ್ತವ್ಯ ಬದಲಾಯಿಸಿದರು. ಇನ್ನೂ ಎರಡು ಮೂರು ವರ್ಷದ ಮಕ್ಕಳಾಗಿದ್ದ ಸೆರಿನಾ ಮತ್ತು ವೀನಸ್‌ರ ಭವಿಷ್ಯವನ್ನು ಮಹತ್ವಾಕಾಂಕ್ಷಿ ತಂದೆ ನಿರ್ಧರಿಸಿಬಿಟ್ಟಿದ್ದರು! ಅದಕ್ಕೆ ತಕ್ಕಂತೆ ಇಬ್ಬರೂ ಮಕ್ಕಳೂ ಅಪರೂಪದ ಪ್ರತಿಭೆಯುಳ್ಳವರೇ ಆಗಿದ್ದರು. ಇಬ್ಬರೂ ಮೂರು ನಾಲ್ಕರ ಹರೆಯದಲ್ಲೇ ರ್‍ಯಾಕೆಟ್ ಹಿಡಿದರು. ರಿಚರ್ಡ್ ಬೇರೆಯವರ ಹೊಲದಲ್ಲಿ ಕೆಲಸ ಮಾಡುವವರು. ಆದರೆ ತಾವೇ ವಿಸಿಆರ್ ನೋಡಿ ಟೆನಿಸ್ ಕಲಿತರು! ತಾವು ಪ್ರಾಕ್ಟೀಸ್ ಮಾಡಿ ಮಕ್ಕಳಿಗೆ ಕಲಿಸುತ್ತಿದ್ದರು. ಹೀಗಾಗಿ ವೀನಸ್ ಮತ್ತು ಸೆರಿನಾಗೆ ಟೆನಿಸ್‌ನ ಆರಂಭದ ಪಾಠ ಕಲಿಸಿದ್ದು ಅಪ್ಪ ಮತ್ತು ಅಮ್ಮನೇ!

1991 ರಲ್ಲಿ ಮಕ್ಕಳ ತರಬೇತಿಗೆ ಅನುಕೂಲವಾಗುವಂತೆ ಫ್ಲೋರಿಡಾಗೆ ವಾಸ್ತವ್ಯ ಬದಲಾಯಿಸಿದರು ರಿಚರ್ಡ್. ಆ ವರ್ಷ ಒಂಬತ್ತರ ಹರೆಯದ ಸೆರಿನಾ ತನ್ನ ಮೊದಲ ಜೂನಿಯರ್ ಪಂದ್ಯಾವಳಿಯಲ್ಲಿ ಭಾಗವಹಿಸಿದರು. ಅಷ್ಟೇ ಅಲ್ಲ, ಫೈನಲ್‌ನಲ್ಲಿ ಅಕ್ಕ ತಂಗಿ ಮುಖಾಮುಖಿಯೂ ಆದರು! ಈ ಪಂದ್ಯಾವಳಿಯಲ್ಲಿ ವೀನಸ್ ಭಾಗವಹಿಸುವಂತೆ ತಂದೆ ಹೇಳಿದ್ದರು. ಆದರೆ ಸೆರಿನಾ ತಾನೇ ಹೆಸರು ನೋಂದಾಯಿಸಿಕೊಂಡು ಭಾಗವಹಿಸಿದ್ದಳು! ಮಕ್ಕಳು ಶಾಲೆಗೆ ಹೋಗಿ ಓದಲಿ ಸ್ವಲ್ಪ ದೊಡ್ಡವರಾದ ನಂತರ ಆಟಕ್ಕಿಳಿಯಲಿ ಎಂಬುದು ರಿಚಡ್ ಬಯಕೆಯಾಗಿತ್ತು. ಆದರೆ ಅಪ್ಪಟ ಪ್ರತಿಭಾವಂತ ಹುಡುಗಿಯರು ಜ್ಯೂನಿಯರ್ ವಿಭಾಗದಲ್ಲಿ ಬಿರುಗಾಳಿಯೆಬ್ಬಿಸಿದರು. ಗಂಟೆಗೆ ನೂರು ಮೈಲಿ ವೇಗದಲ್ಲಿ ಸರ್ವಿಸ್ ಮಾಡುತ್ತಿದ್ದ ವೀನಸ್ ಹನ್ನೆರಡರೊಳಗಿನ ನಂಬರ್ ಒನ್ ಆದರೆ ತಂಗಿ ಹತ್ತರೊಳಗಿನ ವಯಸ್ಸಿನ ಚಾಂಪಿಯನ್ ಆದಳು. 1994 ರಲ್ಲಿಯೇ ವೃತ್ತಿಪರ ಟೆನಿಸ್‌ಗೆ ವೀನಸ್ ಕಾಲಿಟ್ಟರೆ ಮರುವರ್ಷವೇ ಸೆರಿನಾ ಕೂಡ ಸೇರಿಕೊಂಡರು. 1997 ರಲ್ಲಿ ಇಬ್ಬರೂ ನೂರರೊಳಗಿನ ರ್‍ಯಾಂಕ್ ಪಡೆದುಕೊಂಡರು! 1999 ರಲ್ಲಿ ಹದಿನೆಂಟರ ಸೆರಿನಾ ಯುಎಸ್ ಓಪನ್ ಗೆದ್ದು ಮೊದಲ ಗ್ರ್ಯಾನ್‌ಸ್ಲಾಂ ಗೆದ್ದರು. ಮರುವರ್ಷವೇ ಅಂದರೆ 2000ನೇ ಇಸವಿಯಲ್ಲಿ ವೀನಸ್ ವಿಂಬಲ್ಡನ್ ಮತ್ತು ಯುಎಸ್ ಓಪನ್ ಎರಡನ್ನೂ ಗೆದ್ದು ಭರ್ಜರಿ ಸಾಧನೆ ಮಾಡಿದರು. ಅದೇ ವರ್ಷ ಸಿಡ್ನಿ ಒಲಂಪಿಕ್ಸ್‌ನಲ್ಲಿ ಚಿನ್ನ ಗೆದ್ದ ವೀನಸ್ ತಂಗಿಯ ಜತೆ ಸೇರಿ ಡಬಲ್ಸ್ ಚಿನ್ನವನ್ನೂ ಬಾಚಿಕೊಂಡರು! ಇದುವರೆಗೆ ವೀನಸ್ ಏಳು ಗ್ರ್ಯಾನ್‌ಸ್ಲಾಂ ಸಿಂಗಲ್ಸ್ ಮತ್ತು 14 ಡಬಲ್ಸ್ ಮತ್ತು

ಎರಡು ಮಿಕ್ಸೆಡ್ ಡಬಲ್ಸ್ ಟ್ರೋಫಿ ಗೆದ್ದಿದ್ದಾರೆ. ಒಲಂಪಿಕ್ಸ್‌ನಲ್ಲೂ ಡಬಲ್ಸ್‌ನಲ್ಲಿ 3 ಸಲ ಚಿನ್ನ ಪಡೆದಿದ್ದಾರೆ.

ಅಕ್ಕನಿಗಿಂತ ಒಂದು ಹೆಜ್ಜೆ ಮುಂದೆ ಹೋದ ತಂಗಿ ಸೆರಿನಾ ಚಿಕ್ಕಂದಿನಿಂದಲೂ ಎಲ್ಲದರಲ್ಲೂ ಪರಿಪೂರ್ಣತೆಯನ್ನು ಬಯಸುತ್ತಿದ್ದ ಹುಡುಗಿ ಮತ್ತು ಅದನ್ನು ಪಡೆಯಲು ಶ್ರಮ ಪಡುತ್ತಿದ್ದಳು. ಯಾವುದೇ ಸ್ಪರ್ಧೆಯಿರಲಿ ಅವಳದನ್ನು ಸೋಲಲು ಬಯಸುತ್ತಿರಲಿಲ್ಲ. ಮನೆಯಲ್ಲಿ ಕಾರ್ಡ್ಸ್ ಆಡುವಾಗಲೂ ಅಷ್ಟೇ. ಸೋಲುವುದೆಂದರೆ ಅವಳಿಗೆ ಆಗುತ್ತಿರಲಿಲ್ಲ, ಅದೇ ಸ್ವಭಾವ ಟೆನಿಸ್ ಮೈದಾನದಲ್ಲೂ! ಮತ್ತು ಈ ಸುಲಭಕ್ಕೆ ಸೋಲೊಪ್ಪಿಕೊಳ್ಳದ ಸ್ವಭಾವವೇ ಆಕೆಯನ್ನು ಚಾಂಪಿಯನ್ ಆಗಿಸಿತು. ಯಾವ ಪುರುಷ ಆಟಗಾರನೂ ಗೆಲ್ಲಲಾಗದ 23 ಗ್ರ್ಯಾನ್‌ಸ್ಲಾಮ್ ಟ್ರೋಫಿಗಳನ್ನು ಗೆದ್ದು ಸೈ ಎನಿಸಿಕೊಂಡಾಕೆ. ಅದೆಷ್ಟೋ ಸಲ ನಂಬರ್ ಒನ್ ಆಟಗಾರ್ತಿಯಾದವರು. 14 ಡಬಲ್ಸ್ ಮತ್ತು 2 ಮಿಕ್ಸಡ್ ಡಬಲ್ಸ್ ಟ್ರೋಫಿ ಸೇರಿ 39 ಗ್ರ್ಯಾನ್‌ಸ್ಲಾಮ್ ಪ್ರಶಸ್ತಿ ಗೆದ್ದಿದ್ದಾರೆ. ನಾಲ್ಕು ಸಲ ಒಲಂಪಿಕ್ಸ್‌ನಲ್ಲಿ ಚಿನ್ನದ ಪದಕ ಗೆದ್ದಿದ್ದಾರೆ. ಆದರೆ ಟೆನಿಸ್ ಜಗತ್ತಿನಲ್ಲಿಯೂ ಕೂಡ ತಾರತಮ್ಯ ಹೇಗಿದೆ ಎಂದರೆ ಜೊಕೊವಿಕ್ ಎಲ್ಲ ಗ್ರ್ಯಾನ್‌ಸ್ಲಾಮ್‌ಗಳನ್ನೂ ಎರಡೆರಡು ಸಲ ಗೆದ್ದ ಆಟಗಾರನಾಗಿದ್ದನ್ನು ಹಾಡಿ ಹೊಗಳುವ ಮಾಧ್ಯಮ ಸೆರಿನಾ ಎಲ್ಲ ಗ್ರ್ಯಾನ್‌ಸ್ಲಾಮ್ ಸಿಂಗಲ್ಸ್ ಪ್ರಶಸ್ತಿಗಳನ್ನೂ ಕನಿಷ್ಠ ಮೂರು ಸಲ ಗೆದ್ದಿದ್ದನ್ನು ಪದೇ ಪದೇ ಹಾಡಿ ಹೊಗಳುವುದಿಲ್ಲ! 23 ಸಿಂಗಲ್ಸ್ ಕಿರೀಟದ ಸಾಧನೆ ಮಹಿಳೆಯರ ಕಡೆಯಿಂದ 2017 ರಲ್ಲಿಯೇ ಆಗಿಹೋಗಿದೆ! ಸೆರಿನಾರ ತಾಕತ್ತು, ಪ್ರತಿಭೆ, ಅದನ್ನು ಸಶಕ್ತವಾಗಿ ದುಡಿಸಿಕೊಂಡು ಇಡೀ ಟೆನಿಸ್ ಕ್ಷೇತ್ರವನ್ನೇ ಈಕೆ ಆವರಿಸಿಕೊಂಡ ರೀತಿ ಮೈ ನವಿರೇಳಿಸುವಂಥದ್ದು. ಎಷ್ಟೋ ಸಿಂಗಲ್ಸ್ ಪಂದ್ಯಾವಳಿಗಳ ಫೈನಲ್‌ನಲ್ಲಿ ಅಕ್ಕ ತಂಗಿಯರೇ ಎದುರಾಳಿಗಳಾಗುತ್ತಿದ್ದರು! ಡಬಲ್ಸ್‌ನಲ್ಲಂತೂ ಇವರನ್ನು ಹಿಡಿಯುವವರೇ ಇರಲಿಲ್ಲ! ಚಿಕ್ಕಂದಿನಲ್ಲಿ ದೊಡ್ಡ ಮಕ್ಕಳೆದುರು ತಮ್ಮ ಮಕ್ಕಳನ್ನು ಆಡಿಸಲೇ ಇಲ್ಲ ರಿಚರ್ಡ್. ಏಕೆಂದರೆ ತಮ್ಮ ಮಕ್ಕಳು ರಕ್ಷಣಾತ್ಮಕ ಆಟದ ಬದಲು ಎಂದಿಗೂ ಆಕ್ರಮಣಕಾರಿ ಆಟವಾಡಬೇಕು ಎಂಬುದು ಅವರ ಬಯಕೆಯಾಗಿತ್ತು! ಹಾಗಾಗಿಯೇ ಈ ಇಬ್ಬರದ್ದೂ ಅಂತಹ ಆಟ! ಎದುರಾಳಿ ರ್‍ಯಾಕೆಟ್ ಹಿಡಿಯಲೂ ತತ್ತರಿಸುವಂತಹ ಹೊಡೆತಗಳು! 2000–2003ರ ನಡುವೆ ಆರು ಗ್ರ್ಯಾನ್‌ಸ್ಲಾಂ ಫೈನಲ್ ಇವರಿಬ್ಬರ ನಡುವೆಯೇ ನಡೆಯಿತು! ರಿಚರ್ಡ್ ಸಂಭ್ರಮವನ್ನು ಊಹಿಸಬಹುದು ನಾವು!

1957 ರಲ್ಲಿ ಎಲ್ತಿಯಾ ಗಿಬ್ಸನ್ ಎಂಬ ಆಫ್ರೋ ಅಮೆರಿಕನ್ ಆಟಗಾರ್ತಿ ವಿಂಬಲ್ಡನ್ ಗೆದ್ದಿದ್ದರು. ಅಲ್ಲಿ ಆವರು ಆಡುವಾಗ ಸ್ಟೇಡಿಯಮ್ ತುಂಬ 'ಬೀಟ್ ದಿ ನಿಗರ್' ಎಂಬ ಘೋಷಣೆಗಳು ಮೊಳಗುತ್ತಿದ್ದವು! ಇದನ್ನು

ತಮ್ಮ ಮಕ್ಕಳೂ ಎದುರಿಸಬೇಕೆಂದು ರಿಚರ್ಡ್ ಅವರಿಗೆ ಗೊತ್ತಿತ್ತು. ಕಪ್ಪು ವರ್ಣೀಯರಾದ ಕಾರಣ ಮುಂದೆ ಜಾಗತಿಕ ಸ್ಪರ್ಧಾತ್ಮಕ ಟೆನಿಸ್‌ನಲ್ಲಿ ಅವರ ಅನಭವಿಸಬೇಕಾದ ತಾರತಮ್ಯದ ಅರಿವು ರಿಚರ್ಡ್‌ರಿಗೆ ಸ್ಪಷ್ಟವಾಗಿತ್ತು. ಹಾಗಾಗಿಯೇ ಅವರು ಹುಡುಗಿಯರಿಗೆ ಎಂತಹ ಟೀಕೆ ದೂಷಣೆಯ ಸಂದರ್ಭದಲ್ಲೂ ವಿಚಲಿತರಾಗದಂತೆ, ಏಕಾಗ್ರತೆ ಕಳೆದುಕೊಳ್ಳದಂತೆ ತರಬೇತಿ ನೀಡಿದ್ದರು. ಸೆರಿನಾ ಮತ್ತು ವೀನಸ್ ಬಾಲ್ಯದಲ್ಲಿ ತರಬೇತಿ ಪಡೆಯುವಾಗ ಒಂದಿಷ್ಟು ಮಂದಿ ಹುಡುಗರು ಇವರನ್ನು ಹೀಯಾಳಿಸುತ್ತಿದ್ದರು, ಕೆಟ್ಟ ಕೆಟ್ಟ ಶಬ್ದಗಳಿಂದ ಜನಾಂಗೀಯ ನಿಂದನೆ ಮಾಡುತ್ತಿದ್ದರು. ನಿಜ ಹೇಳಬೇಕೆಂದರೆ ಆ ಹುಡುಗರನ್ನು ರಿಚರ್ಡ್ ಅವರೇ ಕರೆದುಕೊಂಡು ಬರುತ್ತಿದ್ದರು! ಕಾಮ್ಟನ್ ಪಟ್ಟಣವನ್ನು ಭೂಗತಪಾತಕಿಗಳ ತಂಡಗಳೇ ಆಳುತಿದ್ದ ಕಾಲ. ಅದೆಷ್ಟು ಬಾರಿ ಟೆನಿಸ್ ಕೋರ್ಟ್‌ನಲ್ಲಿ ಮಕ್ಕಳಿಗೆ ಆಡಲು ಅನುಮತಿ ಸಿಗದೇ ಅವರೊಂದಿಗೆ ರಿಚರ್ಡ್ ಜಗಳವಾಡಿದ್ದರೋ, ಪೆಟ್ಟು ತಿಂದಿದ್ದರೋ! ಈ ಅವಮಾನಗಳನ್ನು ಬಡ್ಡಿ ಸಮೇತ ತೀರಿಸಲು ಮಕ್ಕಳೇ ನೀವು ಚಾಂಪಿಯನ್ ಆಗಿ ಸಾಧಿಸಬೇಕು ಎನ್ನುತ್ತಿದ್ದರು!

2001ರ ಇಂಡಿಯನ್ ವೆಲ್ಸ್ ಪಂದ್ಯಾವಳಿಯಲ್ಲಿ ಆಗಿದ್ದೂ ಹಾಗೆಯೇ. ಸೆಮಿಫೈನಲ್‌ನಲ್ಲಿ ಅಕ್ಕ ತಂಗಿಯರಿಬ್ಬರೂ ಮುಖಾಮುಖಿಯಾಗಬೇಕಿತ್ತು. ಪಂದ್ಯಕ್ಕೆ ಐದು ನಿಮಿಷವಿದ್ದಾಗ ವೀನಸ್ ಮಂಡಿನೋವಿನಿಂದ ಹಿಂದೆ ಸರಿದರು. ಅಕ್ಕ ತಂಗಿಯರಿಬ್ಬರೂ ಹೊಂದಾಣಿಕೆ ಮಾಡಿಕೊಳ್ಳುತ್ತಾರೆ ಎಂಬ ಆರೋಪದಿಂದ ಪ್ರೇಕ್ಷಕರು ಫೈನಲ್ ಪಂದ್ಯದಲ್ಲಿ ಸೆರಿನಾ ಮೇಲೆ ಮುಗಿಬಿದ್ದರು. ಆಕೆಯ ಪ್ರತೀ ತಪ್ಪುಗಳಿಗ ಚಪ್ಪಾಳೆ ಹೊಡೆದರು, ಹದಿನೈದು ಸಾವಿರದಷ್ಟಿದ್ದ ಬಿಳಿಯ ಪ್ರೇಕ್ಷಕರು ಬಹಳ ಕೆಟ್ಟದಾಗಿ ವರ್ತಿಸಿದರು. ಆದರೆ ಸೆರಿನಾ ತನ್ನ ಏಕಾಗ್ರತೆಯನ್ನು ಕಳೆದುಕೊಳ್ಳಲಿಲ್ಲ. ಗೆದ್ದು ಟ್ರೋಫಿ ಎತ್ತಿಹಿಡಿದರು. ಅದು ಬಾಲ್ಯದ ತರಬೇತಿಯ ಪ್ರಭಾವ. ಆದರೆ ಆಟದ ನಂತರ ಹತ್ತೊಂಬತ್ತರ ಹರೆಯದ ಹುಡುಗಿ ಗಂಟೆಗಟ್ಟಲೆ ಕೋಣೆಯ ಬಾಗಿಲು ಹಾಕಿಕೊಂಡು ಕಣ್ಣೀರು ಸುರಿಸಿದಳು. ಅಂತಿಮ ಪಂದ್ಯ ಮುಗಿಸಿ ರಿಚರ್ಡ್ ಮತ್ತು ವೀನಸ್ ನಡೆದು ಬರುವಾಗ, ಪ್ರೇಕ್ಷಕರು ಅವಾಚ್ಯ ಶಬ್ದಗಳಿಂದ ಅವರನ್ನು ನಿಂದಿಸಿದರು. ಒಬ್ಬನಂತೂ 'ಇದು 1975 ನೆಯ ಇಸವಿಯಾಗಬೇಕಿತ್ತು, ನಿನ್ನನ್ನು ಜೀವಂತ ಸುಲಿದುಬಿಡುತ್ತಿದ್ದೆ' ಎಂದ! ರಿಚರ್ಡ್ ಕಣ್ಣಲ್ಲಿ ನೀರು ಸುರಿಯುತ್ತಿತ್ತು, ಇಂಡಿಯನ್ ವೆಲ್ಸ್ ಪಂದ್ಯಾವಳಿ ಅಮೆರಿಕಕ್ಕೆ ಒಂದು ಕಪ್ಪು ಚುಕ್ಕೆ ಎಂದು ರಿಚರ್ಡ್ ಪತ್ರಿಕೆಯೊಂದಕ್ಕೆ ಸಂದರ್ಶನ ನೀಡಿದ್ದರು. ಅದಾದ ಮೇಲೆ 2015 ರವರೆಗೆ ವಿಲಿಯಮ್ಸ್ ಸಹೋದರಿಯರು ಆ ಪಂದ್ಯಾವಳಿಯಲ್ಲಿ ಭಾಗವಹಿಸಲಿಲ್ಲ. 2015

ರಲ್ಲಿ ಗ್ರ್ಯಾನ್‌ಸ್ಲಾಮ್‌ಗಳನ್ನು ಗೆದ್ದು ಗುಡ್ಡೆ ಹಾಕಿಕೊಂಡಿದ್ದ ಸೆರಿನಾ ಆಡಲು ಹೋದಾಗ ಪರಿಸ್ಥಿತಿ ಬದಲಾಗಿತ್ತು, ಆಕೆಗೆ ಪ್ರೇಕ್ಷಕರು ಎದ್ದು ನಿಂತು ಗೌರವ ಸೂಚಿಸಿದರು! ನಿಜ, ರಿಚರ್ಡ್‌ರಂತಹ ತಂದೆಯನ್ನ ಪಡೆದದ್ದು ಅದೃಷ್ಟವೇ. ಆದರೆ ದಾರಿ ತೋರುವವರು ಯಾರಾದರೂ ನಾವೇ ನಡೆಯಬೇಕು ತಾನೇ? ವೀನಸ್ ಮತ್ತು ಸೆರಿನಾ ಕೂಡ ಸುಮ್ಮನೇ ಚಾಂಪಿಯನ್ ಆಗಿದ್ದಲ್ಲ. ತ್ಯಾಗವಿಲ್ಲದೇ ಯಾವ ಕ್ಷೇತ್ರದಲ್ಲೂ ಕೂಡ ಯಾರೂ ಉನ್ನತ ಮಟ್ಟ ತಲುಪಿದ್ದೂ ಇಲ್ಲ. ಜಗತ್ತಿನ ಮಕ್ಕಳೆಲ್ಲ ತಮ್ಮ ತಮ್ಮ ತಾಯಂದಿರ ಮಡಿಲಲ್ಲಿ ಬೆಚ್ಚಗೆ ಮಲಗಿರುವಾಗ ಚುಮಚುಮು ಚಳಿಯಲ್ಲಿ ಬೆಳ್ಳಂಬೆಳಗ್ಗೆ ಎದ್ದು ಟೆನಿಸ್ ಆಡುತ್ತ ತಮ್ಮ ಬಾಲ್ಯವನ್ನ ಕಳೆದ ಹುಡುಗಿಯರವರು. ಬೆಳಗ್ಗೆ ಆರು ಗಂಟೆಯಿಂದ ಶಾಲೆಗೆ ಹೋಗುವವರೆಗೆ ಮತ್ತು ಶಾಲೆಯಿಂದ ಬಂದ ಮೇಲೆ ಕತ್ತಲಾಗುವವರೆಗೂ ಆಡುತ್ತಿದ್ದರು.

ಗುಲಾಮಗಿರಿ ರದ್ದಾದರೂ ಅಮೆರಿಕನ್ನರ ಮನದಲ್ಲಿ ಆಳವಾಗಿ ಬೇರೂರಿರುವ ವರ್ಣದ್ವೇಷಕ್ಕೆ ತಮ್ಮ ಅದ್ಭುತ ಸಾಧನೆಯ ಮೂಲಕ ಖಡಕ್ ಉತ್ತರ ಕೊಟ್ಟ ವಿಲಿಯಮ್ಸ್ ಸಹೋದರಿಯರು ನಿಜಕ್ಕೂ ಅಭಿನಂದನಾರ್ಹರು. ಇವತ್ತೇನಾದರೂ ಟೆನಿಸ್ ರಂಗದಲ್ಲಿ ವರ್ಣದ್ವೇಷದ ಪ್ರಮಾಣ ದೊಡ್ಡ ಪ್ರಮಾಣದಲ್ಲಿ ಕಡಿಮೆಯಾಗಿರಲು ಕಾರಣ ಎಂದರೆ ಅದಕ್ಕೆ ಈ ಸಾಧಕಿಯರ ಛಲ ಮತ್ತು ಸಾಧನೆಯೇ. ಇವರಿಂದ ಸ್ಫೂರ್ತಿ ಪಡೆದ ಎಷ್ಟೋ ಸಾಮಾನ್ಯ ಹುಡುಗಿಯರು ವೃತ್ತಿಪರ ಟೆನಿಸ್ ಪ್ರವೇಶಿಸಿದ್ದಾರೆ. ಜಗತ್ತಿನ ಕ್ರೀಡಾ ಇತಿಹಾಸದಲ್ಲಿ ಈ ಸೋದರಿಯರ ಹೆಸರು ಚಿನ್ನದ ಅಕ್ಷರಗಳಿಂದ ಬರೆಯಲ್ಪಟ್ಟಿದೆ ಎಂದರೆ ಅತಿಶಯೋಕ್ತಿಯೇನಲ್ಲ.

(ಈ ಸೋದರಿಯರ ಯಶಸ್ಸಿನ ಕಥೆಯನ್ನು ಹಾಲಿವುಡ್ ಮಂದಿ ಸಿನಿಮಾ ಮಾಡಿದ್ದಾರೆ. 'ಕಿಂಗ್ ರಿಚರ್ಡ್' ಹೆಸರಿನ ಈ ಸಿನಿಮಾದಲ್ಲಿ ರಿಚರ್ಡ್ ಪಾತ್ರಕ್ಕಾಗಿ ವಿಲ್ ಸ್ಮಿತ್ ಅವರಿಗೆ ಅತ್ಯುತ್ತಮ ನಟ ಆಸ್ಕರ್ ಪ್ರಶಸ್ತಿಯೂ ಸಿಕ್ಕಿದೆ.)

www.ingramcontent.com/pod-product-compliance
Lightning Source LLC
LaVergne TN
LVHW040759051026
849519LV00007BA/2575
* 9 7 8 9 3 9 4 9 4 2 0 1 1 *